मुस्लीम
राजकीय विचारवंत
आणि राष्ट्रवाद

प्रा. फकरुद्दीन बेन्नूर

डायमंड पब्लिकेशन्स

मुस्लीम राजकिय विचारवंत आणि राष्ट्रवाद

प्रा. फकरुद्दीन बेन्नूर

Muslim Rajkiy Vicharvant ani Rashtravad

Prof. Fakruddin Bennur

पहिली आवृत्ती : २०१३, राज्यशास्त्र विभाग, सावित्रीबाई फुले पुणे विद्यापीठ

दुसरी आवृत्ती : ऑगस्ट, २०१८, डायमंड पब्लिकेशन्स

ISBN 978-93-86401-41-0

मुखपृष्ठ

शाम भालेकर

अक्षरजुळणी

मानसी घाणेकर

प्रकाशक

डायमंड पब्लिकेशन्स

२६४/३ शनिवार पेठ, ३०२ अनुग्रह अपार्टमेंट

ओंकारेश्वर मंदिराजवळ, पुणे-४११ ०३०

☎ ०२०-२४४५२३८७, २४४६६६४२

info@diamondbookspune.com

प्रमुख वितरक

डायमंड बुक डेपो

६६१ नारायण पेठ, अप्पा बळवंत चौक

पुणे-४११ ०३० ☎ ०२०-२४४८०६७७

प्रस्तावना

पुणे विद्यापीठाच्या राज्यशास्त्र आणि लोकप्रशासन विभागाचे विभागप्रमुख प्रा. डॉ. यशवंत सुमंत यांनी आग्रह धरला की, मी 'भारतीय राजकारणाचे प्रगत अध्ययन केंद्रा'त अभ्यागत अभ्यासक म्हणून यावे आणि 'आधुनिक भारतीय मुस्लीम राजकीय विचारवंतांचे राष्ट्रविषयक चर्चाविश्व' या विषयावर व्याख्याने द्यावीत. त्यांचे म्हणणे होते की, आत्तापर्यंत मौ. अबुल कलाम आझाद सोडल्यास बाकीच्या मुस्लीम विचारवंतांचा अभ्यास अलगतावादी म्हणून झाला आहे. डॉ. महंमद इकबालसारखे विचारवंत राष्ट्रवादाच्या विरुद्धच होते. अनेकांनी पॅन इस्लामचा पुरस्कार केलेला होता. परंतु ज्यांनी कालसापेक्ष परिस्थितीच्या संदर्भात राष्ट्रविषयक मांडणी केलेली होती, त्यांच्याकडे दुर्लक्ष झालेले आहे, त्यावर मी मांडणी करावी.

मला यशवंत सुमंत यांचा हा विचार महत्त्वाचा वाटला. या अनुषंगाने मी त्यांचे निमंत्रण स्वीकारले आणि भारतातील दुर्लक्षित राजकीय मुस्लीम विचारवंतावर काही व्याख्याने दिली. कालांतराने श्री. सुमंत यांनी मी मांडणी केलेल्या विचारवंतावर एक पुस्तक काढण्याची कल्पना सुचवली. हे पुस्तक पुणे विद्यापीठाच्या राज्यशास्त्र विभागामार्फत प्रकाशित केले जाईल असंही सांगितले. त्यानुसार मी पुन्हा एकदा या विचारवंतावरील सविस्तर मांडणी केली.

संबंधित विचारवंतांवर मांडणी करण्यासाठी आणि लेखन करण्यासाठी ऐतिहासिक माहिती संकलित करणे, संदर्भ शोधणे हे काम जिकिरीचे होते. मी ते यथाशक्ती पूर्ण केले आहे. मध्यंतरी माझ्या प्रकृतीचे प्रश्न निर्माण झाले, त्यामुळे माझ्या या लेखनप्रपंचाला बराच वेळ लागला. डॉ. यशवंत सुमंतांनी आग्रह धरला म्हणून माझ्याकडून सदर लेखन झाले. त्यांच्याशी वेळोवेळी केलेल्या चर्चा महत्त्वाच्या होत्या. त्यांचे प्रेम, आग्रह आणि सहकार्य हे शब्दातीत आहे. त्याबद्दल मी त्यांच्या ऋणात राहू इच्छितो.

पुणे विद्यापीठातील राज्यशास्त्र विभागाने २०१३ मध्ये खाजगी वितरणासाठी हे व्याख्यान पुस्तक स्वरूपात आणले होते. सदरील पुस्तक निर्मितीच्या प्रक्रियेत राज्यशास्त्र विभागातील प्रा. डॉ. हर्ष जगझाप यांचे मोलाचे सहकार्य लाभले. विवेक घोटाळे

यांनी माझे लेखन डी. टी. पी. करून घेणे, प्रुफे तपासणे हे त्रासदायक काम आनंदाने केले. त्याबद्दल मी त्या दोघांचा आभारी आहे. श्रीमती पुष्पा बुळे यांनी पहिल्या टंकलेखनाचे काम उत्तम पूर्ण केल्याबद्दल मी त्यांचा आभारी आहे.

पुणे विद्यापीठाच्या राज्यशास्त्र व लोकप्रशासन विभागाने मला सदरील विचारवंतावर व्याख्यानांची आणि लेखनाची संधी दिली, त्याबद्दल मी आभारी आहे.

प्रा. फकरूद्दीन बेन्नूर

आभार

फेब्रुवारी २०१० साली पुणे विद्यापीठाच्या राज्यशास्त्र विभागात महाराष्ट्रातील जेष्ठ अभ्यासक व राजकीय विचारवंत प्रा. फकरूद्दीन बेन्नूर यांनी दुर्लक्षित मुस्लीम राजकीय विचारवंतावर व्याख्याने दिली. या विचारवंताबद्दल प्रा. बेन्नूर यांनी केलेली मांडणी महत्त्वाची आहे. विभागाच्या आग्रहाखातर त्यांनी सदरील विचारवंतावर सखोल व अभ्यासपूर्ण विवेचन केले. पुणे विद्यापीठाच्या राज्यशास्त्र विभागाच्या आग्रहाखातर नंतर ती पुन्हा एकदा शब्दबध्द करून लिखित स्वरूपात दिली. राज्यशास्त्र विभागातील 'भारतीय राजकारणाचे प्रगत अध्ययन केंद्रा'त अभ्यागत अभ्यासक म्हणून आल्याबद्दल व व्याख्यानमाला लिखित स्वरूपात उपलब्ध करून दिल्याबद्दल विभाग त्यांचा आभारी आहे. सदरील व्याख्यानमाला पुस्तकरूपात आणण्यात विवेक घोटाळे, शिवाजी मोटेगावकर, राजेंद्र भोईवार व श्रीमती पुष्पा बुळे यांचे सहकार्य लाभले.

– प्रा. यशवंत सुमंत
माजी समन्वयक
'भारतीय राजकारणाचे प्रगत अध्ययन केंद्र'

अनुक्रम

१
मुस्लीम विचारवंतांसमोरील प्रश्न

गेल्या ६०/७० वर्षांपासून भारतातील मुस्लीम विचारवंत आणि राजकारणी यांच्याकडे पाहण्याचा दृष्टिकोन ठरावीक साचेबंद पद्धतीचाच राहिला आहे. भारतातील मुस्लीम समाज, त्यांचे सामाजिक-राजकीय विचारवंत यांच्याकडे पाहण्याच्या दृष्टिकोनात; भारताचा वसाहतवादी इतिहास आणि वसाहतवादी इतिहास-लेखनाचा प्रभाव फार मोठा आहे. इलियट आणि डाऊसन, जेम्स मिल यांसारख्या इतिहासकारांच्या आणि ख्रिस्ती मिशनरी लेखकांच्या मतांच्या आधारे जशी मुस्लीम समाजासंबंधी समीकरणे प्रस्थापित झालेली आहेत, तसेच मुस्लीम विचारवंतांकडे पाहण्याचे दृष्टिकोनही त्याच प्रकारे तयार झालेले आहेत. 'दुसऱ्या पिढी'चा (सेकंड जनरेशन) विचार निरपेक्षपणे झालेला नाही. ही दुसरी पिढी उदारमतवाद, धर्मनिरपेक्षतावाद आणि प्रादेशिक राष्ट्रवाद यांचा पुरस्कार करणारी; धर्मवादाला, पॅन इस्लामच्या राजकीयीकरणाला आणि द्विराष्ट्रवादाला विरोध करणारी होती. त्यामुळे सर सय्यद अहमद खान किंवा डॉ. महंमद इकबाल आणि बॅ. जिना यांच्यापेक्षा वेगळ्या असणाऱ्या 'दुसऱ्या पिढीचा' (सेकंड जनरेशन) विचार निरपेक्षपणे झालेला दिसत नाही. १९७० नंतर भारतीय इतिहासाच्या अभ्यासपद्धतीत आणि इतिहासशास्त्राच्या दृष्टिकोनात अनेक नवे सिद्धांत आणि दृष्टिकोन आले. मात्र प्रस्थापित साचेबंद समीकरणांनी (स्टेरोटाईप्स) अद्यापही ते प्रभावित आहेत.[१] उदाहरणार्थ डेव्हिड लेलिव्हेल्ड-अलिगढ्स फर्स्ट जनरेशन-मुशिरूल हसन प्रणीत प्रस्तावना पान क्रमांक ३१ पाहा.

मुशिरूल हसन यांनी म्हटल्याप्रमाणे अद्यापही आपल्या चर्चाविश्वात 'मुस्लीम मानस', 'मुस्लीम दृष्टिकोन' अशी (बायनरी) द्वैतवादी विभागणी होताना दिसते. मुस्लीम मानस किंवा दृष्टिकोन या मांडणीतच 'अदरनेस' म्हणजे मुस्लीम 'दुसरे' किंवा 'वेगळे' आहेत हे सूचित होते. जेव्हा आपण धर्मनिरपेक्ष आणि संमिश्र राष्ट्रवादाचा पुरस्कार करणाऱ्या मुस्लिमांचा उल्लेख 'राष्ट्रीय मुसलमान' असा करतो, त्यातून

बहुसंख्याकवादी दृष्टिकोन (जो असे मानतो की, देशभक्ती किंवा राष्ट्रवादीवृत्ती ही बिगर–मुस्लीम घटकाकडेच नैसर्गिकपणे असते) सूचित होतो. किंबहुना राष्ट्रीय मुसलमान म्हणून जेव्हा काहींचा उल्लेख केला जातो, तो अपवाद समजला जातो. बद्रुद्दीन तय्यबजी, हकीम अजमल खान, सैफुद्दीन किचलू, एम. ए. अन्सारी, मौ. आझाद ही अपवादात्मक उदाहरणे मानली जातात. जर यांना 'राष्ट्रीय मुसलमान' म्हणावयाचे असेल; तर महात्मा गांधी, जवाहरलाल नेहरू आणि सरदार पटेल यांचा उल्लेख 'राष्ट्रीय हिंदू' म्हणून करावा लागेल! व्यक्तीची वर्गवारी जर धर्माच्या कसोटीवर होत असेल, तर 'शेतकरी' किंवा 'श्रमिक संघटनेच्या नेत्यां'चे वर्णन कसे करायचे? तेव्हा अद्यापही साचेबंद समीकरणांच्या सहाय्यानेच मुस्लीमविषयक मांडणी मोठ्या प्रमाणात शिल्लक आहे. या मागणीच्या बाहेर येऊन अलीकडच्या काळात, मुस्लीमविषयक लेखनही सुरू झाले आहे. त्यामध्ये भारतीय आणि अनेक पाश्चात्त्य अभ्यासक आहेत.

प्रस्तुत मांडणी ही या नव्या प्रवाहांच्या, प्रेरणांच्या आधारे करण्याचा प्रयत्न आहे.

मुस्लीम राजकीय विचारवंतांच्या राष्ट्रविषयक चर्चा–विश्वाची मांडणी करीत असताना, तत्कालीन मुस्लीम विचारवंतांसमोर असणारे जे प्रश्न होते, प्रथम त्यांच्या संदर्भात विचार करणे जास्त संयुक्तिक ठरते. मुस्लिमेतर भारतीय विचारवंतांसमोरील समस्या स्पष्ट आणि सरळ होत्या. त्या म्हणजे–

(१) परकीय सत्तेपासून स्वातंत्र्य,
(२) आणि स्वातंत्र्य मिळविण्याचे मार्ग,
(३) स्वातंत्र्यानंतरच्या राज्यसंस्थेचे प्रारूप,
(४) उदारमतवादी लोकसत्ताक राज्य–धर्मनिरपेक्ष संसदीय पद्धती,
(५) हिंदुराष्ट्र,
(६) मार्क्सवादी,
(७) लोकसत्ताक समाजवादी

तुलनेने तत्कालीन भारतीय मुस्लीम विचारवंतांसमोरील प्रश्नांचे स्वरूप व्यामिश्र होते. केवळ परकीय सत्तेपासून स्वातंत्र्य मिळविण्याचा प्रश्न नव्हता. (१) भारतातील मुस्लिमांची सामाजिक आणि राजकीय परिस्थिती भारताबाहेरील मुस्लीम देशांतील राजवटीतील मुसलमानांपेक्षा वेगळी होती. ती पुन्हा प्रस्थापित होण्याची शक्यता अजिबात नव्हती. (२) भारतात हिंदू हे बहुसंख्याक असल्याने हिंदू–मुसलमानांची संमिश्र राजवटच येणार हे निश्चित होते. (३) त्यांना भारतातच राहणे भाग होते. कारण भारतातल्या ८५ टक्क्यांपेक्षा जास्त मुसलमानांची मातृभूमी ही हिंदुस्थानच होती.

वांशिक, भाषिक, सांस्कृतिक, प्रादेशिकदृष्ट्या ते पूर्णपणे भारतीयच होते. कारण ते धर्मांतरीत होते! तेव्हा इराण किंवा अफगाणिस्तानात जाणे त्यांना शक्य नव्हते. सय्यद अहमद बरेलवीसारख्या जहाल धर्मवादी वहाबी नेत्यांनी तसे केलेले प्रयत्न पूर्णपणे असफल झाले होते. अफगाणिस्तानने त्यांना हाकलले होते. (सय्यद अहमद बरेलवी यांचा हिजरतचा प्रयत्न)

मुस्लीम विचारवंतासमोरील प्रश्न कठीण होते. भारतातील ब्रिटिशांची सत्ता गेल्यानंतर मातृभूमीच्या निष्ठा, भारतीय प्रादेशिक राष्ट्रीयत्व, धर्म आणि धार्मिक श्रद्धा यांची सांगड कशी घालावयाची? धर्म, इस्लामी जीवन-पद्धती आणि राष्ट्रीयत्व यांच्यातील समन्वय कसा साधायचा? हे प्रश्न होते. विशेष म्हणजे, हिंदुस्थानातील मुस्लीम राजकीय विचारवंतांच्या आणि लढवय्या जमाती व उलेमा यांच्या राजकीय विचारांचा आणि चळवळींचा प्रारंभ १८व्या शतकाच्या उत्तरार्धापासूनच झालेला होता. (फकीर-सन्याशांचा लढा आणि वहाबींच्या बंडाळ्या १७६१-१८००) अशा जाणिवा तीव्रपणाने निर्माण होण्याचे कारण म्हणजे इजिप्तपासून ते तुर्कस्तान, अफगाणिस्तान, हिंदुस्थानापर्यंत १७व्या शतकापर्यंत मुस्लीम राजवटी होत्या. ब्रिटिश साम्राज्यवादी सत्तेने आक्रमण करून त्यावर आपले वर्चस्व स्थापन केले होते. इजिप्तसारख्या मुस्लीमबहुल देशात कळसूत्री असणारे सुलतान गादीवर बसवून आपले वर्चस्व लादले होते. भारतात तर स्वतःची प्रत्यक्ष राजवट स्थापन केली होती. तेथे पाश्चात्त्य साम्राज्यवादी सत्ता आणि त्या-त्या देशांतले सुलतान यांचे संयुक्त शोषण सुरू झाले होते. त्याविरुद्धच्या प्रतिक्रियेतून मुस्लीम राजकीय विचारांचा प्रारंभ झालेला होता. त्यांच्यासमोर पुढील प्रश्न होते.

१. पाश्चात्त्यांचे आक्रमण कसे नष्ट करावे? हा प्रश्न निर्माण होण्याचे कारण म्हणजे इजिप्त, सुदान वगैरे भागात आक्रमणाविरुद्ध झालेले उठाव निर्घृणपणे मोडून काढण्यात आलेले होते. भारतातदेखील फकिरांचे बंड, प्रारंभीचे वहाबी उलेमांचे उठाव, फराजिया चळवळीसारख्या सशस्त्र चळवळी मोडून काढल्या होत्या. मुस्लीम देशांत साम्राज्यवादी सत्तेने मुस्लीम राज्यकर्तेच ताब्यात घेतले होते.

२. सर्व मुस्लीम देशांची एकजूट करणेही शक्य नव्हते. कारण अरब प्रदेशांतील मुस्लीम देश व आफ्रिकेतील मुस्लीम देश यांच्यात वेगवेगळ्या प्रकारचे भेद होते. शिया-सुन्नी, वांशिक, पांथिक, सामाजिक, सांस्कृतिक, भाषिक असे विविध भेद आणि स्तर होते. काही ठिकाणी सुलतानशाही, सरंजामी पद्धती; तर काही प्रदेशांत टोळी राज्ये (ट्रायबल स्टेट्स) होती. या प्रदेशांतील मुस्लीम जनता मागासलेली होती. राज्य, राष्ट्र, नागरिकत्व, व्यक्तींचे हक्क यांबद्दलच्या त्यांच्या जाणिवा नसल्यातच

जमा होत्या.

या अशा प्रकारच्या परिस्थितीत निरनिराळ्या मुस्लीम देशांमध्ये निर्माण झालेल्या प्रतिक्रिया चार प्रकारच्या होत्या.

१. पाश्चात्त्य राजवटीला पूर्णपणे नकार
२. संघर्ष किंवा लढा (जिहाद) शक्य नसेल, तर त्यांच्यापासून दूर जाणे, म्हणजे हिजरत करणे (परदेशागमन करणे) किंवा लढा (जिहाद) उभा करणे.
३. काही विचारवंतांनी इस्लामच्या आधुनिकीकरणाचाही विचार मांडला होता. (इजिप्तमधील महमद अब्दुल, मोरोक्कोमधील अल्लाल अल् फसी, इराणमध्ये जमालुद्दीन अफगाणी वगैरे)
४. इजिप्त, इराण आणि तुर्कस्तानच्या आटोमन साम्राज्याच्या राज्यकर्त्यांनी युरोपियन विचारांवर आधारित आधुनिकीकरणाचा पुरस्कार करून, आपली सत्ता जास्त बळकट करण्याचे प्रयत्न चालविले होते.

हिंदुस्थानातील उलेमा व राजकीय क्रांतीसाठी प्रयत्न करणाऱ्या क्रांतिकारकांवर मध्यपूर्वेतील चळवळींचा आणि राजकीय विचारांचा प्रभाव पडलेला होता. कारण त्या काळात हज यात्रेच्या निमित्ताने मक्का-मदिनेत उलेमा आणि राजकीय व्यक्तींच्या भेटीगाठी आणि विचारांचे आदानप्रदान होत असे. मुस्लीम जगतातील घडामोडी आणि विचार त्यांना कळत असत. त्यातल्या त्यात भारतातील उलेमा आणि ब्रिटिशविरोधी 'जिहाद' चा लढा सुरू करणाऱ्यांवर दोन प्रमुख विचारवंतांचा प्रभाव पडलेला होता. त्यांपैकी 'शाह वलीउल्लाह' या औरंगाजेबनंतर होऊन गेलेल्या जागतिक कीर्तीच्या धर्मपंडिताचा प्रभाव दिसून येतो. इमाम अल् गझालीनंतरचे सर्वांत मोठे जगन्मान्य पंडित म्हणून त्यांच्याकडे पाहिले जाते. त्यांनी मांडलेले विचार हिंदुस्थानातील उलेमांवर खोलवर रुजले आहेत. शाह वलीउल्लाहचा कालखंड औरंगजेबाच्या मृत्यूनंतर होता. त्या काळात हिंदुस्थानातील मोगल सत्तेला ओहोटी लागलेली होती. पाश्चात्त्य साम्राज्यवादी आक्रमण सुरू झालेले नव्हते. शाह वलीउल्लाहसमोर केवळ मुस्लीम राजवटींच्या अधःपतनाचा प्रश्न होता. मोगल बादशाहीवरील मराठ्यांचे वर्चस्व घालविण्यासाठी त्यानेच अब्दालीला पाचारण करून पानिपतचे तिसरे युद्ध घडविले होते.

मुस्लीम राजवटीच्या अधःपतनाची मीमांसा करताना त्याने म्हटले होते की, मूळ आणि खऱ्या कुरआनप्रणीत इस्लामचा विसर पडल्यामुळे मोगलांची सत्ता निष्प्रभ झाली. त्याने धार्मिक व्यवहारांचे शुद्धीकरण, सर्व बिगर-अरबी प्रथा आणि विचारांना विरोध आणि इस्लामी लोकांचे एकत्रीकरण याबद्दलचे विचार मांडले होते. शाह

वलीउल्लाह हे मूलतत्त्ववादी पोथीनिष्ठ उलेमा होते. त्यांना पुन्हा मोगल सत्ता आणावयाची होती. त्यांचा मुलगा शाह अब्दुल अजीज (१७६३-१८२३) यांनी हिंदू-मुस्लिमांच्या एकत्रीकरणाचा विचार मांडून ब्रिटिश राजवट ही 'दारूल हब' (युद्धभूमी) असल्याचा फतवा दिलेला होता. हिंदुस्थानातील उलेमांवर शाह वलीउल्लाह यांचाच प्रभाव जास्त होता आणि अद्यापही आहे. शाह वलीउल्लाह यांचे तत्त्वज्ञान परंपरावादी आणि इस्लामी श्रेष्ठत्वाचा पुरस्कार करणारे आणि सर्व प्रकारच्या बिगर-अरबी प्रथा, गैर-इस्लामी संस्कृतीमधील प्रभाव यांना विरोध करणारे होते. त्यांच्या पोथीनिष्ठतेचे दूरगामी परिणाम मुस्लीम मानसिकतेवर झाले. त्यात पुढे सौदी अरेबियातील कर्मठ मूलतत्त्ववादी वहाबी पंथाने भर टाकली. भारतातील सय्यद अहमद बरेलवीसारख्या अनेक उलेमांवर त्यांचा प्रभाव होता. मुस्लीम लीगला पाठिंबा देणारे अनेक कडवे आणि मूलतत्त्ववादी उलेमा त्यांच्या पंथातील होते.

असे असले, तरी ब्रिटिश साम्राज्यवादविरोधी लढे जे नंतरच्या म्हणजे १८५७ नंतरच्या काळात सुरू झाले, त्या लढ्यांना क्रांतिकारक दिशा देण्याचे कार्य उलेमा जमालुद्दीन अफगाणी (१९३८-९७) यांनी केले. इराणमध्ये जन्मलेल्या जमालुद्दीन अफगाणी यांचे शिक्षण इराण व हिंदुस्थानात झालेले होते. त्यांनी इजिप्तमध्ये शिक्षकाचे कार्य केलेले होते आणि काही काळ ते इराणच्या शहाचे सल्लागार होते. 'हज' यात्रेच्या निमित्ताने परस्परांना भेटणाऱ्या उलेमांच्या एका गटाला पाश्चात्त्य साम्राज्यवादाचे स्वरूप थोडेबहुत कळायला लागले होते. केवळ 'जिहाद' चे आवाहन करून साम्राज्यवादी आक्रमण हटविता येणार नाही, हे त्यांच्या लक्षात येऊ लागले होते. जमालुद्दीन अफगाणी हे त्या गटातील अत्यंत प्रभावी व्यक्तिमत्त्व होते. अफगाणींचा जन्म इराणमध्ये झालेला होता. त्यांचे शिक्षण इराण, इराक आणि हिंदुस्थानात झालेले होते. अफगाणींचे वर्णन एका अभ्यासकाने भटकणारा क्रांतिकारक आणि धर्मसुधारक असे (रोव्हींग रिफॉर्मर ॲन्ड रिव्होल्युशनरी) केले आहे. इराण, इराक, तुर्कस्तान, अफगाणीस्तान, हिंदुस्थान, फ्रान्स अशा अनेक देशांतून अफगाणींची भटकंती चालू राहिली. पारंपरिक धार्मिक शिक्षण, युरोपातील भाषांचा परिचय त्याचबरोबर आधुनिक विज्ञान आणि तंत्रज्ञानाची चांगली जाण त्यांना होती. प्रख्यात फ्रेंच राज्यशास्त्रज्ञ अर्नेस्ट रेनन यांनी एका फ्रेंच नियतकालिकांतून 'इस्लाम आणि सायन्स' (२९ मार्च १८८३) हा टीकात्मक लेख लिहिला होता. त्याला त्याच नियतकालिकातून अफगाणींनी उत्तर देताना म्हटले होते की, इस्लाम आणि विज्ञान हे परस्परविरोधी नाहीत. रेनन यांनी हे वाचून अफगाणींचा गौरवही केला होता.[२] अफगाणींनी अनेक देशांत वास्तव्य केले. अफगाणीस्तान, इस्तंबूल, इजिप्त, इराण, हिंदुस्थानातील हैद्राबाद असे ते

फिरत राहिले होते. ब्रिटिशविरोधी कारवायांमुळे हाकलले गेल्यानंतर ते भारतात हैद्राबादेत येऊन काही काळ राहिले. हैद्राबादेत त्यांनी इस्लामच्या आधुनिकीकरणासंबंधी मूलभूत व महत्त्वाचे केलेले लेखन इजिप्तमधील प्रख्यात विचारवंत महमद अब्दुह यांच्या नियतकालिकात प्रसिद्ध झाले. त्यात त्यांनी इस्लामचे आधुनिकीकरण आणि ब्रिटिश साम्राज्याला विरोध करण्यासाठी 'पॅन इस्लामचा' म्हणजे सर्व देशांतील मुस्लीम लोकांनी एकत्र येण्याचा विचार मांडललेला होता.[३] अफगाणी हे राजकीय चळवळीला प्रेरणा देण्यासाठी इस्लामचा वापर करणारे एक प्रमुख विचारवंत होऊन गेले. त्यांचे वैशिष्टच म्हणजे ते एकाच वेळी आधुनिकतावादी, व्यवहारवादी आणि साम्राज्यवादविरोधी होते. तसेच ते इस्लामची कालसापेक्ष मांडणी करणारे विचारवंत आणि क्रांतिकारकही होते. पाश्चात्त्य साम्राज्यवादी आक्रमणाचा प्रतिकार एकेका देशातील मुस्लीम बंडखोरांना करणे शक्य नाही, त्यामुळे इस्लाममधील बंधुत्वाच्या सिद्धान्ताच्या आधारे सर्वांनी एकत्रित लढा उभा करावा, अशी त्यांनी पॅन इस्लामची मांडणी केली होती. जगातील सर्व मुस्लिमांना एकत्रित करून जागतिक इस्लामी राज्याची स्थापना करण्याची संकल्पना अफगाणींनी अजिबात मांडली नव्हती आणि नाही. त्यांच्या 'पॅन इस्लाम'च्या विचारांचे निरनिराळ्या लोकांनी निरनिराळे अर्थ लावले. इस्पोसिटोसारख्यांचा अपवाद सोडल्यास, पाश्चात्त्य अभ्यासकांनी अफगाणींच्या मांडणीचे उलट-सुलट अर्थ लावलेले दिसून येतात.

जमालुद्दीन अफगाणींबद्दल एवढे सविस्तर विवेचन करण्याचे कारण म्हणजे जमालुद्दीन अफगाणींचा सर सय्यद अहमदप्रणीत राजकारणाला आणि त्यांच्या अलीगढ चळवळीला कडवा विरोध होता. मौ. आझाद, डॉ. एम. ए. अन्सारी, सैफुद्दीन किचलू, मौ. हुसेन महमद मदनी, मौ. ओबेदुल्ला सिंधी यांसारख्या अनेक भारतीय उलेमा आणि क्रांतिकारकांच्या विचारांवर जमालुद्दीन अफगाणींच्या आधुनिकतावाद आणि क्रांतिकारकतेचा मोठा प्रभाव होता. राष्ट्रवाद आणि इस्लाम, विशेष म्हणजे, संमिश्र राष्ट्रवादाचे (कांपोजिट नॅशनॅलिझम) विचार अफगाणींनीच प्रथम मांडलेले होते. पाश्चात्त्य, ओरिएंटॅलिस्ट इतिहासकारांनी आणि मौ. महंमद अलीसारख्या धर्मवादी पंडितांनी तसेच डॉ. इकबालसारख्या कान्ट, हेगेलच्या प्रभावाखाली असणाऱ्या मूलतत्त्ववाद्यांनी अफगाणींच्या विचारांचे जे अर्थ लावले, त्यामुळे जमालुद्दीन अफगाणींच्या क्रांतिकारक विचारांची उपेक्षा झाली आणि गैरसमज निर्माण झाले.

जमालुद्दीन अफगाणींनी एकाच वेळी मुस्लीम राज्यकर्ते आणि युरोपियन सत्ता यांना आव्हान दिले. पाश्चात्त्यांचे आक्रमण हटविण्यासाठी राष्ट्रीय ऐक्याची आवश्यकता आणि त्याच वेळी व्यापक पातळीवरून सर्व मुस्लीम जनतेचे ऐक्य आणि संघटिकीकरण

या दोन गोष्टी अफगाणींच्या साम्राज्यवादविरोधी रणनीतीचे मुख्य घटक होत्या. कँटवेल स्मिथनी म्हटल्याप्रमाणे अफगाणींनी एकाच वेळी राजकीय क्रांतिकारक आणि इस्लामी विचारवंताना प्रेरणा दिली. त्यानी स्थानिक राष्ट्रवाद आणि पॅन–इस्लाम (व्यापक इस्लामी जाणिवा) यांचा पुरस्कार केला. अफगाणींच्या लक्षात आले होते की, प्रश्न एखाद्या मुस्लीम देशाचा किंवा विभागाचा नसून साऱ्या इस्लामी जगताचा आहे. सारे इस्लामी जगच पाश्चात्त्य साम्राज्यवादामुळे संकटात सापडलेले आहे. त्यासाठी सर्व इस्लामी जगाचे संघटिकीकरण आणि त्या–त्या देशातील स्थानिक राष्ट्रवाद यांचा त्यांनी पुरस्कार केला. सारे मुस्लीम देशच धोक्यात आल्यामुळे सर्वांनी संघटितपणे लढा दिला पाहिजे, एवढीच अफगाणींची भूमिका होती. अफगाणींचे मत होते की, वेगवेगळ्या लोकांचा धर्म हा राष्ट्रवादी लढ्याच्या (स्वातंत्र्यलढ्याच्या) आड येणारा अडथळा असत नाही. त्यांनी भारतातील मुसलमानांना हिंदूंच्या बरोबरीने ब्रिटिशांविरुद्ध लढण्याचे आवाहन केले होते. हैद्राबादहून प्रसिद्ध होणाऱ्या नियतकालिकांतून त्यांनी हिंदू–मुस्लीम ऐक्यावर आधारित स्वातंत्र्यलढ्याचे समर्थन केले होते. त्याच्याही पुढे जाऊन त्यांनी मुसलमानांना हिंदूंच्या इतिहासाचा अभिमान बाळगण्याचे आवाहन केले होते. त्यांची ही प्रेरणा घेऊनच पुढे मौ. मदनी आणि ओबेदुल्लाह सिंधू यांनी हिंदू क्रांतिकारकांना घेऊन क्रांतीचे प्रयत्न केले होते.[४]

क्रांतिकारक लढा जीर्णमतवादी आणि मागासलेले राहून उभा करता येणार नाही, म्हणून इस्लामचे आणि मुस्लीम समाजांचे आधुनिकीकरण करण्याचा विचार त्यांनी मांडला. महत्त्वाचे म्हणजे सर्व मुस्लीम राष्ट्रांच्या अध:पतनाला जसा युरोपियन विस्तारवाद आणि वसाहतवाद कारणीभूत आहे, तसेच मुस्लीम देशांचे जुलमी राज्यकर्ते (सुलतान) आणि पोथीनिष्ठ व प्रतिगामी उलेमाही जबाबदार आहेत, असे त्यांचे प्रतिपादन होते. त्यांनी तत्कालीन पोथीनिष्ठ उलेमांवर घणाघाती हल्ला चढविला. इस्लामला मुस्लीम मार्टीन ल्यूथरची गरज आहे असे त्यांचे म्हणणे होते.[५] त्यांनी इस्लामच्या नूतनीकरण आणि पुनरुज्जीवनाचा विचार मांडला. त्यामुळे एकाच वेळी मुस्लीम राज्यकर्ते आणि उलेमांचा त्यांनी रोष ओढवून घेतला. परिणामी त्यांना वेगवेगळ्या देशांत भटकावे लागले.

पाश्चात्त्य विज्ञान, तंत्रज्ञान आणि विद्या ग्रहण करून आधुनिक झाले पाहिजे, असे त्यांचे प्रतिपादन होते. १९व्या शतकातील काही मुस्लीम विचारवंत पाश्चात्त्य आधुनिकतावादाने प्रभावित झालेले होते आणि इंग्लड व फ्रान्सकडे प्रगती आणि सुधारणांचे प्रतीक म्हणून पाहत होते. याउलट अफगाणींनी आधुनिकतेचा पुरस्कार करीत असताना पाश्चिमात्य आधुनिकतेमधील विसंगतीवर बोट ठेवले. प्रगतीसाठी

मुस्लिमांना आधुनिक विज्ञानाची गरज होती आणि हे आधुनिक विज्ञान त्यांना युरोपकडून ग्रहण करावे लागत होते. त्यांच्या मते, हे शिकावे लागणे हाच मुस्लिमांच्या कनिष्ठतेचा आणि अधःपतनाचा पुरावा होता आणि त्याचा अर्थ युरोपचे अनुकरण करून सुसंस्कृत आणि प्रगत होणे, असा होता. यात परस्परविरोध होता. अफगाणींच्या मते ही विसंगती वसाहतवादाचा परिणाम होती. त्यांचा प्रश्न होता, जर आधुनिक होणे म्हणजे सर्जनशील होणे आणि स्वतंत्र प्रज्ञा असणे हे असेल, तर वसाहतवादाने पीडित समाज पाश्चात्त्यांचे अनुकरण करून आधुनिक होईल का? हा 'डायलेमा' (कूटप्रश्न) अफगाणींनीं मांडला होता.

या सर्व बाबींचा विचार करता अफगाणींनी इस्लामच्या सर्जनशीलता इतिहासाचा संदर्भ देऊन प्रतिपादन केले की; विवेक, तर्कवाद, बुद्धिवाद, तत्त्वज्ञान, विज्ञान हे इस्लामला अपरिचित नव्हते. किंबहुना बुद्धिवाद, तत्त्वज्ञान, विज्ञान यांचा पाया इस्लामनेच घातलेला होता. आधुनिकतेला आवश्यक असणारी सर्जनशीलता इस्लामकडे होती. युरोपचे अनुकरण न करता त्या सर्जनशील परंपरेचे नूतनीकरण केले पाहिजे.[६] अफगाणींचे म्हणणे होते की, वसाहतवादाचे गुलाम असणाऱ्या जमातींचे पुनरुज्जीवन युरोपला नाकारून किंवा युरोपकडे दुर्लक्ष करून शक्य होणार नाही, त्यासाठी वसाहतवादी वर्चस्वाविरुद्ध लढा द्यावा लागेल आणि युरोपियन विचारांना विधायकरीत्या भिडावे लागेल आणि इस्लाममधील बुद्धिवाद विज्ञानाच्या आणि तर्ककठोर तत्त्वज्ञानाच्या प्रेरणा पुनरुज्जीवित करून त्यांची सांगड आधुनिक विज्ञानाशी घालावी लागेल. त्यासाठी पोथीनिष्ठ उलेमांचे वर्चस्व संपवावे लागेल. उलेमा आणि सुलतान, राजेरजवाडे, बादशहा यांची हानीकारक युती मोडून काढावी लागेल.

विज्ञान, तंत्रज्ञान आणि आधुनिक शास्त्रांचा पाठपुरावा यांच्या बरोबरीनेच अफगाणीने राज्यघटनावादाचा आणि प्रतिनिधित्वाच्या माध्यमातून सर्वसामान्यांच्या राजकीय सहभागाचा विचार मांडलेला होता. राज्यकर्त्यांची सत्ता मर्यादित ठेवण्यासाठी राज्यघटनेची आवश्यकता प्रतिपादन केलेली होती. अशा प्रकारे साम्राज्यवादविरोध, इस्लामच्या प्रेरणांवर आधुनिक विज्ञान आणि कालसापेक्ष नवविचार, अरब जमातींचे ऐक्य, व्यापक पातळीवर सर्व मुसलमानांचे ऐक्य (पॅन-इस्लाम) भारतासारख्या देशात स्थानिक राष्ट्रवाद आणि इस्लामी बंधुत्व यांची सांगड आणि हिंदूंच्या बरोबरीने ब्रिटिशांविरोधी लढा हे अफगाणीच्या विचारांमधील आणि चळवळींतील प्रमुख घटक होते.

जमालुद्दीन अफगाणींचा सर सय्यद यांच्या ब्रिटिशधार्जिण्या राजकारणाला कडवा विरोध होता याचा उल्लेख मागे झालेलाच आहे. अलीगढमधील आधुनिक

(पाश्चात्त्य पद्धतीचे) शिक्षण हे ब्रिटिशप्रणीत असल्याने, त्यातून गुलामगिरीची मानसिकता आणि ब्रिटिशधार्जिणी वृत्ती जोपासली जाईल ही त्यांची धारणा होती. जमालुद्दीन अफगाणींच्या विचारांपासून प्रेरणा घेऊन हिंदू क्रांतिकारकांशी एकजूट करून भारतातील परकीय सत्तेचे आक्रमण हटविण्याचे प्रयत्न मुस्लीम क्रांतिकारकांनी केलेले होते. त्यात देवबंदचे प्रमुख मौ. महमदुल हसन, मौ. बरकतुल्लाह ओबेदुल्लाह सिंधू, मौ. हुसेन अहमद मदनी इ. होते. राजा महेंद्रप्रताप सिंग यांच्या नेतृत्वाखाली त्यांनी काबूलला हिंदुस्थानचे हंगामी सरकारदेखील स्थापन केले होते. त्यांनी अफगाणिस्तानाच्या मदतीने ब्रिटिश सत्ता उलथून टाकण्याचा कट शिजविला होता. 'रेशमी पत्राचा कट' (सिल्क लेटर कॉनस्पिरसी) म्हणून तो कट ओळखला जातो. मौ. अब्दुल कलाम आझादसारख्या अनेक राष्ट्रवादी नेत्यांची प्रेरणा जमालुद्दीन अफगाणी हे होते.

मौ. आझाद हे कैरो (इजिप्त) आणि कॉन्स्टँटिनोपल (इस्तंबूल) येथे गेले असताना तेथे त्यांचा संपर्क सिरियन आणि इजिप्तशीयन विद्वानांच्या 'अल-मनार' या गटाशी आला. या गटावर जमालुद्दीन अफगाणींचा प्रभाव होता. महमद अब्दुह यांच्याबरोबर एकत्रित येऊन अफगाणी जे साम्राज्यविरोधी नियतकालिक चालवित होते, त्यामधील विचारांचा प्रभाव मौ. आझाद यांच्या 'अल्-हिलाल' मधील लेखनावर दिसून येतो. त्यामुळेच मौ. आझादांनीदेखील पुढे सर सय्यद यांच्या चळवळींच्या विरोधी भूमिका घेतली. 'अल हिलाल'च्या कालखंडातच मुस्लीम जनमानसात भारतीय राष्ट्रवादासंबंधी वस्तुनिष्ठ जाणीव आकार घेऊ लागली होती. त्याच वेळी मौ. आझादांनी मुस्लीम जनमानसात राष्ट्रवादाचा विचार बिंबविण्याचे काम केले. पॅन-इस्लामवाद आणि प्रादेशिक राष्ट्रवाद हे परस्परविरोधी आहेत, असा त्या काळात प्रचार होत असे. याला उत्तर देण्यासाठी अफगाणीप्रणीत पॅन इस्लामवाद आणि राष्ट्रवाद यांमधील समन्वयाच्या विचारांचा आधार घेऊन त्यांचा पुरस्कार करण्याचे प्रयत्न मौ. आझाद, देवबंदचे प्रसिद्ध उलेमा महमद इद्रिस कादरी, डॉ. एम. ए. अन्सारी इत्यादींनी केले. त्यांचा पॅन-इस्लामवाद म्हणजे वेगवेगळ्या देशांत असणाऱ्या मुस्लीम लोकसमूहामध्ये मुस्लीम बंधुत्वाची जाणीव आणि साम्राज्यवादविरोधी लक्ष्यासाठी त्याचा वापर, असा त्याचा मूळ अर्थ होता. या धार्मिक संकल्पनेत प्रादेशिक राष्ट्रवाद (टेरिटोरियल नॅशनॅलिझम) चपखलपणे बसत नव्हता याचे भान जमालुद्दीन अफगाणींना होते. म्हणून अफगाणींनी म्हटले होते की, क्रांतिकारक पॅन-इस्लामच्या आंदोलनात (रिव्होल्युशनरी पॅन इस्लामिक मूव्हमेंट) केवळ मुसलमान न घेता, त्या त्या देशातील बिगर-मुस्लीम क्रांतिकारकांशी युती करावी आणि संयुक्त लढा उभा करावा. मुस्लीम आणि बिगर मुस्लिमांनी एकत्रित येऊन साम्राज्यवादी

सत्तांचा पराभव करून संयुक्त राष्ट्रीय सरकारे स्थापन करावी. त्यांनी म्हटले होते की, हिंदुस्थानातील मुसलमानांनी प्राचीन हिंदू राजवटीच्या भव्य इतिहासातून आणि इजिप्तमधील मुसलमानांनी प्राचीन इजिप्शीयन इतिहासापासून प्रेरणा घ्यावी. याच प्रेरणेच्या आधारे पुढे मुस्लीम आणि हिंदू क्रांतीकारक एकत्रित आलेले होते. अशा प्रकारे अफगाणीने पॅन इस्लामवादाची मांडणी करीत असतानाच भारतातील मुसलमानांनी हिंदूंच्या बरोबरीने लढ्याचा आणि संयुक्त राजवटींचा विचार करावा असे मांडले होते. त्यांना भारतातील परिस्थितीची जाण होती. म्हणून जमालुद्दीन अफगाणींनी केलेले आवाहन हे या दोन्हींचा समन्वय करण्याचा प्रयत्न होता. साम्राज्यवादाविरोधी लढा उभा करताना, सर्व देशांतील मुसलमानांनी एकत्रित येऊन आपापल्या देशातील इतर धर्मियांना घेऊन लढा उभा केला पाहिजे, हे अफगाणीचे मुख्य प्रतिपादन होते. जागतिक इस्लामी राज्याचा विचार त्यात नव्हता त्याच्या प्रभावातील खिलाफत चळवळीचे जे डॉ. अन्सारींसारखे नेते होते, त्यांचे म्हणणे होते की, पॅन इस्लामवादाचा मुख्य उद्देश परकीय सत्ता उलथून टाकणे हा असल्याने त्यात राष्ट्रवादाची प्रेरणा निश्चितच होती आणि म्हणून खिलाफत चळवळ ही तत्कालीन उदयोन्मुख राष्ट्रवादाच्या चळवळींशी बांधली गेली होती. मौ. आझाद, डॉ. अन्सारी आणि त्यांच्याबरोबर असणारे मुस्लीम नेते हे धर्मवादाच्या आहारी गेले नव्हते. तुर्कस्तानप्रणीत खिलाफत हे त्यांच्या दृष्टीने मुसलमानांना राष्ट्रीय लढ्यासाठी संघटित करण्याचे भावनिक साधन होते. ही प्रेरणा त्यांनी जमालुद्दीन अफगाणीपासून घेतली होती.

भारतातील मुस्लीम राजकीय विचारवंतांच्या राष्ट्रविषयक मांडणीचा परामर्श घेण्यापूर्वी हिंदुस्थानातील मुस्लिमांपुढील विशिष्ट परिस्थितीचा थोडक्यात आढावा घेणे गरजेचे आहे. वरील भागात मुस्लीम जगतातील घडामोडी आणि त्यातून मांडले गेलेले साम्राज्यवादविरोधी विचार यांवर एक दृष्टिक्षेप टाकला. त्यानंतर भारतातील या परिस्थितीवर विचार करावा लागेल. भारतात १८व्या शतकाच्या शेवटच्या दशकापासून ब्रिटिशांविरुद्ध चळवळी आणि उठाव सुरू झाले होते. त्यांत प्रामुख्याने दोन गट होते.

१) उलेमा (धर्मपंडित किंवा धर्मगुरू) यांचा एक गट आणि सूफी साधूंचा एक गट (वलीउल्लाह किंवा संत)
२) राजकीय अभिजनांचा म्हणजे अशरफ राजकारण्यांचा गट (हा गट १८७० नंतर उदयास आला. त्यात सर सय्यद अहमद सारखे राजकारणी होते)

भारतातील उलेमा आणि सूफी संतांच्या विचारवंतांमध्ये आणि चळवळीत स्पष्टता नव्हती आणि एकवाक्यताही नव्हती. त्यामध्ये अहमद बरेलवीसारखे

मूलतत्त्ववादी, धर्मवादी उलेमा होते. त्यांना आंतरराष्ट्रीय घडामोडी आणि इतिहास यांची अजिबात जाणीव नव्हती.

त्यांच्या विचारांवर शाह वलीउल्लाहप्रणीत इस्लामचे शुद्धीकरण, बिगर-अरबी संस्कृतीमधून आलेले विचार आणि व्यवहार यांचे उच्चाटन, कुरआनप्रणीत आदेशांचे कडक पालन आणि इस्लामी सत्तेची पुर्नस्थापना या विचारांचा पगडा होता. त्यांमधील काही सूफी आणि उलेमा हिंदूंसमवेत मिश्र जीवनपद्धतीचाही पुरस्कार करणारे होते. या गटाला पाश्चात्त्य साम्राज्यवादाचे आकलन नव्हते. जागतिक विचारप्रवाहांचे आणि राजकारणाचे भान नव्हते. ते भूतकाळाच्या पुनरुज्जीवनाचे स्वप्न पाहत होते. त्यांच्यात भूतकाळाचे स्वप्नरंजन होते आणि पोथीनिष्ठतेमुळे आणि सत्ताकांक्षेमुळे निर्माण झालेले धर्मवेडही होते. त्यांच्यावर शाह वलीउल्लाह यांच्या विचारांचा प्रभाव जास्त होता. ब्रिटिश आक्रमणाबद्दल राग होता. त्याचबरोबर भारतातील मुसलमानांच्या संस्कृतीत हिंदू-संस्कृतीचे जे घटक होते, त्याबद्दलही राग होता. सय्यद अहमद बरेलवीसारखे प्रारंभीचे वहाबी आणि नंतरच्या काळातील फरीदपूरच्या पीर शरियतुल्लाह यांच्या नेतृत्वाखाली सुरू झालेली 'फराजिया' चळवळ, व मोहंमद मीर निसारअली, दादुमिया यांच्या विचारांत एकवाक्यता नव्हती. त्यांपैकी काही जण ब्रिटिश आणि जमीनदारविरोधी लढ्यांचे पुरस्कर्ते होते. हिंदू-मुसलमान शेतकरी आणि भटक्या जमातींना घेऊन लढत होते. त्या सर्वांनाच पाश्चात्त्य इतिहासकारांनी 'वहाबी' हे लेबल लावलेले होते.[७]

अरबस्तानातील मुहम्मद अब्दुल वहाबप्रणीत अरबी वहाबी आणि भारतातील वहाबी यांत फरक होता. वर नमूद केलेल्या भारतातील अनेक वहाबींना अरबस्तानातील वहाबींचा कडवा पोथीनिष्ठ इस्लाम मान्य नव्हता. भारतीय वहाबींचे प्रतिपादन एवढेच होते की, 'महमंद पैगंबरांनी दाखविलेल्या मार्गांचे पालन केल्यास मुसलमान व्यक्तींमध्ये आत्मशक्ती येईल.'[८] तरी त्यांच्यातील आणि नंतरच्या काळातील लढाऊ उलेमा यांमधील फरक न पाहता, त्या सर्वांना पाश्चात्त्य अभ्यासकांनी एकच मोजपट्टी लावल्याने जे घोटाळे झालेले आहेत, ते अद्याप दुरुस्त होऊ शकलेले नाहीत.

राष्ट्रवाद आणि राष्ट्रीयत्वासंदर्भाच्या चर्चेचा प्रारंभ-

वर्ष १८५७ आणि त्यानंतर २/४ वर्षे भारतात ब्रिटिश सत्तेविरुद्धच्या लढ्यांचीच चर्चा होती. १८५७ च्या अपयशाने सशस्त्र लढ्याचे प्रयत्न करणाऱ्यांना फार मोठा शह बसलेला होता. सशस्त्र लढ्यांचे कंबरडेच मोडल्यासारखे झाले होते. पहिल्या स्वातंत्र्याच्या उठावात 'जिहाद'चे आवाहन करून बंडाचा झेंडा उभारणारे 'वहाबी उलेमा'ही निष्प्रभ झाले होते. मोठ्या प्रमाणावर फासावर चढविले गेले होते. एकूण

१८७० पर्यंतच्या चकमकी, १८५७ चा लढा या स्वातंत्र्याच्या चळवळी होत्या. राष्ट्र, राष्ट्रीयत्व, राष्ट्रवाद या संकल्पनांची मांडणी साधारणपणे १९व्या शतकाच्या उत्तरार्धात सुरू होताना दिसते. किंबहुना राष्ट्रवादाची संकल्पनाच हिंदुस्थानात पाश्चात्त्य विचारवंतांच्या लेखनातून आणि ब्रिटिशांकडून आयात झाली. धर्म, भाषा, संस्कृती, इतिहास यांच्या समानतेतून किंवा एकत्रीकरणातून विकसित होणारी ऐक्याची भावना; राष्ट्रीयत्व आणि राष्ट्रवाद या संकल्पना हिंदुस्थानात जशा वसाहतवादी राज्यकर्त्यांकडून मांडल्या गेल्या, त्याचप्रमाणे राष्ट्रवादाचा विचार, इंग्रजी भाषेचा अभ्यास, युरोप-इंग्लंडमधील राजकीय विचारांचा अभ्यास यांतून झिरपण्यास सुरुवात झाली. १८७० नंतरच्या नवशिक्षित अभिजनांनी राष्ट्रवादाची विचारप्रणाली स्वीकारण्यास सुरुवात केली.

१८७१च्या सुमारास मुस्लिमांविषयी धोरण ठरविण्यासाठी व्हाईसरॉयच्या सूचनेनुसार विल्यम हंटरने बंगालचा सविस्तर अभ्यास करून 'दि इंडियन मुसलमान्स' हा रिपोर्ट तयार केला. तो पुस्तकरूपाने प्रसिद्धही करण्यात आला. जरी हंटरने मुस्लिमांतील वेगवेगळ्या जमातींची दखल घेतली होती, तरी मुस्लिमांचे धर्मनिहाय 'मोनोलिथ' त्यानेच प्रथम मांडले. हंटर कमिशनच्या अहवालाचे परिणाम दूरगामी स्वरूपाचे झाले. त्याचा अहवाल बंगालमधील मुसलमानांच्या परिस्थितीवर आधारलेला असताना, ब्रिटिशांनी आणि उत्तर प्रदेशातल्या मुस्लीम अभिजनांनी त्या अहवालाच्या आधारे अखिल भारतीय पातळीवरून मुसलमानांच्या एकजिनसीपणाचे (मोनोलिथचे) मिथक तयार केले. त्याच सुमारास १८७१ आणि १८८१ च्या जनगणना केल्या गेल्या. हिंदुस्थानच्या इतिहासातील धर्मनिहाय जनगणना करण्याचा हा पहिलाच प्रयत्न होता. ही जनगणना करीत असताना ब्रिटिशांनी 'धर्म' ही एकच कसोटी लावून हिंदू आणि मुसलमानांचे अलगीकरण करण्याला सुरुवात केली. यामधून जिल्हानिहाय, प्रांतनिहाय लोकसंख्येचा एक वेगळा धार्मिक गट म्हणून मुस्लिमांना प्रोजेक्ट करण्यात आले.

ब्रिटिशांनी जनगणनेच्या माध्यमातून भारतातील हिंदू आणि मुसलमानांच्या जगण्यातील परस्परपूरकता, धार्मिक-सांस्कृतिक आचारविचारांची सरमिसळ, त्यांनी स्वीकारलेल्या एकमेकांच्या प्रथा, धर्मांतरीत मुसलमानांनी (जे किमान ८० टक्के होते) इस्लाम स्वीकारला तरी टिकवून ठेवलेल्या हिंदू-जातीमधील प्रथा यांचा कसलाही विचार न करता किंवा जाणीवपूर्वक दखल न घेता दोन्ही जमातींचे 'पाणीबंद धार्मिक कप्पे' तयार केले. धर्म आणि संस्कृतीचे दोन वेगळे 'मोनोलिथ' (एकसंघ, एकजिनसी प्रारूप) तयार केले. त्यामधूनच युरोपप्रणीत धर्म आणि राष्ट्र यांचे प्रारूप भारताला

लागू करण्यास सुरुवात झाली. हिंदू आणि मुसलमान अभिजनांचे राजकारण त्यामधूनच विकसित झाले.

ब्रिटिशांनी भारतात सर्वस्वी नव्या प्रकारची राज्यपद्धती आणली. प्रतिनिधित्व, निवडणुका (त्या काळात अप्रत्यक्ष) कौन्सीले, पुढे स्थानिक स्वराज्य संस्था या राजकीय रचना व संस्था सर्वस्वी नव्या होत्या. त्यांमधून बहुसंख्याक आणि अल्पसंख्याक, बहुसंख्याकांचे शासन अशा गोष्टी पुढे आल्या. बहुसंख्याकांची सत्ता ही मुस्लीम अभिजनवर्गापुढील (अशरफ वर्ग) सर्वांत धक्कादायक गोष्ट होती. आम्ही अल्पसंख्य (मॉयनॉरिटी) आहोत आणि 'कायम अल्पसंख्य' राहणार. म्हणजे राजकीय सत्ता आपल्या हाती कधीच येणार नाही, ही वस्तुस्थिती त्यांच्यासाठी धक्कादायक होती. असा विचार करणारा हा एकेकाळचा सत्ताधारी अभिजनवर्ग होता. ही विदारक परिस्थिती सर सय्यद अहमद यांना तीव्रपणाने जाणवली. उठाव करून ब्रिटिशांना हटविणे शक्य नव्हते, हे त्यांनी पाहिले होते आणि १८५७ च्या उठावानंतर ब्रिटिशांनी मुसलमानांवर उगविलेला भयंकर सूड सर सय्यद यांनी अनुभवला होता. म्हणून त्यांचे धोरण ब्रिटिशांशी जुळवून घेण्याचे होते. त्यामुळे त्यांनी मुसलमान हे जागतिक उम्माचे नागरिक असल्यामुळे ते अल्पसंख्य नाहीत, हा सिद्धांत मांडला. 'उम्मा' च्या संकल्पनेचा राजकीय कारणांसाठी केलेला हा गैरवापर होता. परंतु या प्रतिपादनाचे भारतीय जनमानसावर दूरगामी परिणाम झालेले आहेत. असे असले तरी सर सय्यद अहमद यांनी डॉ. महंमद इकबाल यांच्याप्रमाणे पॅन-इस्लामवादाचा पुरस्कार केलेला नव्हता. त्यांचे हे राजकारण भारतातील मुसलमानांपुरतेच मर्यादित होते. त्या काळचा अशरफ वर्ग मोगल बादशहाच्या जागी ब्रिटिश राजेशाहीला पाहत होता, असे म्हणावयाला काही हरकत नाही. सर सय्यद यांनी इंग्लंडला भेटी दिलेल्या होत्या, तरी त्यांनी पाश्चात्त्य साम्राज्यवादाच्या आक्रमणाचे स्वरूप नीट लक्षात घेतले होते, असे वाटत नाही. किंबहुना अलीगढ कॉलेजचे प्राचार्य थियोडोर बेक यांच्या प्रभावामुळे त्यांचे अलगतेचे राजकारण जादा पक्के झाले, असे म्हणावे लागेल.

पहिल्या महायुद्धाच्या सुमारास जमालुद्दीन अफगाणीपासून प्रेरणा घेऊन, हिंदू आणि मुसलमान यांची एकजूट करून क्रांती घडविण्याचे प्रयत्न मौ. महमदुल हसन, ओबेदुल्लाह सिंधी, हुसेन अहमद मदनी यांनी केलेला होता. त्याचा उल्लेख मागे आलेलाच आहे. ते सर सय्यदप्रणीत विचारांचे विरोधक होते.

भारतातील तत्कालीन राजकारण आणि राष्ट्रवादासंबंधीची अशरफ वर्गाची भूमिका यांबद्दल मांडणी करीत असताना, उत्तर भारतातील अशरफ वर्गाची रचना आणि स्वरूप लक्षात घेणे गरजेचे आहे. त्याशिवाय अशरफ वर्गाचे हिंदूपासून फटकून

राहण्याचे म्हणजेच अलगतावादी राजकारणाचे आकलन होणार नाही. सर्व प्रथम, आपण हिंदुस्थानातील मुसलमानांच्या वाशिंक (एथनिक) रचनेचा विचार करू या. वांशिकदृष्ट्या हिंदुस्थानातील मुसलमानांचे दोन प्रमुख गट पडतात.

लोकसंख्येचा पहिला गट हा बाहेरून आलेल्या राज्यकर्ते आणि लष्करी मुसलमानांचा होता. त्यामध्ये मध्य आशियातील काही वांशिक गट-मंगोल, तुर्क, पठाण, (बलुची, पख्तुनी, उझबेगी वगैरे) इराणी, अफगाणी, अरबी, वंशांचे लोक होते. अरबी वाशिंक लोक उत्तर भारतात फार कमी होते. याच वांशिक गटांना 'अशरफ' म्हटले जाते. त्यांच्यात शेख, सय्यद, पठाण, मोगल असे चौरंगी वर्गीकरणही आढळते. मोगल राजेशाहीच्या काळातील सत्ता याच वांशिक गटांच्या हाती होती. हेच राजे, नबाब, मोठमोठे जमीनदार, संस्थानिक आणि प्रशासक व नोकरशहा होते.[१] ज्या भागात एके काळी मुस्लिमांची राजकीय सत्ता होती, तिथली मोठी जमीनदारी, प्रशासकीय पातळीवरील वरिष्ठ पदे, न्यायालयांतील पदे याच वर्गाच्या हाती होती. १८५७ नंतर याच वर्गाने आपले हितसंबंध रक्षणासाठी ब्रिटिशांशी जुळवून घेऊन आपली मक्तेदारी टिकवून ठेवली होती.

दुसरा गट हा धर्मांतरित भारतीय मुसलमानांचा होता. भारतातल्या वेगवेगळ्या शूद्र-व्यावसायिक आणि अतिशूद्र जाती-जमातींत इस्लामचा स्वीकार केलेल्या धर्मांतरित मुसलमानांची संख्या ही बहुल होती आणि आहे. अभ्यासकांच्या मते, त्यांची संख्या एकूण मुसलमानांपैकी ८० ते ८५ टक्के होती. हे सर्व धर्मांतरित मुसलमान भारतातील निरनिराळ्या वांशिक गटांचे आहेत. ते वांशिक, सामाजिक, सांस्कृतिकदृष्ट्या भारतीयच होते. हे सर्व धर्मांतरित मुसलमान सत्तेपासून वंचितच होते. मुस्लीम सत्ताधारी राज्यकर्त्यांनी आणि अशरफ वर्गाने त्यांना दूरच ठेवले होते. १८५७ नंतर अलगतावादाचे राजकारण केले, ते वरील अशरफ वर्गाने! त्यातदेखील यू. पी. म्हणजे उत्तरप्रदेशातील अशरफ वर्गाचाच सहभाग अधिक! धर्माच्या आधारे राष्ट्रवादाचा विचार मांडण्यात आणि अलगतेच्या राजकारणात अशरफ वर्ग प्रमुख होता. उत्तर प्रदेशात मुसलमानांची संख्या फक्त १४ टक्केच होती. बंगाल आणि पंजाब प्रांतात जास्त होती. असे असले, तरी अलगतेच्या राजकारणाचा पुरस्कार करण्यास उत्तर प्रदेशातील अशरफ मुसलमानच आघाडीवर होते. एक बॅ. जिनांचा अपवाद सोडल्यास सर सय्यद अहमदपासून ते मोहसिन उल-मुलुक आणि ढाक्याला जाऊन मुस्लीम लीग स्थापन करणारे इतर पुढारी, लखनऊ कराराचा आग्रह धरणारे, खिलाफत चळवळीचे नेतृत्व करणारे, पुढे काँग्रेसचा पाठिंबा काढून घेणारे, १९३७ मध्ये अलगतावादाची घोषणा करणारे मुस्लीम नेते; हे या उत्तर प्रदेशातील अशरफ नेतेच होते. राजा महमुदाबाद वगैरे यांच्यापैकीच

होते. दिल्ली, जौनपूर, फतेहपूर-सिक्री, आग्रा, बरेलवीचे रोहिले, फैजाबाद, लखनऊ, अवध हे भाग याच अशरफ वर्गाच्या वर्चस्वाचे होते. त्यांची विभागणी तालुकदार, जमीनदार, संस्थानिक, मोठे व्यापारी आणि सरकारी अधिकारी यांत झालेली होती. ते धर्मांतरित मुसलमानांना म्हणजे इथल्या मुसलमानांना कनिष्ठ आणि हीन लेखत होते. या अशरफ वर्गातील अनेक जण हे शिक्षणासाठी इंग्लंड व युरोपातील देशांत जाऊन आलेले होते. या अशरफ वर्गाच्या मानसिकतेत धार्मिक आयडेंटीटीची भावना, इस्लामी संस्कृतीच्या श्रेष्ठत्वाची भावना तीव्र होती. याच अशरफ वर्गाने युरोपकेंद्रित धर्म आणि राष्ट्र यांच्या एकत्रीकरणाचा सिद्धांत आत्मसात केला होता. ऐंशी टक्क्यांपेक्षा जास्त असलेल्या धर्मांतरित भारतीय मुसलमानांचा जो बहुसंख्य गट होता, तो जवळ जवळ अशिक्षित होता. फार तर मदरसा पद्धतीच्या ज्या शिक्षणसंस्था काही ठिकाणी होत्या, त्यामधून ऊर्दूचे प्राथमिक ज्ञान, धर्मशिक्षण, कुरआनपठण घेणे; एवढ्यापुरते त्यांचे शिक्षण मर्यादित होते. हा बहुजन मुसलमान त्या-त्या भागातील बोलीभाषा-दखनी, ऊर्दू किंवा पंजाबी, सिंधी, मैथिली, अवधीया बोलीभाषा बोलणारा होता. त्याचा या युरोपकेंद्रित राष्ट्रवादाच्या मांडणीशी परिचयही नव्हता. परंतु 'आपले राज्य' परकीय ब्रिटिशांनी हिरावून घेतले असे मानणारा आणि उलेमांच्या प्रभावाखाली असल्यामुळे त्यांच्या मनात ब्रिटिशविरोधी भावना होत्या. मुसलमानांचे राजकारण या 'बहुजन' हिंदुस्थानी धर्मातरित मुसलमानांचे नव्हते. राजकारण हे वरील अशरफ वर्गाचे होते. या बहुजनांचा म्हणजे सर्वसामान्य मुसलमानांचा वापर मुस्लीम अभिजनवर्ग आपल्या राजकारणासाठी करीत होता. हा सर्वसामान्य मुसलमानांचा वर्ग सदैव अशरफ वर्गाच्या प्रभावाखाली होता.

मागे म्हटल्याप्रमाणे, ब्रिटिशांनी नव्या प्रकारची पाश्चात्त्य शासनपद्धती आणली. स्थानिक संस्था, जिल्हा प्रशासन, प्रांतिक प्रशासक अशा रचना निर्माण केल्या. प्रतिनिधित्व, मर्यादित पद्धतीच्या निवडणुका, सभासद-मंडळे आणि त्यातून निवडले जाणारे हिंदू-मुसलमान सभासद, प्रत्येक पातळीवर लोकसंख्येच्या प्रमाणात प्रशासनात सहभाग, सरकारी नोकऱ्यांतदेखील लोकसंख्येच्या प्रमाणाची अट आणि इंग्रजीची अट या सुधारणा आणल्या. तसेच स्थानिक प्रशासनात हिंदी आणि तत्सम देशी भाषा यांची भर घातली. परिणामी सरकारी नोकऱ्या, शासकीय पदे, न्यायव्यवस्थेतील या अशरफ वर्गाचे एकेकाळी असणारे वर्चस्व एकदम कमी झाले. लोकसंख्येच्या प्रमाणाच्या तत्त्वामुळे प्रत्येक पातळीवरील या अशरफ वर्गाची सत्तेवरील मक्तेदारीच संपली. त्यासाठी त्यांनी इंग्रजांशी जुळवून घेण्याचे धोरण स्वीकारले. ब्रिटिशांशी जुळवून घेतले, तरी संख्याबळ, इंग्रजी शिक्षण आणि देशी भाषांचा प्रशासनात वापर यांमुळे या

अशरफ वर्गासमोर हिंदू बहुसंख्याकांच्या वर्चस्वाची भीती आणि आव्हान उभे राहिले. त्यामधून त्यांचे अलगतावादाचे राजकारण सुरू झाले.

याला ब्रिटिशांची राजनीतीदेखील मोठ्या प्रमाणावर जबाबदार होती. इस्लामचे पाश्चात्त्य अभ्यासक प्रा. विलफर्ड कँटवेल स्मिथ यांनी 'मॉडर्न इस्लाम इन इंडिया' आणि 'इस्लाम इन मॉडर्न हिस्टरी' हे दोन अभ्यासपूर्ण ग्रंथ लिहिले आहेत. प्रा. स्मिथ यांचा दृष्टिकोन पाश्चात्त्यकेंद्री आहे. तरी त्यांनी 'मॉडर्न इस्लाम इन इंडिया' या ग्रंथातून मुसलमानांच्या अलगतेच्या राजकारणाला ब्रिटिशांची राजनीती कशी जबाबदार होती, याचे सविस्तर विवेचन केले आहे. त्यांच्या मते, सर्व प्रथम, ब्रिटिशांनी भारतातील जनसमूहांची विविधता लक्षात न घेता, रोमन लोकांप्रमाणे हिंदू आणि मुसलमान अशी धर्मनिहाय पाणीबंद विभागणी करून (मोनोलिथ निर्माण करून) त्यांच्यात फूट पाडली. त्याशिवाय हिंदूंमध्येदेखील ब्राह्मण आणि ब्राह्मणेतर शूद्र जाती यांच्यातील भेदांना खतपाणी घालून 'फोडा आणि राज्य करा' हे धोरण वाढवित नेले.[१०]

अशा प्रकारच्या नव्या राजकीय प्रशासकीय रचना आणत असतानाच राष्ट्र, राष्ट्रवाद, राष्ट्रीयत्वाचे गुणधर्म यांबद्दलाचे युरोपकेंद्रित विचारदेखील इंग्रजी शिक्षणाबरोबर आयात झाले. त्या विचारांचा हिंदू आणि मुसलमान अभिजनवर्गावर प्रभाव पडला. त्यामधून त्यांची राष्ट्रवादविषयक मांडणी पुढे आली. युरोपियन राष्ट्रवादी सिद्धांतात धार्मिक एकजनसीपणा आणि वांशिक व भाषिक साम्य यांना महत्त्व होते. क्रूसेडच्या काळापासून ख्रिस्ती धर्माचे मोनोलिथ तेथे तयार झाले होते. भारतातील परिस्थिती वेगळी होती. हिंदू धर्म हा पोथीनिष्ठ नव्हता. त्यात प्रचंड विविधता आणि बहुविध उपासनापद्धती होत्या. भारतातील इस्लामचे स्वरूपही अरबस्तानातील अरबी इस्लामप्रमाणे एकजिनसी नव्हते. भारतातील इस्लाम हा जरी कुरआनधिष्ठित असला, तरी येथील इस्लामवर हिंदू चालीरीती, आचारविचार यांचे प्रभाव होते. ८०टक्क्यांपेक्षा जास्त असलेल्या धर्मांतरित मुस्लिमांची संस्कृती मिश्र स्वरूपाची होती. भारतातील सूफी साधूंचे विविध प्रकारचे पंथ व यांच्या आचार-विचारांत भिन्नता होती. म्हणून तर शाह वलीउल्लाहप्रणीत शिकवणुकीचा विचार घेऊन सय्यद अहमद बरेलवीसारखे मूलतत्त्ववादी उलेमा भारतातील मुस्लीम आचारविचारांत शिरलेल्या बिगर-इस्लामी घटकांच्या निराकरणाची मोहीम घेऊन निघाले होते. भारतीय मुसलमानांचे धार्मिक अध:पतन झाल्याचे शुद्धीकरणवाद्यांचे म्हणणे होते. हा सर्व डिसकोर्स बार्बरा मेटकॉफ, आयेशा जलाल आणि योंगिदर सिकंद यांनी सविस्तर दिला आहे. हा परिच्छेद त्या आधारेच तयार केला आहे. म्हणजे भारतातील हिंदू आणि मुसलमान या दोन्ही जमातींचे स्वरूप एकसांधिक बंदिस्तपणाचे (मोनोलिथक) नव्हते. त्यांचे जगणे

बहुसांस्कृतिक होते. असे असताना युरोपियन राष्ट्रवादाच्या सिद्धांतामधील धर्म, भाषा आणि संस्कृतीच्या मोनोलिथचा विचार भारतात जसा ब्रिटिशांनी रुजविण्याचा प्रयत्न केला, तसाच इथल्या हिंदू आणि मुसलमान अभिजनांनी तो स्वीकारून अस्मितेचे राजकारण सुरू केले.

मुळात भारतातील राष्ट्रवादी विचारांचे स्वरूप हे गुंतागुंतीचे होते. त्यात जसा युरोपीयन वसाहतवादी विचारांचा प्रभाव आणि काही प्रमाणात अनुकरण होते, तसे ब्रिटिश राजवटीत ज्या शैक्षणिक, सामाजिक सुधारणा चळवळी उदयास आल्या, त्यांचाही परिणाम होता. त्यामधून ब्राह्मो समाज, आर्य समाजसारख्या सुधारणावादी चळवळी सुरू झाल्या. इथल्या मुसलमानांनी धार्मिक आचार-विचारांचे शुद्धीकरण करण्याच्या चळवळी सुरू केल्या. या दोन्ही जमातींत त्यामुळे ब्राह्मणीकरण (संस्कृतायझेशन) आणि अशरफीकरणाची प्रक्रिया सुरू झाली.[११] बार्बरा मेटकाफ यांनी 'राष्ट्रवाद, आधुनिकता आणि मुस्लीम आयडेंटिटी' या प्रकरणात अशरफीकरणाची प्रक्रिया सविस्तर मांडली आहे. या ब्राह्मणीकरण आणि अशरफीकरणामुळे हिंदू धर्म म्हणजे काय याची मांडणी हिंदूंतील उच्चवर्णीय अभिजन आणि त्या वर्गातील धर्मपंडित आणि इस्लामची मांडणी मुस्लिमांतील अशरफ आणि त्यांचे समर्थक उलेमा यांच्या हाती आली. या दोन्ही घटकांनी आपल्या धर्मांचे एकांगी धार्मिक मोनोलिथ तयार केले आणि त्याची राष्ट्रीयत्वाच्या सिद्धांताशी सांगड घातली. मुस्लीम अशरफ वर्गाने (प्रथम त्यांचे नेतृत्व सर सय्यद यांच्याकडे होते) इस्लाम, उर्दू आणि इस्लामी संस्कृती हे मुसलमानांच्या राष्ट्रीयत्वाचे आधार म्हणून पुढे आणले. हिंदूंतील उच्चवर्णीय नेत्यांनी राष्ट्रवादाची सांगड हिंदू धर्म व संस्कृती, हिंदी आणि संस्कृत भाषा, हिंदूंचा प्राचीन इतिहास यांच्याशी घातली. राष्ट्रवादाच्या या सिद्धांतामुळे, हिंदू आणि मुसलमान (प्रत्यक्षात या दोन्ही जमातींचे स्वरूप व रचना प्रादेशिक, बहुसांस्कृतिक, बहुविधतेचे असताना) एकजिनसी बंदिस्त लोकसमूह म्हणून प्रोजेक्ट होऊ लागले.

सर सय्यद अहमद आणि त्यांच्या प्रभावातील अशरफ नेते इतिहासाच्या त्या टप्प्यावर हिंदू आणि मुसलमानांच्या स्वायत्त व समांतर अस्तित्वावर आधारित भारतीय राष्ट्रवादाचा विचार मांडत होते. हिंदू आणि मुसलमान हे धार्मिक, भाषिक आणि सांस्कृतिकदृष्ट्या एकमेकांपासून वेगळे असले, तरी एकाच प्रदेशाचे म्हणजे भारताचे नागरिकच आहेत ही त्यांची भूमिका होती. 'अलग परंतु एकत्रित' हा विचार सर सय्यद यांच्या विचारप्रणालीचा भाग होता. त्या अर्थाने ते अलगतावादाचे समर्थक होते. सर सय्यद यांनी स्वतंत्र इस्लामी राष्ट्राचा विचार मांडलेला नव्हता. परंतु धर्माने वेगळे केले गेलेले एकजिनसी बंदिस्त लोकसमूह आणि त्यांचे संपूर्णपणे स्वायत्त

आणि समांतर अस्तित्व, ही मांडणीच समस्याप्रधान होती. कारण हिंदू हे बहुसंख्याक होते. त्यांच्या संख्येच्या जवळपासही येणे मुसलमानांना शक्य नव्हते आणि ब्रिटिशांनी हिंदुस्थानात आणलेल्या नव्या शासनपद्धतीत बहुसंख्याकत्वाचे तत्त्व होते. मग आधी उल्लेख केल्याप्रमाणे आपण अल्पसंख्य असल्यामुळे आपल्या हाती राजकीय सत्ता येणार नाही, ही वस्तुस्थिती या अशरफ वर्गाच्या दृष्टीने धक्कादायक होती.

सर सय्यद अहमद यांच्या काळातील अशरफ नेत्यांनी त्यावर उपाय म्हणून दोन मुद्दे पुढे केले. एक, ब्रिटिशांनी मोगल बादशाही खालसा करून भारताची सत्ता आपल्या हातात घेतली आहे, म्हणजे मुसलमानांकडून सत्ता घेतली आहे; म्हणजेच मुसलमान हे एके काळचे राज्यकर्ते होते, म्हणून त्यांचा राजकीय दर्जा हा हिंदूंच्या बरोबरीचाच आहे. तरी संख्येचा प्रश्न सुटत नव्हताच. त्यासाठी त्यांनी इस्लाम धर्मशास्त्रातील एका धार्मिक संकल्पनेचा आधार घेतला. ती संकल्पना म्हणजे 'उम्मा'ची संकल्पना होय. उम्माचा मूळ अर्थ आहे की, इस्लामधर्मीय लोकसमूहांचा जागतिक पातळीवरील समाज! त्यामध्ये जगातील सर्व मुसलमान हे एकमेकांशी बंधुत्वाच्या नात्याने जोडलेले आहेत, म्हणजे त्यात आंतरराष्ट्रीय बंधुत्वाची संकल्पना अभिप्रेत आहे. ही मूळ संकल्पना केवळ धार्मिक-सामाजिक आहे. ती राजकीय संकल्पना नाही. परंतु अरबस्थानात उदयास आलेल्या कडव्या मुलतत्त्ववादी वहाबी पंथाने 'उम्मा' संकल्पनेला राजकीय आशय चिकटविलेला होता. भारतातील त्यांचे सय्यद अहमद बरेलवीसारखे काही अनुयायी उम्मा म्हणजे जगातले सारे मुसलमान एक असतात, असा अर्थ लावत होते. जमालुद्दीन अफगाणीने वेगळा अर्थ लावलेला होता. त्यांची सविस्तर चर्चा सुरुवातीला आलेलीच आहे.

अलीगढ चळवळीतील अशरफ मुसलमानांनी 'उम्मा'च्या संकल्पनेचे राजकीयीकरण केले. मुसलमान हे 'जागतिक उम्माचे नागरिक' असल्याने, ते अल्पसंख्य नाहीत, अशी भूमिका घेतली. हा 'उम्मा' च्या संकल्पनेचा राजकीय कारणासाठी केलेला गैरवापर होता. आम्ही राज्यकर्ती जमात असल्याने आणि जगातील एकूण इस्लामधर्मीय समुदायाचे घटक असल्याने, आम्ही 'अल्पसंख्य' नाहीत. म्हणून आम्हाला हिंदूंच्या बरोबरीने सत्तेत वाटा पाहिजे, असे त्यांचे प्रतिपादन होते. सत्तेत वाटा मिळविण्यासाठी ब्रिटिशांच्या बाजूने राहून राजकारण केले पाहिजे, अशी त्यांची भूमिका होती. ब्रिटिशांची मर्जी राखली तरच हे शक्य आहे, असे त्यांना वाटत होते. किंबहुना सरंजामदारांचे आणि अशरफ वर्गाचे हितसंबंध ब्रिटिश राजवटीच्या युतीशी गुंतले होते. कारण १८६१च्या कौन्सील कायद्यानंतर ब्रिटिशांनी या वर्गाला खूश ठेवण्याचे धोरण स्वीकारले होते. म्हणून ते काँग्रेसच्या बरोबरीने जात नव्हते. अलगतेचे

राजकारण करीत होते. सर सय्यद जरी इंग्लंडला जाऊन आले होते, त्यांनी तिथली परिस्थिती पाहिली होती; तरी आधी त्यांना साम्राज्यवादी आक्रमणाचे स्वरूप नीट कळले होते, असे वाटत नाही. ते मोगल बादशाहीच्या जागी ब्रिटिश राजेशाहीला पाहत होते, असे म्हणावयाला काही हरकत नाही. अलीगढ कॉलेजचे प्राचार्य थियोडोर बेक हे कडवे साम्राज्यवादी आणि काँग्रेसविरोधी होते. आपल्या आयुष्याच्या उत्तरार्धात, सर सय्यद त्यांच्या पूर्ण आहारी गेले होते. त्यामुळेही त्यांचा काँग्रेसविरोध वाढत गेला होता.

अशा प्रकारे हिंदू आणि मुसलमान धर्मीयांच्या लोकसंख्येच्या प्रमाणात राजकीय पदे व नोकऱ्या देण्याचे ब्रिटिशांनी धोरण आखले व त्यामुळे हिंदू आणि मुसलमानातील अभिजन वर्गाने आपापल्या धार्मिक जमातींचे संख्याबळ वाढविण्यास सुरुवात केली. त्या प्रकियेमधूनच जमातवादी राजकारणाचा प्रारंभ झाला. आर्य समाजाने शुद्धीकरणाची चळवळ सुरू केली. पंजाब, जाटांचा प्रदेश, राजस्थान भागांतील अनेक धर्मांतरित मुस्लीम जमातींचे धर्मांतर नाममात्रच होते. अशा काठावरच्या जमातींना हिंदू-धर्मात आणण्याची चळवळ आर्य समाजाने सुरू केली. पुढे तबलीग जमातने १९२७ साली अशा जमातींचा 'इस्लाम' पक्का करण्यासाठी त्यांच्यात पोथीनिष्ठता रुजविण्याची चळवळ सुरू केली. या प्रक्रियेच्या परिणामातून या दोन्ही जमातींच्या अस्मितेचे राजकारण कडवे होत गेले. हिंदूमधील जमीनदार आणि उच्चवर्णीय मध्यम वर्ग यांनीदेखील जमातवादी राजकारण सुरू केले होते. मुस्लीम सत्ताधाऱ्यांच्या अत्याचाराच्या कथा, हिंदूंच्या हातातील मुस्लीमविरोधाचे साधन बनले. गोहत्याबंदी, शुद्धीकरण, हिंदीचा पुरस्कार यामुळे तणाव वाढून दिल्ली शहरात दंगलीही सुरू झाल्या. बंगालच्या फाळणीने हिंदू-मुसलमानांतील तणावात भर पडली. हिंदू-मुसलमानांत तणाव वाढत असतानाच ब्रिटिशांनी बंगालच्या फाळणीचा घाट घातला. पुढे जनआंदोलनाच्या दबावामुळे फाळणी रद्द करण्यात आली. त्यामुळे मुस्लिमांतील जमीनदार आणि अशरफ वर्ग काँग्रेसच्या पूर्ण विरोधात गेला. जहालांच्या राजकारणामुळे काँग्रेस जास्त आक्रमक होत गेली होती.

या परिस्थितीच्या पार्श्वभूमीवर १९०६ साली मुस्लीम लीगची स्थापना झाली. मुस्लीम लीगच्या स्थापनेत तत्कालीन पंजाब, उत्तर प्रदेश आणि बंगालमधील मोठे मुस्लीम जमीनदार माजी सरकारी अधिकारी, ढाक्याचे नबाब, नबाब मोहसिन-उल-मुलुक, प्रिन्स आगाखानसारख्या अशरफ वर्गाची मुख्य भूमिका होती. मुस्लीम लीगची स्थापनाच मुळी ब्रिटिश सरकारची 'निष्ठावान संघटना' म्हणून झाली होती. तत्कालीन व्हाईसरॉयच्या सेक्रेटरीने अलीगढ कॉलेजच्या प्राचार्यांना निरोप पाठविला होता की,

अलीगढच्या नेत्यांना व्हाईसरॉयकडे शिष्टमंडळ नेण्याचा सल्ला द्या आणि शिष्टमंडळाच्या निवेदनाचा मसुदा तुम्हीच तयार करा. या सर्व घटनांच्या परिणामांतून ३० डिसेंबर १९०६ मध्ये मुस्लीम लीगची स्थापना ढाका येथे करण्यात आली आणि पुढे स्वतंत्र मतदार संघाची निर्मितीही झाली. काँग्रेस विरुध्द मुस्लीम लीग असा संघर्ष सुरू झाला.

या अलगतेच्या आणि काँग्रेस विरोधाच्या राजकारणात १९१२-१३ नंतर थोडा फरक पडला. मुस्लीम लीगचे कट्टर काँग्रेसविरोधी नेते काळाच्या पडद्याआड गेले. काँग्रेसशी सहकार्य करून राजकारण करावे या मतांचे उलेमा आणि नेते मुस्लीम लीगमध्ये प्रबळ झाले. त्यामध्ये मौ. शिबली नोमानीसारखे उलेमा आणि मझरुल हकसारखे उच्चशिक्षित नेते होते. बॅ. जिनांचे मुंबई प्रांतातून राजकारण सुरू झालेले होते. ते काँग्रेसमधून मुस्लीम लीगशी वाटाघाटी करीत होते. मुस्लीम लीगच्या नेत्यांनी स्वतंत्र मतदारसंघ आणि प्रतिनिधित्वाचा प्रश्न लावून धरला होता. लो. टिळकांच्या धोरणी नेतृत्वामुळे १९१६ चा लखनऊ करार झाला. काहीही करून मुस्लीम लीगला ब्रिटिशांपासून दूर करण्याच्या प्रयत्नातून हा करार केला गेला होता. १८८० पर्यंत हिंदू आणि मुसलमानांचे धर्मनिहाय मोनोलिथ तयार झालेले होते. मुसलमानांच्या अशरफ नेत्यांची आणि आर्यसमाजप्रणीत उत्तर भारतीय हिंदू नेते पं. मदनमोहन मालवीय किंवा लो. टिळकांसारख्या नेत्यांची हिंदू आणि मुसलमान हे धर्म आणि संस्कृतीच्या कसोटीवरून दोन भिन्न समांतर गट असल्याची भूमिका पक्की झालेली होती. शुद्धीकरण आणि तंजीम व तबलीग चळवळीने ती दृढ केली होती. मुस्लिमांच्या हितसंबंधांचे राजकारण करणारी राजकीय संघटना म्हणून मुस्लीम लीग सर्वमान्य झाली होती. सर सय्यद यांच्या नंतरच्या पिढीच्या मुस्लीम नेत्यांना वाटत होते की, काँग्रेसशी सहकार्य करून राजकारण करावे.

मौ. शिबली नोमानी किंवा डॉ. एम. ए. अन्सारींसारखे नेते एकाच वेळी काँग्रेस आणि मुस्लीम लीग या दोन्ही राजकीय संघटनांच्या व्यासपीठावरून वावरू लागले होते. बॅ. जिनांनी तसा जोरदार प्रयत्न केला होता. लो. टिळकांसारख्या नेत्यांनी त्यासाठीच लखनऊ कराराला मान्यता दिली होती. लो. टिळकांनी मुसलमानांना ब्रिटिशांपासून दूर करण्यासाठी स्वीकारलेली ती रणनीती होती. दुसरी गोष्ट म्हणजे, जमालुद्दीन अफगाणींचा प्रभाव असणारे अनेक मुस्लीम नेते होते. त्यांना अलीगढ चळवळीच्या नेत्यांचे ब्रिटिशधार्जिणे आणि काँग्रेसविरोधी धोरण मान्य नव्हते. असे नेते काँग्रेस आणि मुस्लीम लीगला एकत्रित आणण्याचा प्रयत्न करीत होते. क्रांतिकारकांच्या लढ्याशी संबंध असणाऱ्या क्रांतिकारकांनी एकत्रितपणे ब्रिटिशविरोधी

लढ्याचे जे प्रयत्न चालविले होते, त्याची लो. टिळकांना निश्चितच माहिती होती, असे म्हणावयास काही हरकत नाही. राजा महेंद्रप्रताप आणि मौ. बरकतुल्लाहसारख्यांनी मिळून १९१५ ला काबूल येथे 'हंगामी भारत सरकार' स्थापन केले होते, त्याविषयी लोकमान्यांना माहिती नव्हते, असे म्हणता येणार नाही.

१९१६ मध्ये 'रेशमी पत्रांच्या कटाचे' प्रकरण झाले होते. क्रांतिकारी लढ्याच्या पातळीवर हिंदू-मुसलमान क्रांतिकारक एकत्रित आले होते, तरी सर सय्यदप्रणीत अलीगढ चळवळीचे अशरफ नेते ब्रिटिशधार्जिणे राजकारण करीत राहिले होते. काँग्रेसला विरोध करीत होते. लो. टिळकांसारख्या दूरदृष्टीच्या नेत्याने अशरफ पुढाऱ्यांच्या नंतरच्या पिढीची मानसिकता लक्षात घेऊन लखनऊ कराराच्या निमित्ताने मुस्लीम अशरफ नेत्यांच्या मागण्यांना झुकते माप दिले होते, असे म्हणणे चुकीचे होणार नाही.

त्याच सुमारास बाल्कन युद्धाच्या निमित्ताने तुर्कांच्या ऑटोमन साम्राज्याचा प्रश्न ऐरणीवर आला होता. रशियाच्या विस्तारवादाला शह देण्यासाठी इंग्लडने प्रथम ऑटोमन साम्राज्याला हाताशी धरले होते. बाल्कन युद्धानंतर ऑटोमन तुर्कांचे साम्राज्य जसे शक्तीविहीन होत गेले आणि युरोपियन राष्ट्रांचा तुर्की साम्राज्य खालसा करण्याचा जसा दबाव वाढत गेला, तसा इंग्लडने तुर्कस्तानचा हात सोडला. किंबहुना तुर्कस्तानचा संपूर्ण पाडावच झाला. इंग्लडने खिलाफत खालसा करण्याचा प्रयत्न सुरू केला. भारतातील धार्मिक आणि राजकीय अभिजन मुसलमानांना वाटत होते की, मुसलमानांचे एकमेव 'इस्लामी साम्राज्य' तुर्कस्तानच्या रूपाने शिल्लक आहे, तेही बरखास्त होऊ लागले आहे. याचा त्यांना धक्का बसला होता आणि ते पूर्णपणे ब्रिटिशांच्या विरोधात गेले. खिलाफत खालसा करण्याच्या प्रश्नांवरून त्यांनी इस्लामी अस्मितेचा प्रश्न उभा करून ब्रिटिशविरोधी आंदोलन सुरू केले. त्याच सुमारास लखनऊ कराराच्या माध्यमातून मुस्लीम नेत्यांना काँग्रेसच्या जवळ आणण्याचा प्रयत्न लो. टिळकांसारख्या नेत्यांनी केलेला होता.

खिलाफतच्या प्रश्नांवरून मुस्लीम जनमानसात जी ब्रिटिशविरोधी प्रतिक्रिया निर्माण झालेली होती आणि अलीबंधूंची धरपकड ब्रिटिश सरकारने केलेली होती, त्या लोकक्षोभाचा फायदा उठविण्यासाठी लो. टिळक, पं. मालवीय, लाला लजपतराय यांनी खिलाफत आंदोलनाला पाठिंबा दिला. पुढे महात्मा गांधीदेखील खिलाफत चळवळीत उतरले. ब्रिटिशांची कोंडी करण्याचा हा जोरदार प्रयत्न होता. क्रांतिकारकांच्या पातळीवरून हिंदू-मुस्लीम एकत्रित लढ्याचे प्रयत्न असफल होत राहिले होते. खिलाफतीच्या निमित्ताने धार्मिक प्रश्नावरून का होईना, मुस्लीम लोकसमुदाय ब्रिटिशविरोधी लढ्यात उतरला होता हे, लो. टिळक आणि म. गांधींसारख्या नेत्यांच्या

दृष्टीने महत्त्वाचे होते. खिलाफत लढ्याच्या पहिल्या टप्प्यात सर्वच मुस्लीम नेते काँग्रेसी नेत्यांच्या बरोबरीने ब्रिटिशविरोधी आंदोलनात सहभागी झाले होते. १८५७ नंतर पहिल्यांदा ब्रिटिशांच्या विरोधांत मुस्लिमांची 'मास मूव्हमेंट' उभी राहिली होती.

परंतु दोनच वर्षांत संपूर्ण फाटाफूट झाली. काँग्रेस आणि मुस्लीम अशरफ नेत्यांचे व धार्मिक नेत्यांचे सहकार्य संपले. किंबहुना मौ. महंमद अलीसारखे नेते काँग्रेसच्या विरोधात गेले. हिंदू-मुस्लीम दंगलीच्या लाटा आल्या. परंतु मौ. आझाद, डॉ. अन्सारींसारखे नेते काँग्रेसच्या बाजूने उभे राहिले. त्यांनी हिंदू-मुस्लिमांच्या संमिश्र राष्ट्रवादाची भूमिका उचलून धरली. फाटाफुटीची कारणे अनेक आहेत. तो या संहितेचा चर्चेचा विषयही नाही. हे एवढे प्रदीर्घ प्रास्ताविक लिहिले याचे कारण म्हणजे, भारतातील मुस्लीम राजकीय विचारवंतांनी केलेल्या राष्ट्रविषयक चर्चाविश्वाची पार्श्वभूमी आणि व्यामिश्र राजकीय परिस्थिती मांडणे आवश्यक होते. त्याशिवाय मौ. आझाद किंवा मौ. हुसेन अहमद मदनीसारख्या नेत्यांनी मांडलेल्या विचारांचे महत्त्वही स्पष्ट होणार नव्हते.

या चर्चेचा समारोप करताना असे म्हणता येईल की, तत्कालीन मुस्लीम धार्मिक नेत्यांतले जे दोन गट होते, त्यांची सारांशरूपाने मांडणी केल्याशिवाय पूर्ण होणार नाही. कारण सर्वच अभ्यासकांनी खिलाफतीच्या चळवळींना 'पॅन-इस्लामची' चळवळ असे नाव दिले आहे.

'पॅन-इंडियन' म्हणजे अखिल भारतीय स्वरूपाची जाणीव हा जसा अर्थ होतो, तसे पॅन-इस्लाम म्हणजे अखिल जागतिक पातळीवरील इस्लामी बंधुत्वाची जाणीव, असा त्याचा अर्थ आहे. मागे म्हटल्याप्रमाणे, जमालुद्दीन अफगाणीप्रणीत क्रांतिकारी लढ्याचे समर्थन करणारे जे उलेमा आणि राजकीय नेते होते, त्यांच्या दृष्टीने पॅन इस्लामचा लढा म्हणजे सर्व मुस्लीम देशांतील मुसलमानांनी इस्लामी बंधुत्वाच्या नात्याने एकत्रित येऊन, आपापल्या देशातील बिगर-मुस्लिमांना घेऊन साम्राज्यवादविरोधी लढा उभा करणे, हा होता. त्यांच्या विचारांत जागतिक इस्लामी राज्याची संकल्पना नव्हती. जमालुद्दीन अफगाणी, मौ. हुसेन अहमद मदनी, मौ. बरकतुल्लाह, मौ. ओबेदुल्लाह सिंधू, मौ. आझाद, डॉ. एम. ए. अन्सारी यांना आंतरराष्ट्रीय परिस्थितीची जाण होती. पाश्चात्त्य साम्राज्यवादाचे बऱ्यापैकी आकलन होते. राष्ट्रवादाच्या विचारांचा परिचय होता. विशेष म्हणजे त्यांनी तुर्की किंवा 'अरब' लोकांच्या राष्ट्रीय स्वातंत्र्याची चळवळ पाहिली होती. इजिप्त, मोरोक्को किंवा तुर्कस्तानमधील 'यंग टर्क' यांचा लढा हा जागतिक इस्लामच्या स्थापनेसाठी नसून 'राष्ट्रीय स्वातंत्र्यासाठी' होता, याचे त्यांना भान होते. त्यांनी खिलाफतचा प्रश्न हा

मुस्लीम जनसमुदायांना ब्रिटिशविरोधी लढ्यासाठी एकत्रित करण्याचा प्रश्न म्हणून हाताळला होता. मक्का आणि मदिनेवर इंग्रजांनी ताबा मिळविला तर इस्लामच्या मूलभूत श्रद्धेला धक्का बसणार होता, म्हणून त्यासाठी पॅन-इस्लामचा लढा म्हणजे इस्लामची धार्मिक श्रद्धा जपण्याचा लढा, याही अर्थाने त्याच्याकडे त्यांनी पाहिले होते. केमाल पाशानेच खिलाफत बरखास्त केली, तेव्हा मौ. मदनी किंवा मौ. आझाद यांच्या दृष्टीने तो प्रश्न निकालात निघाला होता. आणि मक्का-मदिनेवर ब्रिटिशांनी आक्रमण न केल्याने धार्मिक श्रद्धेचाही प्रश्न राहिला नव्हता. त्यांच्या दृष्टीने हिंदुस्थानच्या राष्ट्रीय स्वातंत्र्याचा प्रश्न महत्त्वाचा बनला होता. हिंदू आणि मुसलमानांचा संयुक्त लढा उभा केल्याशिवाय ब्रिटिशांना हटविता येणार नाही, हा धडा ते सत्याग्रहाच्या लढ्याच्या अनुभवांतून शिकले होते.

तेवढी आंतरराष्ट्रीय घटकांची जाण ही मौ. महंमद अलीसारख्या नेत्यांना नव्हती, असे म्हणावे लागते. कारण केमाल पाशानेच जेव्हा 'खिलाफत' बरखास्त केली, त्याचा फार मोठा धक्का मौ. महंमद अलीसारख्यांना बसलेला होता. तुर्कस्तानने खिलाफत टिकवून ठेवावी याचा आग्रह त्यांनी तुर्की नेत्यांसमोर धरला होता. खिलाफत बरखास्त करून केमाल पाशाने तुर्की स्वातंत्र्याची घोषणा केली. त्या वेळी त्यांनी जाहीर केलेल्या 'तुर्की राष्ट्रवादाचे' स्वरूप मौ. महंमद अलींच्या लक्षात आले होते, असे म्हणणे कठीण आहे, कारण ते तरीही पॅन इस्लामचीच भाषा बोलत होते. मौ. महंमद अलींच्या भूमिका स्पष्ट नव्हत्या. खिलाफत चळवळीच्या प्रारंभी पॅन-इस्लाम आणि राष्ट्रवाद हे परस्परपूरक आहेत; ही भूमिका त्यांनी घेतली होती. गोलमेज परिषदेच्या वेळी मुसलमान असणे, याचा अर्थ हिंदुस्थानी नसणे; असा होत नाही; असेही म्हटले होते. परंतु ते भारतातील मुसलमानांसाठी विशेष दर्जाचा आग्रह धरत होते. मौ. महंमद अली यांनी जरी अलीगढ कॉलेजमधून आधुनिक शिक्षण घेतलेले होते, तरी ते पूर्णपणे 'धर्मवादी' होते. त्यांच्या दृष्टीने मुसलमानांची धार्मिक आणि जमातीय अस्मिता (आयडेंटिटी) ही अत्यंत महत्त्वाची गोष्ट होती. मुसलमान म्हणून 'आम्ही स्वायत्त राष्ट्र' आहोत, हा त्यांचा आग्रह होता. किंबहुना डॉ. मोईन शाकीर यांनी म्हटल्याप्रमाणे मौ. महंमद अली हे टोकाचे धर्मवादी होते.[१२] परिणामी ते १९२२ नंतर कांग्रेसच्या विरोधात गेले. खिलाफत चळवळीतले बहुसंख्य उलेमा मध्ययुगाच्या मानसिक चौकटीतून बाहेर आलेलेच नव्हते. ते मानसिकदृष्ट्या शाह वलीउल्लाहच्या काळातच वावरत होते. सत्तेच्या राजकारणातून हिंदू आणि मुसलमान अभिजन वर्गात निर्माण झालेला संघर्ष त्यांच्या लक्षात येत नव्हता. धर्म आणि राजकारण, जागतिक इस्लामी राज्य आणि राष्ट्रवाद यांची ते गल्लत करीत होते. मुसलमानांतील नवशिक्षित

अशरफ मुस्लीम नेत्यांना पॅन-इस्लामवाद म्हणजे जागतिक इस्लामी राज्य ही मांडणी चालणार नाही, हे जाणवले होते. म्हणून ते वाढीव प्रतिनिधित्वाला चिकटून बसलेले होते. बॅ. जिना किंवा डॉ. अन्सारीसारख्या नेत्यांना धर्मगुरूंचे वर्चस्व नको होते. पॅन इस्लामवाद चालणार नाही हेही त्यांच्या लक्षात आले होते. लोकशाही राज्यपद्धतीत प्रतिनिधित्वाच्या मार्गानेच सत्तेत वाटा मिळणार हेही दिसत होते. मुसलमानांचे अल्पसंख्यत्व ही त्यांच्या दृष्टीने गैरसोयीची बाब होती. एकेकाळची राज्यकर्ती जमात म्हणून मुसलमानांच्या प्रतिनिधित्वामध्ये वाढ करून 'स्पेशल वेटेज' मिळवावे, असे त्यांचे राजकारण होते.

मध्ययुगीन मानसिकतेत वावरणाऱ्या धार्मिक नेत्यांना राष्ट्रवाद आणि राष्ट्रीय स्वातंत्र्यानंतरच्या राज्यरचनेचे स्वरूप यांचे आकलनच नव्हते. ब्रिटिशांनी आणि हिंदू व मुसलमानांच्या वरिष्ठ वर्णीयांनी राष्ट्रवादाचे पाश्चात्त्य प्रारूप स्वीकारून धर्म, राष्ट्रवाद आणि संस्कृती यांची सांगड घातल्याने मुस्लीम धार्मिक नेते आणि बहुसंख्य अशरफ नेते हे धार्मिक राष्ट्रवादाच्या चक्रव्यूहातच अडकले होते. समान भूमिकेतून हिंदू-मुसलमानांच्या हिंदुस्थानी राष्ट्रवादाचा (संमिश्र किंवा सेक्युलर) विचार करण्याची त्यांची तयारी नव्हती. धार्मिक अस्मिता आणि इतिहासाचे भ्रम यांतून बाहेर पडणे त्यांना कठीण होते. डॉ. महंमद इकबालसारख्या मूलतत्त्ववादी विचारवंताच्या आणि एके काळी विस्तारत गेलेल्या इस्लामी राजवटींच्या गौरवशाली इतिहासाच्या स्वप्नात अडकलेल्या विचारवंतांच्या लक्षात आले होते की, वाढीव प्रतिनिधित्वाचा मुद्दा फार काळ रेटता येणार नाही; म्हणून ते इस्लाममध्ये 'राष्ट्र' आणि राष्ट्रवादाला स्थान नाही, हे म्हणत होते. मुस्लीमबहुल प्रांताच्या स्वायत्त अस्तित्वाची मागणी करीत होते.

तेव्हा मुस्लीम राष्ट्रवादी विचारवंतांसमोरील पेचप्रसंग अतिशय गुंतागुंतीचा आणि कठीण होता. त्यांना मध्ययुगीन मानसिकतेत असणारे परंपरावादी धर्मांध उलेमा तसेच मौ. महंमद अलीसारखे धर्मवादी राजकारणी; विशेष दर्जाचा आग्रह धरणारे अशरफ पुढारी; पॅन इस्लामवाद, इस्लाम, उम्मा यांचे आपापल्या मगदुराप्रमाणे अर्थ लावून राजकीय गोंधळ घालणारे धार्मिक आणि शिक्षित पुढारी; हिंदुत्ववादी पुढाऱ्यांचे जमातवादी राजकारण; ब्रिटिशांची कुटिल नीती या सर्वांमधून वाट काढायची होती. तसा फार मोठा प्रयत्न मौ. हुसेन अहमद मदनी, डॉ. एम. ए. अन्सारी, डॉ. सैफुद्दीन किचलू, मौलवी तुफेल अहमद मंगलोरी, मौ. आझाद, डॉ. झाकिर हुसेन या प्रमुख नेत्यांनी केलेला होता. संमिश्र राष्ट्रवादाचा आणि धर्मनिरपेक्ष राज्यपद्धतीचा पुरस्कार करणारे एवढेच नेते नव्हते. अगदी प्रारंभीच्या बद्रुद्दीन तय्यबजीपासून अनेकांनी मुस्लीम

लीगच्या अलगतावादाला विरोध केलेला होता. बद्रुद्दीन तय्यबजी, सायानी, मझरुल हक, सैफुद्दीन किचलू, हकीम अजमल खान, रफी अहमद किडवई, खान अब्दुल गफार खान, सईद महमूद असफ अली, शेरवानी, के. एम. अशरफ, डॉ. रफीक झकेरिया असे अनेक नेते संमिश्र राष्ट्रवाद आणि धर्मनिरपेक्ष राज्यपद्धतीचे पुरस्कर्ते होते. आपल्या राजकीय जीवनात त्यासाठी त्यांनी संघर्षही केलेला होता. परंतु का कुणास ठाऊक, अभ्यासकांनी त्यांची फारशी दखल घेतलेली नाही. बॅ. जिनांच्या फुटीर आणि 'डायरेक्ट ॲक्शन'च्या हिंसक राजकारणाचा परिणाम असावा असे वाटते.

भारतातील मुस्लीम विचारवंतांत एकूण ४ राजकीय प्रवाह उदयास आलेले दिसून येतात. या विचारप्रवाहांची सुरुवात सर सय्यद यांच्या काळापासून झालेली दिसत असली, तरी शाह वलीउल्लाह आणि जमालुद्दीन अफगाणी यांचे प्रभाव मुस्लीम विचारवंतांवर पडलेले स्पष्ट होतात. कालमानानुसार त्यांच्या विचारप्रवाहांचे टप्पे पाडणे कठीण आहे. कारण सर सय्यद अहमद यांच्या काळातच जमालुद्दीन अफगाणींच्या प्रभावाने काही उलेमा स्वातंत्र्याच्या चळवळी उभ्या करीत असताना दिसतात. सर सय्यद अहमदनंतर होऊन गेलेल्या डॉ. महंमद इकबाल यांच्यावर औरंगजेबकालीन शाह वलीउल्लाह यांचा प्रभाव पडलेला होता.

राष्ट्रवाद, संसदीय पद्धती आणि आधुनिक राजकारण, हिंदुस्थानचे स्वातंत्र्य आणि इस्लाममधील नवविचार यांच्या अनुषंगाने भारतातील मुस्लीम विचारवंतांत ढोबळ मानाने पुढील ४ प्रवाह पडलेले होते.

१. पहिला प्रवाह हा इंग्रजी शिक्षण घेतलेल्या, उत्तर भारतातील अशरफ वर्गाचे प्रतिनिधित्व करणाऱ्या सर सय्यद अहमदसारख्या विचारवंतांचा होता. त्यामध्ये त्यांच्या अलीगढ चळवळीतील सहकारी हे प्रमुख होते. बॅ. जिना जरी अलीगढ चळवळीमधून आलेले नव्हते, तरी त्यांचे राजकारण १९३० नंतर सर सय्यदप्रणीत पठडीतलेच होते. सर सय्यद यांचे स्वायत्त आणि समांतर अस्तित्वाचे राजकारण होते. पुढे बॅ. जिना अलगतेच्या आणि फुटीरतेच्या राजकारणाकडे वळले.

२. दुसरा प्रवाह तसे पाहिल्यास सर सय्यद यांच्या समकालीनच होता. तो प्रवाह जमालुद्दीन अफगाणीपासून सुरू झालेला होता. जमालुद्दीन अफगाणींचा सर सय्यदप्रणीत ब्रिटिशधार्जिण्या राजकारणाला विरोध असल्याचा उल्लेख मागे आलेलाच आहे. जमालुद्दीन अफगाणी जरी सर सय्यद यांचे समकालीन असले, तरी त्यांच्या क्रांतिकारक लढवय्या चळवळीची सुरुवात १९०० नंतर झाली होती. त्यात प्रारंभी मौ. महमदुल हसन, ओबेदुल्लाह सिंधी आणि नंतर मौ. हुसेन अहमद मदनी यांच्यासारखे

क्रांतिकारक सामील झाले होते. मौ. आझाद यांच्यावर अफगाणींचा मोठा प्रभाव होता. या प्रवाहातले क्रांतिकारक हे प्रामुख्याने उलेमा म्हणजे धर्मपंडित होते. तरी जमालुद्दीन अफगाणी, ओबेदुल्लाह, सिंधी, मौ. बरकतुल्लाह यांना इंग्रजी, फ्रेंच, जर्मन भाषांचा परिचय होता. त्यांच्यावर मध्यपूर्वेतील मुस्लीम विचारवंतांच्या 'अल्-मनार' चळवळीचा प्रभाव होता. अल्-मनारची चळवळ इस्लाममधील नवजागरणाची चळवळ होती.

३. तिसरा प्रवाह डॉ. महंमद इकबालप्रणीत धर्मवादी विचारवंतांचा होता. डॉ. इकबाल यांच्यावर एकाच वेळी जर्मन विचारवंत, शाह वलीउल्लाह, सय्यद अहमद बरेलवी आणि अरबी मूलतत्त्ववादी विचारवंत आणि इस्लामी जागतिक राज्याचा पुरस्कर्ता महमद बिन अब्दुल वहाब यांचे प्रभाव जाणवतात. त्याच प्रवाहातून पुढे मौ. मौदुदी, ओसामा बिन लादेन यांचा उदय झालेला आहे.

४. चौथा प्रवाह संमिश्र राष्ट्रवादाचा, उदारमतवादी घटनात्मक लोकशाहीचा पुरस्कार करणाऱ्या मुस्लीम विचारवंतांचा होता. त्यांचा उल्लेख मुशिरूल हसन यांनी 'दुसऱ्या पिढीचे' (सेकंड जनरेशन) विचारवंत म्हणून केला आहे. त्यात बद्रुद्दीन तय्यबजी, मौ. तुफेल अहमद मंगलोरी, डॉ. एम. ए. अन्सारी, हकीम अजमल खान, सैफुद्दीन किचलू, मौ. आझाद, डॉ. सईद महमूद, डॉ. झाकीर हुसेन, डॉ. के. एम. अशरफ यांसारखे अनेक राजकीय विचारवंत होते. या सर्वांनी बॅ. जिना आणि मुस्लीम लीगच्या द्विराष्ट्रवादाला विरोध केला होता. ब्रिटिशांची कूटनीती, बॅ. जिनांनी 'डायरेक्ट ॲक्शन'चे आवाहन करून आणि धर्मांध उलेमांना हाताशी धरून घडविलेल्या दंगलींचे राजकारण आणि हिंदू कट्टरवाद्यांकडून सिंध, पंजाबमध्ये समांतरपणे घडविलेल्या दंगली यांमुळे हे उदारमतवादी मुस्लीम विचारवंत कॉंग्रेस प्रमाणेच हतबल झाले आणि पूर्णपणे उपेक्षिले गेले.

वास्तविक या 'दुसऱ्या पिढी'तील मुस्लीम विचारवंतांपुढील प्रश्न तीव्र आणि निकडीचे झाले होते. भारतातील राष्ट्रविषयक चर्चाविश्वाचे स्वरूप व्यामिश्र झालेले होते. आर्य समाजाच्या स्थापनेपासून सुरू झालेला वंश-सांस्कृतिक राष्ट्रवादाचा विचार (एथ्नोकल्चरल एथ्नोरिलिजस नॅशलिझम) हा एक धर्म, एक भाषा, एक संस्कृती यांचा पुरस्कार करणारा आणि मुस्लिमांना 'परके' म्हणून वगळणारा विचार मोठ्या प्रमाणात पसरला होता. हिंदू महासभा, सावरकरांचा व्यावर्तक राष्ट्रवाद डॉ. मुंजे-गोळवळकर यांच्या रूपाने जास्त आक्रमक झालेला होता.[१३] परिणामी भारतातील मुस्लिमांच्या राजकीय-सामाजिक अस्तित्वासंबंधी प्रश्न निर्माण झालेले होते. बॅ. जिनांच्या राजकारणामुळे हिंदू-वंश सांस्कृतिकवाद्यांच्या मुस्लीमविरोधाला पुष्टी मिळत

होती. तसेच ब्रिटिश साम्राज्यवाद्यांचे साम्राज्यवादी 'स्ट्रटेजी'चे राजकारण ठळकपणे पुढे आले होते.

मुस्लीम विचारवंतांपुढील प्रश्न गंभीर होत गेले होते. संमिश्र प्रादेशिक राष्ट्रवाद, राजकारणातील धर्मनिरपेक्षता, संसदीय लोकशाहीतील संयुक्त राजकीय सहभाग, उलेमांच्या कट्टरतावादी इस्लामच्या मांडणीला विरोध, त्याचबरोबर भारतातील कोट्यवधी मुसलमानांच्या धार्मिक अस्मितेचे संरक्षण यासंबंधीचे प्रश्न जास्त तीव्र झाले होते. दुसऱ्या पिढीतल्या मुस्लीम विचारवंतांनी या प्रश्नांच्या अनुषंगाने गांधी-नेहरू-आझादप्रणीत कांग्रेसी राजकारणाचा पर्याय स्वीकारला आणि आपापल्या परीने राजकारणात भाग घेतला आणि विचार मांडले. लहान-मोठ्या चळवळी उभ्या केल्या. सायानी, मझरूल हक्क, सैफुद्दीन किचलू, हकीम अजमल खान, सईद महमूद वगैरे विचारवंतांवर गांधी-नेहरू-आझाद यांचा प्रभाव होता.

परंतु त्यांच्यामध्येही अल्-मनार विचारांचा प्रभाव असणारे क्रांतिकारक मौ. हुसेन अहमद मदनी, मौ. तुफेल महमद मंगलोरी, डॉ. एम. ए. अन्सारी, डॉ. झाकीर हुसेन, डॉ. के. एम. अशरफ, डॉ. रफीक झकेरिया यांचे राष्ट्रविषयक चर्चाविश्व महत्त्वाचे होते. त्यामध्ये गांधी-नेहरू-आझादांच्या पलीकडे जाण्याचे प्रयत्न होते. त्यांनी मौ. आझादप्रणीत धर्मकेंद्रित विचारांच्या पलीकडे जाण्याचेही प्रयत्न केलेले दिसून येतात. या २१व्या शतकात एका बाजूला हिंदू-मुसलमानांचा कट्टरतावाद आणि दुसऱ्या बाजूला जागतिकीकरणाच्या रूपाने आलेला नवसाम्राज्यवाद यांच्या पार्श्वभूमीवर या मुस्लीम विचारवंतांनी मांडलेले विचार लक्षात घेणे उपयुक्त ठरणार आहेत.

संदर्भ

१) लेलिव्हेड डेव्हिड, अलिढ्स फर्स्ट जनरेशन, मुशीरूल हसन प्रणीत प्रस्तावना, प्रिंटकॉन युनिव्हर्सिची प्रेस, ओ.यू.पी-१९९६

२) ममदानी महमूद, गुड मुस्लीम, बॅड मुस्लीम, पर्मनंट 'ब्लॅक-२००४

३) स्मीथ, डब्ल्यू. सी, मॉडर्न इस्लाम इन इंडिया, युनिव्हर्सल लायब्ररी- १९४३

४) हसन मुशिरूल, ए नॅशनलिस्ट कॉनशन्स, एम. ए. अन्सारी', दि काँग्रेस अँड राज फाऊंडेशन, दिल्ली-२००२

५) हूरानी अल्बर्ट, अरेबिक थॉट इन दि लिबरल एज-१९७०,

६) इस्पोसिटो जॉन, सं- दि ऑक्सफर्ड डिक्शनरी ऑफ इस्लाम, ऑक्सफर्ड-२००६

७) शांती मोटारे, अनु. वकील अलीम, १९८५ स्वातंत्र्य लढा आणि भारतीय मुसलमान, लोकवाङ्मय-मुंबई-१९८५

८) जलाल आयेशा, पार्टीजन्स ऑफ अल्लाह, परमनंट ब्लॅक, २००८

९) रॉबिन्सन फ्रान्सिस, सेपरॅटिझम अमंग इंडियन मुस्लीम्स, १९९३

१०) स्मिथ डब्ल्यू. सी., इस्लाम इन मॉडर्न हिस्टरी, प्रिन्स्टन यू प्रेस-१९७७

११) मेटकाटक बार्बरा, इस्लामिक कॉंटेस्टेशन्स, २००६

१२) शाकीर मोईन, खिलाफत टू पार्टीशन, कलमकार प्रकाशन, दिल्ली-१९७०

१३) परेल ए, गांधीज फिलॉसॉफी अँड दि क्वेस्ट फॉर हार्मनी, केंब्रिज प्रकाशन-२००६

२
तुफेल अहमद मंगलोरी–धर्मनिरपेक्ष राष्ट्रवादाचे समर्थक

आधुनिक भारतात विशेषतः विसाव्या शतकाच्या प्रारंभापासून मुस्लीम राजकीय विचारवंतांत जशी राष्ट्रवादासंबंधीची मांडणी सुरू झाली. त्याचप्रमाणे भारतात अलगतवादी आणि जमातवादी राजकारणदेखील सुरू झाले. भारतीय आणि पाश्चात्त्य अभ्यासकांनी त्या सर्वांच्या विचारांचे आणि राजकारणांचे विश्लेषण करीत असताना वेगवेगळ्या मोजपट्ट्या लावल्यामुळे परस्परविरोधी विश्लेषणे समोर आली आहेत. काही विश्लेषणे अगदी सरळसोट म्हणजे संबंधित काळातील प्रवाहांना एकाच समीकरणात बसविल्याने काळाचे गतिविज्ञान लक्षात न घेणारी झाली आहेत. त्यामुळे तत्कालीन मुस्लीम राजकीय विचारवंतांच्या विचारांचे आकलन नीटपणे होऊ शकलेले नाही. अलीकडच्या काळात अनेक अभ्यासकांनी अलीगढ चळवळीपासून सुरू झालेल्या विचारांचा अभ्यास नव्याने सुरू केला आहे. त्यांपैकी मुशिरूल हसन, फ्रान्सिस रॉबिन्सन, पॉल ब्रॉस, बार्बरा मेटकाफ, गेल मिनाल्ट यांनी तत्कालीन विचारप्रवाहावर आपापल्या परीने प्रकाश टाकण्याचा प्रयत्न केला आहे. त्यांनी विश्लेषणाच्या वेगवेगळ्या मोजपट्ट्या लावल्यामुळे तत्कालीन प्रवाहांचे विश्लेषण खूप व्यामिश्र स्वरूपाचे झाले आहे. पाकिस्तानी अभ्यासकांनी आणि हिंदुत्ववादी इतिहासकरांनी धर्माच्या आधारे हिंदू आणि मुसलमानांचे 'मोनोलिथ' तयार केल्यामुळे या गोंधळात भर पडलेली आहे.

वरील परिच्छेदात नमूद केलेल्या अभ्यासकांनी आपल्या विवेचनात 'इस्लामी धर्मशास्त्र' आणि शेख अहमद सरहिंदी किंवा शाह वलीउल्लाह यांसारख्या इस्लामी धर्मपंडितांच्या विचारांचे प्रभाव इथल्या मुस्लीम राजकीय विचारवंतांवर कसे पडले आहेत हे दाखविण्याचे प्रयत्न केले आहेत. मुळात अशा प्रकारची मांडणीच समस्यामूलक आहे. कारण एकतर, सर सय्यदपासूनच्या सर्व विचारवंतांवर इस्लामी धर्मशास्त्र किंवा इस्लामी धर्मपंडितांच्या सर्व विचारांचे प्रभाव एकसारखे पडलेले नाहीत. तसेच त्या

काळातील सर्व विचारांवर हे प्रभाव पडलेलेच आहेत, असेही दिसत नाही.

दुसरी गोष्ट म्हणजे, रॉबिन्सन किंवा पॉल ब्रासससारख्यांचे इस्लामी-धर्मशास्त्र आणि इस्लामी धर्मपंडितांनी त्यांच्या त्यांच्या काळात मांडलेले विचार यांच्या आकलनाचेही प्रश्न आहेत. ओरिएंटॅलिस्ट अन्वय पद्धतीचा हा जसा परिणाम आहे, तसेच अनेक बाबतीत त्यांनी वापरलेल्या अन्वयाच्या कसोट्या अतिव्याप्त तरी आहेत किंवा फार ओढून ताणून लावलेल्या (फार-फेच्ड)तरी आहेत. कारण सर्वच मुस्लीम राजकीय विचारवंतांनी आपल्या मांडणीत इस्लामी धर्मशास्त्राचा वापर केला आहे, असे म्हणता येत नाही. मुळात सैद्धांतिक मांडणी करणारे अगदी दोन-चारच विचारवंत आहेत. सर सय्यद अहमद आणि डॉ. महंमद इकबाल यांनी तसा प्रयत्न केलेला दिसून येतो. त्याचबरोबर त्यांची अशरफ मानसिकता, अभिजनवादी वरिष्ठ वर्णीय राजकारण, त्यांचे वंश-सांस्कृतिक विचारव्यूह यांचाही प्रभाव त्याच्या मांडणीवर दिसतो. उदा. डॉ. इकबाल यांच्यावर एकाच वेळी इस्लामी धर्मशास्त्र, शहा वलीउल्लाह, जर्मन चिद्बाद, युरोपियन उदारमतवाद हे सर्व प्रभाव दिसून येतात. १९१६ पासून खिलाफतच्या निमित्ताने जे अनेक उलेमा राजकारणात आले, त्यांच्यावर इस्लामी धर्मशास्त्राचे प्रभाव दिसतात. त्याचप्रमाणे मौलाना हुसेन अहमद मदनी किंवा मौलाना आझाद यांसारखे धर्मशास्त्री पूर्वसूरींची समीकरणे न वापरता धर्मशास्त्राचे स्वतंत्रपणे कालसापेक्ष अर्थ लावून राष्ट्रवादाची मांडणी करताना दिसतात. तिसरी गोष्ट म्हणजे मौलाना आझाद, डॉ. अन्सारी किंवा हसरत मोहानी यांचे विचार चळवळींच्या गतीविज्ञानाप्रमाणे आणि परिस्थितीप्रमाणे बदलत गेले आहेत. त्या सर्वांना अनेक अभ्यासकांनी एकच मोजपट्टी लावल्यामुळे गैरसमज प्रसारित झाले आहेत.[१] (डेव्हिड लेलिव्हेल्ड, पान-३३) मुशिरूल हसन यांनी म्हटल्याप्रमाणे या सर्वांच्या विचारांची एकच मोट बांधून त्यांच्या जाणिवांचेदेखील मोनोलिथ निर्माण करण्याचे प्रयत्न चुकीचे आहेत. रोमिला थापर आणि मुशिरूल हसन यांचे प्रतिपादन आहे की, तत्कालीन मुस्लीम अभिजनांनी हिंदू अभिजनांशी स्पर्धा करून सत्तेत भागीदारी मिळविण्याचा प्रयत्न केला. त्यासाठी इस्लाममधील काही तत्त्वांचा वापर केलेला दिसून येतो. परंतु त्यांच्या राजकीय जाणिवा धर्मवादीच होत्या, असे म्हणता येत नाही. त्याचबरोबर अलीगढ चळवळीच्या प्रारंभकाळापासून तुफेल अहमद मंगलोरीसारखे अनेक विचारवंत होऊन गेले आहेत की, ज्यांनी इस्लामी धर्मशास्त्राच्या आहारी न जाता, वस्तुनिष्ठपणे राष्ट्रवादाची बाजू घेतलेली होती. त्या काळात अनेक लहान-मोठे विचारवंत आणि राजकारणी इस्लामी तत्त्वचर्चेत गुंतून न पडता सरळ सरळ पाश्चात्त्य उदारमतवादी लोकशाही, हिंदू-मुसलमानांच्या संयुक्त जीवनपद्धतीवर आधारित संमिश्र राष्ट्रवाद

यांचा पुरस्कार करताना दिसून येतात. त्यांपैकी प्रारंभीच्या काळातील तुफेल अहमद मंगलोरी हे एक महत्त्वाचे राष्ट्रवादी विचारवंत होऊन गेले. त्यांच्या नावापुढे किंवा हसरत मोहानी यांच्या नावापुढे मौलाना अशी जरी पदवी लावली होती, तरी ते दोघेही मौलाना आझादांप्रमाणे धर्मशास्त्री नव्हते. त्यांचे शिक्षण मदरसा पद्धतीत झालेले असले, तरी त्यांनी अलीगढ कॉलेजमधून आधुनिक शिक्षण घेतलेले होते.

तुफेल अहमद मंगलोरी हे सर सय्यद किंवा मौलाना आझाद यांच्याप्रमाणे प्रकांड पंडित नव्हते. तुफेल अहमद मंगलोरी यांचे नाव आणि लिखाण अखिल भारतीय पातळीवर फारसे परिचित नाही. त्याचे एक कारण म्हणजे, त्यांनी आपले सर्व लिखाण उर्दू भाषेतूनच केले होते. ते अलीगढमधून शिकून पुढे आलेल्या पहिल्या पिढीपैकी एक होते. त्यांचे चरित्रदेखील उपलब्ध नाही. त्यांनी लिहिलेल्या पुस्तकातून असे दिसते की, ते सर्वसामान्य कुटुंबातून पुढे आलेले असावेत. वरिष्ठ वर्गीय अशरफ वर्गातून आल्याचा पुरावा दिसत नाही. ते अलीगढ विभागातील अशरफ कुटुंबापैकी नसल्यामुळे, तसेच फार मोठे विद्वान म्हणून मान्यता न मिळाल्यामुळे त्यांच्याकडे दुर्लक्ष झाले असावे. त्यांचे प्राथमिक शिक्षण 'मदरसा अल्उलूम' येथे झालेले होते. तत्कालीन परंपरेनुसार अलीगढ कॉलेजमधून शिकल्यानंतर त्यांनी अलीगढच्या परिसरातील भागात शिक्षण प्रसाराच्या कार्यात भाग घेतलेला होता. पुढे ते अलीगढ कॉलेजचे विश्वस्तही झाले आणि दोन वर्षांसाठी त्यांनी 'ऑल इंडिया मोहमेडन एज्युकेशन्स कॉन्फरन्सचे' सहसचिव म्हणूनदेखील काम केले. त्यांनी वेगवेगळ्या गावांतून शाळा काढल्या. ते अलीगढच्या चळवळीशी ५८ वर्षे निगडित होते. त्यांनी केवळ मुस्लिमांच्या आधुनिक शिक्षणासाठीच प्रयत्न केले नाहीत, तर मुसलमानांनी आपली आर्थिक परिस्थिती सुधारण्यासाठी व्यापार आणि उद्योगात पुढे येण्याचा प्रयत्न करावा या विचारांचा मोठ्या प्रमाणावर प्रचार केला. त्यासाठी 'सूदमंद' नावाचे नियतकालिकदेखील त्यांनी अनेक वर्षं चालविले. शेवटच्या काळात ते उत्तर प्रदेशच्या लेजिस्लेटिव्ह कौन्सिलचे सदस्य म्हणून निवडून आलेले होते. त्या काळात त्यांनी 'सेल्फ गव्हर्नमेंट' या नावाचे पुस्तकही लिहिलेले होते.

त्यांनी उर्दूतून लिहिलेले सुप्रसिद्ध पुस्तक 'मुसलमानों का रोशन मुस्तकबिल' हे त्या काळात खूप गाजले. तुफेल अहमद यांनी आपल्या या पुस्तकाच्या पहिल्या चारही आवृत्तीत बदल केले. त्यांनी या पुस्तकातून मुस्लिमांचा इतिहास, त्यांचे अर्थकारण, राजकारण, धर्मकारण यांवर चर्चा केली आहे. तसेच दारूल उलूम देवबंद, खाकसार पक्ष, मुस्लीम लीग व लीगचे राजकारण, काँग्रेस-मुस्लीम लीगमधील करार आणि तडजोडी, सर सय्यद यांचे राजकारण, १९२० नंतरच्या सर्व महत्त्वाच्या

राजकीय घडामोडी, जिनांचे राजकारण, सिमला परिषद, पाकिस्तानचा प्रश्न या सर्व घटनांवर आपल्या आकलनानुसार प्रकाश टाकण्याचा प्रयत्न केला आहे. त्यांनी उर्दूतून लिहिलेल्या या पुस्तकाचा इंग्रजी अनुवाद १९९४ मध्ये अली अशरफ यांनी केलेला आहे. हे इंग्रजी भाषांतर 'पिपल्स पब्लिशिंग हाऊस', दिल्लीतर्फे प्रकाशित झालेले आहे. अली अशरफ यांनी म्हटल्याप्रमाणे असे दिसते की, हे पुस्तक त्या काळात खूप लोकप्रिय झालेले होते. नोव्हेंबर १९३८ मध्ये हे पुस्तक प्रकाशित झाल्यापासून १९४५ पर्यंत या पुस्तकाच्या पाच आवृत्त्या निघाल्या. अली अशरफ यांनी आपल्या प्रस्तावनेत म्हटल्याप्रमाणे हे पुस्तक पाकिस्तानात अत्यंत लोकप्रिय आहे. ते पाकिस्तानात गेले असताना त्यांना एका बुक डेपोमध्ये उर्दू आवृत्ती मिळाली. त्यावरून त्यांनी त्याचा इंग्रजी अनुवाद तयार केला. विशेष म्हणजे त्यापूर्वी त्यांना आपल्या भारतात ते पुस्तक मिळू शकले नव्हते. त्यांच्या लिखाणावरून असे दिसते की, ते स्वतः धार्मिक असूनदेखील त्यांनी धर्मनिरपेक्षता, संमिश्र प्रादेशिक राष्ट्रवाद यांचे समर्थन केलेले होते.

आधुनिक शिक्षण घेतलेल्या आणि सामाजिकदृष्ट्या सुधारणावादाचा पुरस्कार करणाऱ्या त्या काळातील अनेक मुस्लीम अभिजनांनी राजकारणात मात्र प्रतिगामी भूमिका घेतलेली होती. अनेकांनी निवडणुकीच्या तत्त्वाला विरोध करून स्वतंत्र मतदारसंघाची मागणी केलेली होती. परंतु धार्मिक परंपरेतून पुढे आलेल्या तुफेल मंगलोरींनी द्विराष्ट्रवादाला विरोध करून हिंदू-मुस्लीम ऐक्याचा जोरदार पुरस्कार केलेला होता. ते मुस्लीम लीगच्या राजकारणाच्या पूर्ण विरोधी होते. आपल्या आयुष्यातील शेवटच्या क्षणापर्यंत ते मुस्लीम लीगला विरोध करीत राहिले होते. त्या काळात फाळणीचे राजकारण आणि जमातवादी वातावरण सर्वत्र व्यापून राहिल्याने त्यांची प्रचंड उपेक्षा झाली. ते अशरफ वर्गातील नव्हते, हेही त्यांच्या उपेक्षेचे कारण होते. सर्वसाधारण कुटुंबातून ते शिकून पुढे आलेले होते. स्वतःच्या उदरनिर्वाहासाठी त्यांना सब रजिस्ट्रारची नोकरी करावी लागली होती. त्यामुळे तत्कालीन वरिष्ठवर्णीय मुस्लीम विचारवंतात त्यांचा समावेश झालेला दिसून येत नाही.

'मुसलमानों का रोशन मुस्तकबिल' (मुसलमानांचे उज्ज्वल भविष्य) हा त्यांचा ग्रंथ अनेक दृष्टींनी वैशिष्ट्यपूर्ण होता. उर्दू राजकीय साहित्यात हा ग्रंथ खूप लोकप्रिय झालेला होता. सर्वत्र जमातवादाचे वातावरण असूनदेखील हिंदू आणि मुसलमानांच्या अलगतावादाला विरोध करणारा हा ग्रंथ सर्वत्र लोकप्रिय झालेला होता. त्याच्या पाच आवृत्त्या निघालेल्या होत्या. हा विरोधाभास वाटत असला, तरी त्यातून काही गोष्टी स्पष्ट होतात. मुस्लीम लीगचे अलगतावादी राजकारण राजकीय पातळीवर अलगतावादी

राजकारण करत असले, तरी जनसामान्यांच्या पातळीवर अलगतावाद खोल रुजलेला नव्हता, हे यातून स्पष्ट दिसत होते. तुफेल अहमद यांनी या पुस्तकातून पाकिस्तानच्या मागणीला कडवा विरोध केलेला दिसतो. तरी हे पुस्तक मोठ्या प्रमाणावर लोकप्रिय झालेले होते. त्यांनी मुस्लीम लीग आणि पाकिस्तानला विरोध करीत असताना समांतरपणे मुसलमानांनी हिंदुस्थानला परकीय सत्तेपासून मुक्त करण्यासाठी जे प्रयत्न केलेले होते, जो त्याग केलेला होता आणि जी बलिदाने दिलेली होती; त्यासंबंधीची अभिमानाची भावना व्यक्त करणारे विचार मांडलेले होते. हिंदू आणि मुसलमानांच्या धर्मांचे वेगळेपण मान्य करूनदेखील त्यांनी धार्मिक सुसंवादाची भूमिका मांडलेली होती. त्यांनी या ग्रंथामध्ये धर्मविषयक श्रद्धा आणि आदिम भावना यांच्या आहारी न जाता धर्मनिरपेक्ष प्रादेशिक राष्ट्रवादाची केलेली मांडणी नोंद घेण्यासारखी आहे. त्याचप्रमाणे त्या काळातील इतर अनेक लेखकांप्रमाणे त्यांनी राजकारणासाठी धर्मविषयक आदिम जाणिवांचा साधन म्हणून वापर केलेला दिसून येत नाही.

तुफेल अहमद हे अलीगढ शिक्षण चळवळीतील विद्वान होते, यात काही शंका नाही. परंतु त्याचबरोबर त्यांनी अलीगढ चळवळीने धार्मिकदृष्ट्या जी पुरोगामी आणि सुधारणावादी भूमिका घेतलेली होती, त्याचा मोठ्या प्रमाणावर पुरस्कार केला. अलीगढ चळवळीतील पुरोगामी आणि सुधारणावादी भूमिकेबद्दल मुस्लीम विचारवंतांनी मोठ्या प्रमाणावर मौनव्रतच स्वीकारल्याचे दिसून येते. मुस्लीम उलेमा तर या सुधारणावादाच्या विरोधी होते. हिंदू-राष्ट्रवादी अभ्यासक आणि इतिहासकारांचे सर्व लक्ष सर सय्यद यांच्या ब्रिटिशधार्जिण्या अलगतावादी राजकारणावरच केंद्रित राहिले, त्यामुळे सर सय्यद यांच्या धार्मिक सुधारणावादाच्या विचारांची उपेक्षा झाली. त्या काळात उलेमांनी सर सय्यद यांच्याविरुद्ध फतवे काढलेले होते आणि त्यांना 'धर्मद्रोही' म्हणून घोषित करण्यात आलेले होते. तुफेल अहमद यांचे वैशिष्ट्य हे आहे की, त्यांनी सर सय्यद यांच्या ब्रिटिशधार्जिण्या आणि अलगतावादी राजकारणावर जोरदार हल्ला चढविला आहे. परंतु त्याचबरोबर त्यांनी सर सय्यद यांचे धर्मसुधारणेचे क्रांतिकारक विचार मुस्लीम वाचकांसमोर ठेवण्याचे प्रयत्न केलेले आहेत. त्या दृष्टीने तुफेल अहमद हे वैशिष्ट्यपूर्ण विचारवंत ठरतात.

ब्रिटिशधार्जिण्या भूमिकेचे त्या काळात सर्वांनाच आकर्षण होते. अनेक हिंदू विचारवंतदेखील ब्रिटिश राजवटीचे समर्थन करीत होते. परंतु सर सय्यद यांच्या बाबतीत केवळ ब्रिटिशधार्जिणेपणाचाच भाग नव्हता, तर त्याच्याही पलीकडे जाऊन सर सय्यद मुस्लिमांच्या मनात अलगतावाद निर्माण करण्याचा आणि त्यासाठी काँग्रेसला विरोध करण्याचा जो प्रयत्न करीत राहिले होते, ते राष्ट्र उभारणीस हानिकारक होते.

सर सय्यद यांनी बद्रुद्दीन तय्यबजी यांच्या 'पायोनिअर'मधील पत्राला उत्तर देताना म्हटले होते की, 'माझा हिंदुस्थान एक राष्ट्र असल्याबद्दलच्या काँग्रेसच्या प्रचाराच्या प्रत्येक मुद्याला आक्षेप आणि विरोध आहे.' सर सय्यद यांची ही भूमिका तुफेल अहमद यांना खटकत होती. कारण एके काळी सर सय्यद यांनी 'एक राष्ट्राची' भूमिका घेतली होती. तुफेल अहमद यांच्यासमोर त्यामुळे समस्याच निर्माण झालेली होती. म्हणून आपल्या ग्रंथातून त्याबद्दल लिहित असताना तुफेल अहमद यांनी सर सय्यद यांच्या राजकारणाचे विश्लेषण करण्याचा प्रयत्न केला आहे. तुफेल अहमद यांच्या मते १८८४ पर्यंतचे सर सय्यद यांचे राजकारण हे त्यांचे स्वतःचेच राजकारण होते. त्या वेळी त्यांची भूमिका अलगतावादी नव्हती, तर १८८४ नंतरचे त्यांचे राजकारण पूर्णपणे अलीगढ कॉलेजचे प्राचार्य थियोडोअर बेक यांच्या ताब्यात गेले. प्राचार्य बेक, मॉरिसन आणि आर्ची-बोल्ड या त्रिकुटाने मिळून सर सय्यद यांच्यावर पूर्णपणे ताबा मिळविला. त्याला व्हाईसरॉय यांचीही संमती होती. त्यामधूनच 'फोडा आणि राज्य करा', हे ब्रिटिश साम्राज्यवादाचे धोरण यशस्वी होत गेले.

ब्रिटिशांच्या भेदनीतीवर अनेकांनी लिहिलेले आहे. परंतु तुफेल अहमद यांनी ब्रिटिश भेदनीतीचे केलेले चित्रण प्रत्यकारी आहे. तुफेल अहमद यांनी लिहिले आहे की, १८५७ नंतर प्रारंभी ब्रिटिशांचे धोरण मुस्लीम राजकारणाविरोधी होते. परंतु बंगालमधून जसे राष्ट्रीय जागृतीचे वारे वाहू लागले आणि काँग्रेसची स्थापना होऊन राष्ट्रीय पातळीवर ब्रिटिशविरोधी राजकारण सुरू झाले, तसे ब्रिटिशांनी मुस्लिमांच्या राजकारणाला प्रोत्साहन देण्यास सुरुवात केली. विशेषतः अलीगढ चळवळीतील अभिजन वर्गाला आणि मुस्लीम सरंजामदारांना हाताशी धरून त्यांच्या अलगतावादी राजकारणाला खतपाणी घातले. तुफेल यांनी हे पुस्तक लिहीत असताना या समस्येचा विचार करण्याचा प्रयत्न केलेला आहे. १८८४ पर्यंत हिंदू-मुसलमानांच्या समन्वयवादी राजकारणाची भूमिका घेणारे सर सय्यद यांचे नंतरच्या काळातील बदललेले राजकारण पाहून, त्यांना एक प्रकारे जबरदस्त धक्का बसलेला होता. तुफेल अहमद यांनी या आपल्या पुस्तकातील सातव्या प्रकरणात सर सय्यद यांचे १८५९ ते १८८४ पर्यंतच्या राजकारणाचे विवेचन केलेले आहे. त्या काळात सर सय्यद यांनी निवडणुकीच्या तत्त्वाचा पुरस्कार केलेला होता. इतकेच नव्हे, तर हिंदुस्थानातील सर्व हिंदुस्थानी लोकांचे 'एकच राष्ट्र' आहे अशी भूमिका घेतलेली होती. तुफेल अहमद यांनी त्या प्रकरणात १०५ पानावर सर सय्यद यांचे लेखनच उद्धृत केले आहे. सर सय्यद यांनी म्हटले होते की, 'राष्ट्र' (नेशन) हा शब्द देशातील सर्व रहिवाशांना लागू होतो. हिंदू आणि मुसलमान या 'संज्ञा' त्यांचा धर्म सुचवितात. हिंदू, मुसलमान आणि ख्रिश्चन

हे या देशातील एक राष्ट्र आहेत. ज्या अर्थी या सर्व समूहांचे एक राष्ट्र बनलेले आहे, त्याचा अर्थ असा होतो की, त्या सर्वांनी या देशाच्या म्हणजे आपल्या मातृभूमीच्या हितसंबंधासाठी प्रयत्न केले पाहिजेत. धर्माच्या आधारे इथल्या रहिवाशांची दोन 'राष्ट्रे' होतात, असे मानण्याची ही वेळ नाही. त्याच्याही पुढे जाऊन त्याच लेखात सर सय्यद यांनी असे म्हटले होते की, ज्याप्रमाणे आर्यन जमातीचे लोक हिंदू म्हणवितात, त्याचप्रमाणे मुसलमानदेखील हिंदुस्थानचे रहिवाशी म्हणून हिंदूच ठरतात. (त्या काळात सर सय्यदसारखे विचारवंत 'नेशन' या इंग्रजी शब्दाला 'कौम' हा शब्द वापरत होते. त्याचप्रमाणे 'जमात' या शब्दासाठीदेखील 'कौम' हा शब्द वापरत होते. त्यामुळे त्यांच्याविषयीच्या आकलनात अनेक घोटाळे निर्माण झालेले आहेत.)

तुफेल अहमद यांच्यासमोरील प्रश्न गंभीर होते. हिंदू-मुसलमानांच्या समन्वयाचा विचार मांडणारे सर सय्यद १८८४ नंतर एकाएकी अलगतेचे राजकारण करू लागले होते. तुफेल अहमद यांनी आपल्या पुस्तकाच्या आठव्या प्रकरणातून सर सय्यद यांच्या काँग्रेसविरोधी राजकारणाचे विश्लेषण केले आहे. त्यांच्या मते अलीगढ कॉलेजचे पहिले प्राचार्य थियोडोर बेक यांनी अत्यंत हुशारीने, पद्धतशीरपणे सर सय्यद यांना काँग्रेसविरोधी राजकारणाकडे नेले. नंतरचे प्राचार्य मॉरिसन आणि आर्ची-बोल्ड यांनी त्या धोरणाचा पाठपुरावा केला. तुफेल अहमद या तिन्ही प्राचार्यांना 'ट्रिनिटी' (त्रिकूट) हा शब्द वापरतात. त्यांनी सविस्तरपणे या तिन्ही प्राचार्यांच्या अलगता जोपासण्याच्या तंत्राचे विवेचन केले आहे.

तुफेल अहमद यांनी अलीगढ कॉलेजच्या या तिन्ही प्राचार्यांनी हिंदू आणि मुसलमानांत फूट पाडण्यासाठी काय काय कारस्थाने केली हे तर विशद केलेले आहेच, परंतु त्याचबरोबर ब्रिटिश प्रशासक आणि इतिहासकारांनी इतिहासाचे केलेले विकृतीकरणदेखील आपल्यासमोर ठेवलेले आहे. हिंदू आणि मुसलमानांतील जमातवाद पोसणारे ब्रिटिश प्रशासक 'हेन्री इलिएट' याच्या इतिहास लेखनाबद्दल तुफेल अहमद यांनी लिहिले आहे. त्यांनी म्हटले आहे की, त्या काळातील सुशिक्षित हिंदू-मुस्लीम राज्यकर्त्यांच्या कारभाराची जी स्तुती करत होते, त्याचा इलिएटला भयंकर राग होता. तुफेल अहमद म्हणतात की, 'त्या काळातील अनेक हिंदू लेखकांनी मुस्लीम राज्यकर्त्यांबद्दल स्तुती करणारी पुस्तके लिहिली होती, याचा ब्रिटिश प्रशासकांना भयंकर राग होता. म्हणून इलिएट आणि डाऊसन या दोघांनी मिळून हिंदू आणि मुसलमानांतील शत्रुत्व दाखविणारा इतिहास लिहिला.' हिंदू लेखकांनी आपल्या कोणत्या पुस्तकातून मुस्लीम राजवटीची स्तुती केली होती याचा उल्लेख मात्र तुफेल अहमद यांनी केलेला नाही.

सर सय्यद अहमद यांच्याविषयी लिहीत असताना तुफेल अहमद यांनी म्हटले आहे की, मे १८८४ मध्ये सर सय्यद यांच्या अध्यक्षतेखाली सिव्हिल सर्व्हिस परिक्षेबाबत जी सभा झाली, त्या सभेत सुरेंद्रनाथ बॅनर्जी आणि सर सय्यद या दोघांनी हिंदू-मुस्लीम ऐक्याचा विचार मांडला होता. नवाब मोहसिनुल मुल्क यांच्या मते, हिंदू-मुस्लीम ऐक्याची ती शेवटची सभा होती. तेच मत तुफेल अहमद यांनीदेखील व्यक्त केले आहे. त्या सभेला प्राचार्य बेक हजर होते. त्यांना हे ऐक्याचे विचार अजिबात आवडले नाहीत. प्राचार्य बेक यांनी त्यानंतर बैठका घेण्यास सुरुवात केली. त्यांनी आपल्या विद्यार्थ्यांना सांगितले की, सुरेंद्रनाथ बॅनर्जी यांचे भाषण त्या सभेला योग्य नव्हते. बंगाली लोकांनी आपले विचार बंगालपुरतेच मर्यादित ठेवावेत. बंगालपासून सुरू झालेले वादळ पंजाब आणि सिंधमधील लढाऊ जमातीपर्यंत आले, तर ते धोकेदायक ठरेल! प्राचार्य बेक यांनी जाट राजे, रजपूत सरदार, शेरवानी पठाण यांना सांगण्यास सुरुवात केली की, भित्र्या आणि शामळू बंगाली लोकांचे त्यांनी ऐकू नये. पुढे तुफेल अहमद लिहितात की, सर सय्यद यांचे बंगाली लोकांबद्दल चांगले मत होते. परंतु प्राचार्य बेक यांच्या प्राचाराने त्यांचे मत बदलत गेले.

त्या काळात अलीगढहून 'इन्स्टिट्यूट गॅजेट' नावाचे नियतकालिक काढले जात होते. प्राचार्य बेक यांनी त्यावर पूर्ण ताबा मिळविला. त्यामधील लेख स्वतःच लिहिण्यास सुरुवात केली. काँग्रेसची स्थापना झाल्यानंतर एका मागून एक काँग्रेसविरोधी लेख लिहू लागले. 'पायोनियर' नावाचे अँग्लो इंडियन वर्तमानपत्र पूर्णपणे काँग्रेसविरोधी होते. या सर्व प्रचाराच्या परिणामाने सर सय्यद यांचे मत बदलत गेले. हिंदू आणि मुसलमानांसाठी आय.सी.एस. परिक्षेची मागणी करणारे सर सय्यद पूर्णपणे विरोधात गेले. त्यांनी निवडणुकीच्या तत्त्वालादेखील विरोध सुरू केला. इतकेच नव्हे, तर त्यांनी श्रीमंत आणि उच्चवर्गीय लोक आणि गरीब लोक यांत फरक करण्यास सुरुवात केली. लखनऊ येथे झालेल्या सभेमध्ये सर सय्यद यांनी उघडपणाने उच्चवर्गीय अभिजनांच्या राजकारणाची बाजू मांडली. त्या सभेत त्यांनी म्हटले की, 'व्हॉईसरॉयच्या कौन्सिलमध्ये निवडून येणारे सभासद उच्च आणि प्रतिष्ठित वर्गातील असले पाहिजेत. अशा महत्त्वाच्या कौन्सिलमध्ये जरी बी.ए. किंवा एम.ए.ची पदवी घेतलेले, मात्र खालच्या जातीचे किंवा कनिष्ठ दर्जाचे सभासद प्रतिष्ठित लोकांच्या बरोबरीने कसे बसू शकतील? कौन्सिलचे सभासदत्व हे प्रतिष्ठेचे पद आहे. अशा कौन्सिलमध्ये कनिष्ठ जातीच्या आणि दर्जाच्या लोकांना कायदे करण्याचा अधिकार देणे अयोग्य आहे.' तुफेल अहमद यांनी सर सय्यद यांच्या भाषणाचा संपूर्ण उताराच दिलेला आहे. सर सय्यद यांच्या दिलेल्या भाषणातून एक महत्त्वाची गोष्ट स्पष्ट होते. ती म्हणजे,

सर सय्यद जरी मुसलमानांच्या हक्कांबद्दल बोलत होते, तरी त्यांचे राजकारण अशरफ वर्गाचे म्हणजे उच्चवर्णीय मुसलमानांसाठी होते. त्यांना आपल्या शरीरात अरब लोकांचे रक्त असण्याबद्दलचा अभिमान होता. त्यांनी आपल्या ब्रिटिश मित्रांना म्हटले होते की, मी भारतात वास्तव्य करणारा सेमिटीक मुसलमान आहे. तुफेल अहमद यांनी त्यांचे वरिष्ठवर्गीय राजकारण अप्रत्यक्षपणे दाखविले आहे.[२]

पुढे तुफेल अहमद यांनी सिव्हिल सर्व्हिस परीक्षेच्या संबंधी सर सय्यद यांचे भाषण दिले आहे. त्या भाषणात सर सय्यद यांनी म्हटले होते की, परीक्षा इंग्लंडमध्ये असल्याने प्रश्न निर्माण होत नाहीत. कारण इंग्लंडमध्ये कोणीही परीक्षेला बसू शकतो. इंग्लड आपल्यापासून दूर असल्यामुळे आय.सी.एस. अधिकारी उमरावचा मुलगा आहे का शिंप्याचा मुलगा आहे, हे आपणास कळत नाही. परंतु भारतात परीक्षा घेण्याची परवानगी दिली, तर कोणत्या कनिष्ठ जातीचा भारतीय अधिकारी आहे, हे आपल्याला कळेल. यावरून भारतातील वरिष्ठवर्गीय राजकारण स्पष्ट होते. तुफेल अहमद यांनी सर सय्यद यांच्या भाषणाचा आणखीन एक उतारा दिला आहे. त्या भाषणात सर सय्यद यांनी म्हटले आहे की, इंग्लडमध्ये स्पर्धा-परीक्षा होणे योग्य आहे. कारण, इंग्लड हे एक राष्ट्र आहे. परंतु हिंदुस्थानात तशी परिस्थिती नाही. कारण हिंदुस्थानात अनेक राष्ट्रे आहेत. उदा. हिंदू-मुस्लीम, पारशी वगैरे आणि त्यातही मुसलमान मागासलेले असल्याने त्यांच्यावर हिंदू, बंगाली लोकांचे वर्चस्व प्राप्त होईल.

तुफेल अहमद यांनी दिलेल्या वरील उताऱ्यावरून एक गोष्ट स्पष्ट होते, ती म्हणजे सर सय्यद यांचे राजकारण वरिष्ठवर्गीय अशरफ मुसलमानांचे राजकारण होते, त्यांच्या राजकारणात वंश-सांस्कृतिक श्रेष्ठत्वाची भावना होती. त्या काळातील राजे-रजवाडे, नवाब, जहागिरदार, जमीनदार, तालुकदार यांचे राजकारण ब्रिटिशांच्या सत्तेशी जुळवून घेण्याचे राजकारण होते. ब्रिटिशांशी एकनिष्ठ राहून आपल्या वर्गाचे हितसंबंध जोपासण्याचा त्यांचा प्रयत्न होता. त्यांच्या राजकारणात भारतीय वंशाच्या धर्मांतरित मुस्लीम लोकसमुदायाचा फारसा विचार नव्हता. शिक्षण सर्वांसाठी पण सत्ता मात्र वरिष्ठवर्गीय मुसलमानांसाठी हे त्यांचे समीकरण होते. याचा अर्थ असा की, केवळ प्राचार्य बेक, मॉरिसन किंवा आर्चीबोल्ड यांच्या प्रयत्नांमुळे सर सय्यद यांचे राजकारण अलगतावादाचे झाले नाही.

या तिन्ही प्राचार्यांनी त्यांच्या परीने सर सय्यद यांच्या मनात कॉंग्रेसविरोध निर्माण केला. हे असे असले, तरी कॉंग्रेसचे राजकारण ब्रिटिशांच्या विरोधी होत गेले आणि त्यामध्ये सर्वांचा सहभाग सुरू झाला. आपल्या वर्गाचे हितसंबंध धोक्यात

येतील म्हणून अशरफ वर्गाचा विरोध सुरू झाला. तुफेल अहमद यांनी सर सय्यद यांच्या भाषणातील उतारे दिलेले असले, तरी त्यांच्या वरिष्ठवर्गीय अशरफ मनोवृत्तीबद्दल भाष्य केलेले नाही.

थियोडोर बेक यांनी आपल्या पंधरा वर्षांच्या काळात जी रणनीती राबविली, त्याचे परिणाम मुस्लीम समाजावर कोणत्या प्रकारे झाले, याचे प्रत्ययकारी चित्रण तुफेल अहमद यांनी केले आहे. त्यांच्या मते जे जुन्या विचारांचे म्हणजे आधुनिक शिक्षण न घेतलेले मुसलमान होते, शासनाच्या धोरणामुळे त्यांची स्थिती वाईट झाली आणि सर सय्यद यांच्या अभिजनवादी राजकारणामुळे त्यांची दखल घेतली गेली नाही. ते लोक मुस्लीम समाजाच्या प्रगतीत अडथळा आहेत, असे मानले जाऊ लागले आणि समाजाच्या प्रगतीची आशा अलीगढ चळवळीतील मूठभर सुशिक्षित लोकच आहेत, असा समज प्रसारित झाला. अलीगढ कॉलेजमधील विद्यार्थ्यांच्या मनात ब्रिटिश राजनिष्ठेची वृत्ती जोपासली जाऊ लागली. प्राचार्य बेक यांनी सातत्याने असा प्रचार चालू ठेवला की, काँग्रेसची इंग्लड आणि हिंदुस्थानात समांतरपणे आय.सी.एस. ची परीक्षा घ्यावी ही मागणी सुशिक्षित मुसलमानांनी उचलून धरली, तर ब्रिटिश सरकार नाराज होईल आणि त्यांना मुनसिफ किंवा डेप्युटी कलेक्टरच्या नेमणुका दिल्या जाणार नाहीत. तसेच बेक यांचे प्रतिपादन होते की, मुसलमानांचा गोहत्येचा हक्क कायम ठेवावयाचा असला, तर त्यांनी प्रतिनिधित्वाच्या तत्त्वाला विरोध केला पाहिजे. तुफेल अहमद म्हणतात की, हा प्रचार केवळ अलीगढच्या विद्यार्थ्यांतच रुजला असे नाही, तर अलीगढ चळवळीच्या सर्व समर्थकांवर त्याचा परिणाम झाला. तुफेल अहमद लिहितात की, एके काळी दरोडेखोरापासून ज्या हिंदूंना मुसलमानांपासून संरक्षण मिळत असे, तेच सज्जन आणि मनमिळावू हिंदू मुसलमानांचे शत्रू मानले जाऊ लागले. त्यांची श्रीमंती आणि बहुसंख्या यामुळे ते सिंहापेक्षा जास्त भीतिदायक मानले जाऊ लागले. तसेच सुशिक्षित मुसलमानांना वाटू लागले की, निवडणूक मंडळात ते निवडून येणार नाहीत आणि स्पर्धापरीक्षेत उत्तीर्ण होणार नाहीत; म्हणून ते राजकीयदृष्ट्या सरकारच्या सवलतीवर जास्तीत जास्त अवलंबून राहू लागले.

तुफेल अहमद यांनी उत्तर प्रदेशातील उर्दू विरुद्ध हिंदी नागरी लिपी या संघर्षाला प्राचार्य मॉरिसन यांनी खतपाणी कसे घातले याचे सविस्तर विवेचन केले आहे. त्याचबरोबर त्यांनी सुशिक्षित हिंदूंच्या उर्दू विरोधावरही प्रकाश टाकला आहे. त्यांनी लिहिले आहे की, बनारसच्या हिंदूंनी उर्दूला विरोध केल्यामुळे हा संघर्ष वाढत गेला. प्राचार्य मॉरिसन यांनी मुसलमानांनी काँग्रेसमध्ये सामील होण्याऐवजी त्यांनी स्वतःची स्वतंत्र राजकीय संघटना काढावी, असा प्रचार करण्यास सुरुवात केली. आणि

अलीगढ कॉलेजचा वापर ब्रिटिशांच्या राजकीय हितासाठी सुरू केला. याचेच परिणाम पुढे मुस्लीम लीगच्या स्थापनेत झाले आणि नंतर आलेल्या प्राचार्य आर्ची-बोल्ड यांनी मुस्लिमांतील नवाबांना हाती धरून मुस्लीम लीगची स्थापना करण्यास त्यांना उत्तेजन दिले. त्यांनी नवाब मोहसिनुल मूल्क यांना मुस्लिमांच्या हक्कासाठी व्हॉईसरॉयकडे शिष्टमंडळ घेऊन जावे, याबद्दल पत्र लिहिले. त्या पत्राच्या प्रती शिष्टमंडळात सामील होणाऱ्या सर्व मुस्लीम सदस्यांना पाठविण्यात आल्या. त्या पत्रात त्यांनी लिहिले होते की, निवडणुकीचे तत्त्व मुस्लीम समाजाला हानिकारक ठरेल, म्हणून त्यांनी धर्माच्या आधारे नियुक्तीच्या तत्त्वाची किंवा प्रतिनिधित्वाची मागणी व्हॉईसरॉयपुढे करावी. भारतासारख्या देशात जमीनदारांच्या मताला प्राधान्य देण्यात यावे. तुफेल अहमद लिहितात की, हे पत्र प्राचार्य आर्ची-बोल्ड यांनी व्हॉईसरॉयच्या व्यक्तिगत सेक्रेटरीस यांना लिहिलेल्या पत्राच्या आधारे तयार केलेले होते. तुफेल अहमद लिहितात की, ब्रिटिश सरकारचे हे धोरण ब्रिटिश शासनाला अनुकूल आणि गरीब मुसलमानांचे धोरण शैक्षणिक प्रश्नाभोवती केंद्रित होते. सर सय्यद यांचे धोरण त्यांच्या मृत्यूपर्यंत काँग्रेसला विरोध करण्याचे होते. परंतु सर सय्यद यांच्या मृत्यूनंतर उर्दू-हिंदी या वादात जशी ब्रिटिशांनी मुसलमानांना फूस लावली, तसेच हिंदू अभिजनांच्या उर्दूविरोधी राजकारणाला चालना दिली. त्यामधूनच हिंदू-मुसलमानांच्या विरोधामध्ये वाढ होत गेली. ब्रिटिशांच्या भेदनीतीवर अनेकांनी लिहिले आहे. परंतु तुफेल अहमद यांनी ब्रिटिश भेदनीतीचे केलेले चित्रण अतिशय सविस्तर आहे. डॉ. रफिक झकेरिया यांनी 'राईज ऑफ मुस्लिम इन इंडियन पोलिटिक्स' या संशोधनपर ग्रंथातून प्राचार्य जेम्स बेक यांच्या नादी लागून आणि त्यांच्या चिथावणीने सर सय्यद यांनी जमातवादी राजकारण कसे सुरू केले त्यासंबंधी टीकात्मक लिहिले आहे.[३] डॉ. मोईन शाकीर यांनीदेखील सर सय्यद यांच्यावरील प्राचार्य थियोडोर बेक यांच्या प्रभावाबद्दल लिहिले आहे.[४] परंतु तुफेल अहमद यांचे वैशिष्ट्य हे आहे की, त्यांनी टप्प्याटप्प्याने या तिन्ही प्राचार्यांनी जी भेदनीती वापरली, त्याचे शिस्तबद्ध विवेचन केले आहे. तुफेल अहमद यांनी आपल्या पुस्तकातून या तिन्ही प्राचार्यांच्या भाषणांचे उतारे नमूद केलेले आहेत. प्रत्येक ठिकाणी या उताऱ्यांचे आणि घटनांचे संदर्भ दिलेले आहेत.

मागे म्हटल्याप्रमाणे तुफेल अहमद यांचे हे विश्लेषण एक प्रकारे एकेरी आणि अपुरेच आहे, कारण त्यांनी वरिष्ठवर्गीय अशरफ मुसलमान नेते, नवाब, संस्थानिक, जमीनदार आणि तालुकदार यांचे हितसंबंधाचे राजकारण कसे होते, हा मुद्दा घेतलेला नाही. किंबहुना त्यांचे विवेचन त्या दृष्टिकोनातून झालेले नाही. अर्थात अभिजनांच्या राजकारणामुळे गरीब मुसलमानांचे प्रश्न कठीण झाले, एवढेच सांगून ते थांबले आहेत.

दुसरी गोष्ट म्हणजे तुफेल अहमद यांनी सर सय्यद यांच्यापासून ते मोहसिनुल मूल्क यांच्यापर्यंत बाकीचे नवाब आणि आगाखान यांच्या वंश-सांस्कृतिक धार्मिक जाणिवांबद्दलही लिहिले नाही. कारण अलगतावादी राजकारणाला आपल्या हितसंबंधांच्या संरक्षणासाठी हे अभिजनवादी नेते धर्मसंस्कृतीच्या आदिम जाणीवांचादेखील वापर करीत होते. तुफेल अहमद यांनी स्पष्टपणे म्हटले आहे की, मुस्लीम लीगची स्थापना राष्ट्रीय स्वातंत्र्याच्या ध्येयापुढील केवळ अडथळाच नव्हता, तर राष्ट्रीय स्वातंत्र्याच्या मार्गात एक 'डोंगरच' उभा करण्यात आला.

तुफेल अहमद हे वरिष्ठवर्गीय मुसलमानांची राजकीय संघटना केवळ मुस्लीम लीगवरच टीका करून थांबलेले नाहीत, तर त्यांनी वरिष्ठवर्गीय हिंदूंच्या राजकारणावरदेखील चिकित्सा केलेली आहे. त्यांनी लिहिले आहे की, केवळ वरिष्ठवर्गीय मुसलमानच राजकीय चुका करीत होते असे नसून, सुशिक्षित आणि बुद्धिमान हिंदूदेखील चुकीच्या राजकारणाकडे चाललेले होते. ज्या वर्षी मुस्लीम लीगची स्थापना झाली, त्याच वर्षी लाहोर शहरामध्ये हिंदूंनी 'ऑल इंडिया हिंदू महासभा' या नावाने एक अधिवेशन घेतले. सन १९०० मध्ये 'भारत महामंडल' या नावाची दिल्ली शहरात एक मोठी सभा हिंदूंनी बोलावलेली होती, तेव्हापासून त्याची सुरुवात झालेली होती. ही सभा दरभंगाच्या महाराजांच्या अध्यक्षतेखाली झालेली होती. या दरभंगाच्या महाराजांनी त्या वेळी हातामध्ये वेद घेऊन शहरातून लाखो अनुयायांसहित भव्य मिरवणूक काढली होती. त्याच वर्षी सर अँथनी मॅकडोनेल यांनी उर्दू-हिंदीचा प्रश्न संयुक्त प्रांतात निर्माण केला होता. १९०६ पर्यंत या महामंडळाची सहा अधिवेशने झालेली होती. सातवे अधिवेशन हिंदू महासभा या नावाने घेण्यात आले होते. याचा अर्थ असा की, आमचे हिंदू बांधवदेखील मुस्लिमांप्रमाणेच प्रतिगामी राजकारणाकडे निघालेले होते. ते आपल्या प्रतिगामी राजकारणात मुस्लिमांच्या मागे नव्हते, तर तेवढ्याच जोरदारपणे मुस्लिमांच्या मागण्यांना विरोध करू लागले होते. पुढे-पुढे या हिंदूंच्या चळवळीने असे स्वरूप धारण केले की, त्यांनी मांडलेले ठराव आणि हक्क यांवर हिंदू महासभेचे नाव नसते, तर हिंदू महासभा आणि मुस्लीम लीग यांच्या मागण्या आणि ठरावात काहीच फरक करता आला नसता. एवढे त्यांचे राजकारण मुस्लीम लीगप्रमाणे जमातवादी होते.

मुस्लीम अल्पसंख्याक शासनाकडून हक्कांच्या संरक्षणाची मागणी करीत होते, त्याचप्रमाणे हिंदू बहुसंख्याकदेखील मागणी करू लागले. हिंदूंची मागणी होती की, प्रशासकीय नोकऱ्यांमध्ये आणि पोलीस खात्यात हिंदूंच्या नेमणुका लोकसंख्येच्या प्रमाणात केल्या जात नाहीत. मुस्लीम लीगची स्थापना झाल्याबरोबरच अशा प्रकारच्या

मागण्या हिंदूंकडूनही सुरू झाल्या. परिणामी त्यामधूनदेखील हिंदू-मुस्लीम संघर्ष वाढत गेला. तुफेल अहमद लिहितात की, सरकारच्या आशीर्वादाने त्यांच्या या जमातवादी संघटनांची स्थापना झाल्यामुळे हा संघर्ष वाढत गेला. त्यांनी ब्रिटिश पंतप्रधान मॅकडोनॉल्ड यांनी लिहिलेल्या पुस्तकातील उतारा नमूद करून पंतप्रधानांचे मत आपल्यापुढे ठेवले आहे. मॅकडोनॉल्ड यांनी लिहिले होते की, 'मुस्लीम लीगला ॲवॉर्डच्या रूपाने शासनाने ज्या मागण्या मान्य केल्या, ते सर्वांना माहीत आहे. एकूण असे दिसते की, त्या मागण्यांमागे अयोग्य गोष्टींचा प्रभाव पडलेला दिसतो आणि सिमलापासून लंडनपर्यंत ब्रिटिश अधिकाऱ्यांनी तारा ओढून (वायर पुलिंग) मुस्लीम नेत्यांवर दबाव टाकला आणि मुस्लिमांच्या बाबतीत पक्षपात करून हिंदू-मुसलमानांतील विरोध वाढवित नेला.' तुफेल अहमद लिहितात की, स्वतंत्र मतदारसंघाच्या मागणीला हिंदू महासभेचा विरोध होता. त्यावरून असे मत तयार होते की, हिंदूंना स्वतंत्र मतदारसंघाची भीती वाटत होती. परंतु वस्तुनिष्ठपणे विचार केल्यास स्वतंत्र मतदारसंघाची मागणी मुस्लिमांनादेखील मारक होती, हे विसरून चालणार नाही. तुफेल अहमद यांनी पुढे १९१६ पर्यंत काँग्रेस आणि मुस्लीम लीग यांच्या सहकार्याचे जे प्रयत्न झाले, त्या घटना नमूद केल्या आहेत. त्याचबरोबर मुस्लीम लीगला जमातवादी व अलगतावादी राजकारणापासून दूर करण्याचा प्रयत्न करणाऱ्या शिबली नोमानीसारख्या नेत्याबद्दलदेखील लिहिले आहे.

त्यांनी लिहिले आहे की, मौलाना शिबली नोमानी यांनी मुस्लीम लीगला जमातवादी राजकारणापासून दूर करण्याचे प्रयत्न केले. सर सय्यद यांच्या मृत्यूनंतर मौलाना शिबली नोमानी अलीगढ सोडून लखनऊला आले. तेथे 'नदवतुल उलेमा' ही संस्था स्थापन करून त्यांनी लखनऊमध्ये आधुनिक शिक्षणाची चळवळ सुरू केली. आणि आपल्यापरीने हिंदू-मुस्लीम ऐक्याचे प्रयत्न सुरू केले. त्यांनी काँग्रेसची बाजू मांडण्याचा प्रयत्न सुरू केला. त्यांच्या आणि मझरूल हक यांच्या प्रयत्नांमुळे सरोजिनी नायडू आणि अनेक काँग्रेस नेते मुस्लीम लीगच्या अधिवेशनात येऊ लागले. १९१५ साली डिसेंबरमध्ये मुंबईत मुस्लिम लीगचे अधिवेशन झाले, यात मौलाना हसरत मोहानी यांना मुस्लिम लीगच्या सदस्यांनी विरोध केला परिणामी मुस्लिम लीगला जमातवादी राजकारणापासून दूर ठेवण्याचा प्रयत्न अपयशी ठरला. अशा प्रकारे तुफेल अहमद यांनी जास्तीत जास्त वस्तुनिष्ठपणे त्याकाळातील महत्त्वाच्या घटना नमूद केल्या आहेत, त्याचबरोबर अलीगढ चळवळीवर जोरदार हल्ला चढविला आहे.

तुफेल अहमद यांच्या मते, अलीगढ चळवळीने मुसलमानांना हिंदुस्थानच्या हक्क आणि स्वातंत्र्यापासून दूर ठेवण्याची कामगिरी बजावली. त्यांनी म्हटले आहे

की, १९४० मध्ये मुस्लीम लीगने देशविभाजनाची मागणी केली. लॉर्ड मिंटो यांच्या सूचनेवरून जी मुस्लीम लीगची स्थापना करण्यात आलेली होती, त्याचे हे फलित होते. तुफेल अहमद यांनी खिलाफत आंदोलनाबद्दलची मांडलेली मतेदेखील त्यांची राष्ट्रवादी भूमिका स्पष्ट करणारी आहेत. तुफेल अहमद यांनी खिलाफत आंदोलनाला मुस्लीम राजकारणाचा केंद्रबिंदू मानण्यास नकार दिलेला आहे.

तुफेल अहमद यांनी इतर अनेक व्यक्तींप्रमाणे खिलाफत चळवळीला मुस्लीम राजकारणाचा केंद्रबिंदू मानलेला नाही. उलट त्यांनी खिलाफत चळवळीवर टीका केल्याचे दिसून येते. खिलाफत चळवळीने काँग्रेसच्या अगोदर ब्रिटिशांच्या विरुद्ध असहकाराचा लढा पुकारलेला होता. नंतर काँग्रेसने असहकाराचे आंदोलन सुरू केले. असहकाराचा तो टप्पा हिंदू-मुस्लीम ऐक्याचा परमोच्च बिंदू होता ही गोष्ट मान्य करून, तुफेल अहमद यांनी पुढे म्हटलेले आहे की, खिलाफत चळवळीमध्येच आणि तथाकथित ऐक्यामध्येच त्या चळवळीच्या अपयशाची बीजे होती. त्यांच्या मते मौलाना आझाद यांनी मांडलेला 'तौहिद'चा सिद्धांत (परमेश्वराचे एकत्व) हा त्या चळवळीचा मुख्य भाग होता आणि त्यामधूनच शरियतचे कायदे, मुसलमानांचा धर्मग्रंथ, त्यांची अल्लाहची कल्पना याबरोबरच त्यांची 'विश्वराज्या'ची कल्पनाही 'एकल'च होती. परिणामी अपरिहार्यपणे त्यामधून एकच मुस्लीम राज्यकर्ता म्हणजे खलिफा असल्याचा मुद्दा पुढे येत होता. हा विचार पॅन-इस्लामवादाचा मुख्य मुद्दा होता. म्हणजेच राज्याच्या अंतर्गत दुसऱ्या राज्याची संकल्पना त्यात अभिप्रेत होती आणि यातच हिंदू-मुस्लीम दुहीची बीजे होती.

तुफेल अहमद यांच्या लिखाणातून जाणवते की, त्यांना सर सय्यद यांनी वेळोवेळी ज्या भूमिका बदलल्या, त्याची नीट कल्पना होती. प्रथम सर सय्यद यांनी तुर्की सुलतानाच्या प्रभावामुळे आणि पाठिंब्यासाठी अलीगढ कॉलेजच्या विद्यार्थ्यांना तुर्की टोपी आणि तुर्की कोट गणवेश म्हणून घालण्याचा नियम केलेला होता. त्या वेळी ब्रिटिश सरकार आणि तुर्कस्थान यांचे संबंध फार बिघडलेले नव्हते. जेव्हा ब्रिटिश सरकार तुर्कस्थानच्या विरुद्ध झाले, त्या वेळी सर सय्यद यांनी आपली भूमिका बदलली. यावरही तुफेल अहमद यांनी टीका केली आहे. परंतु त्याचबरोबर खिलाफत चळवळीची कठोर चिकित्सा केली आहे. त्याचप्रमाणे पुढे त्यांनी स्वयंनिर्णयाचा अधिकार म्हणून पाकिस्तानच्या मागणीला कम्युनिस्ट पक्षाने दिलेल्या पाठिंब्यावरही हल्ला चढविला आहे. तुफेल अहमद यांनी म्हटले आहे की, सोव्हिएट रशियामधील गणराज्यांना फुटून निघण्याचा अधिकार दिलेला आहे. या तरतुदीच्या आधारे कम्युनिस्ट पक्ष पाकिस्तानच्या मागणीला पाठिंबा व्यक्त करीत आहे हे

चुकीचे आहे, कारण पाकिस्तानचा प्रस्ताव हा फक्त धर्माच्या आधारे भारतापासून फुटून निघण्याचा प्रस्ताव होता. तुफेल अहमद यांनी या संदर्भात लेनिन यांचे उदाहरण दिलेले आहे. लेनिन यांनी स्पष्टपणे म्हटलेले होते की, राज्याचा धर्मांशी कसलाही संबंध नसतो किंबहुना कोणत्याही परिस्थितीत धार्मिक गट किंवा संघटना या राज्यसंस्थेशी जोडल्या जाऊ नयेत. यावरून तुफेल अहमद यांची धर्मनिरपेक्ष राजकीय दृष्टी ही किती संतुलित होती ही गोष्ट त्यांनी बहुसंख्याक जमातीतील जमातवादाविरुद्ध केलेल्या टीकेवरून दिसून येते.

तुफेल अहमद यांनी हिंदू-मुस्लीम दंगलीवर कडाडून हल्ला चढविला आहे. त्याचबरोबर त्यामधील हिंदू जमातवादाचे स्वरूपही उघडे पाडले आहे. तसेच हिंदू-मुस्लीम संबंधातील जे तणाव सतत निर्माण होत होते, त्यामधील राजकारण आणि आर्थिक संघर्षाचीदेखील नोंद घेतलेली आहे. त्यांनी लिहिले आहे की, हिंदू-मुस्लिमांतील तणावाची सामाजिक आणि आर्थिक कारणेदेखील आहेत. त्यांनी अनेक उदाहरणे देऊन हिंदू-मुस्लीम संघर्षाची आर्थिक कारणे आणि वर्गीय कारणे देऊन त्यावर धर्मांचे आवरण कसे चढविले गेले होते, याचे स्पष्टीकरण केलेले आहे. म्हणजे त्यांनी स्पष्ट म्हटलेले आहे की, हिंदू-मुस्लिमांच्या तथाकथित धार्मिक दंगलीच्या पाठीमागे त्यांच्यामधील वर्गीय आणि आर्थिक संघर्ष ही मुख्य कारणे होती. त्यासाठी त्यांनी १९व्या शतकातील बंगालमधील 'फराजी' चळवळीचे उदाहरण दिलेले आहे. त्यांच्या मते फराजी चळवळीचे मुख्य कारण तत्कालीन बंगालमधील कृषी क्षेत्रातील तळागाळातील लोकांचा असंतोष हे होते. गरीब शेतमजूर आणि उन्मत्त जमीनदार यांच्यामधील संघर्षाचा तो एक परिणाम होता. तसेच तुफेल अहमद यांनी 'मोपला बंडा'ची कारणमीमांसा करतानादेखील जमीनदारांनी अवलंबिलेल्या धोरणाची चर्चा केली आहे. त्यावरून तुफेल अहमद यांचा दृष्टिकोन आर्थिक संघर्षाची दखल घेणारा होता. जाती-जमातीतील संघर्ष केवळ धर्मामुळे निर्माण होत नाहीत, तर त्यांच्या संघर्षामागे वर्गीय, आर्थिक आणि सामाजिक कारणे असतात, हे त्यांनी दाखवून दिलेले आहे.

जातीय पूर्वग्रह आणि संघर्ष केवळ वर्गीय आणि आर्थिक संघर्षाचेच परिणाम नसतात, तर त्यांचा संबंध जमातवादी प्रवृत्तीशीदेखील असतो, हेही त्यांनी दाखवून देण्याचा प्रयत्न केला आहे. यावरून तुफेल अहमद यांची सर्वस्पर्शीदृष्टी दिसून येते. ते भौतिकवाद्यांप्रमाणे हिंदू-मुस्लीम संघर्ष हे धार्मिक नसून, त्यांच्यातील आर्थिक आणि वर्गीय संघर्षामधून निर्माण होत गेले, असे मानत नाहीत; तर जमातवादी भूमिकादेखील त्यांच्या संघर्षाला कशा कारणीभूत आहेत आणि होतात हे स्पष्ट

करतात. उदाहरण म्हणून त्यांनी कलकत्याच्या हिंदू कॉलेजचे उदाहरण घेतलेले आहे. हिंदू कॉलेज ही सर्वस्वी भारतीयांनी चालविलेली इंग्रजी शिक्षणाची पहिली शैक्षणिक संस्था होती. असे असताना हिंदू कॉलेजमध्ये शिक्षण घेण्यासाठी मुस्लिमांना मज्जाव करण्यात आला. याचेही परिणाम त्यांच्यातील संघर्षावर झाले. एका शतकानंतर फजलूल हक यांच्या कृषक प्रजा मंत्रीमंडळाने बंगालमधील विद्यालयीन शिक्षणातील विषमता दूर करण्यासाठी, बंगालमधील माध्यमिक शिक्षणाचे राष्ट्रीयीकरण करण्याचा निर्णय घोषित केला होता. त्याला बहुसंख्याक जमातींनी विरोध केला. तो विरोध धार्मिक गटांच्या शिक्षण स्वातंत्र्याच्या नावाखाली केला. हिंदूंना आपल्या संस्था चालविण्याचे स्वातंत्र्य आहे आणि मंत्रीमंडळाच्या निर्णयामुळे ते स्वातंत्र्य धोक्यात येते, म्हणून त्याच्याविरुद्ध चळवळ सुरू केली आणि तो निर्णय हाणून पाडला. तुफेल अहमद यांनी जमातवादी दृष्टिकोनाचे हे एकच उदाहरण दिलेले नाही, तर काँग्रेसमधील संघटना आणि राजकारणाचे विश्लेषण केलेले आहे. त्यांनी अनेक उदाहरणे देऊन हे दाखवून दिले आहे की, काँग्रेसमधील कार्यकर्त्यांची जमातवादी प्रवृत्ती आणि धार्मिक पूर्वग्रह यांच्यामुळे भारतीय राष्ट्रीय काँग्रेसचे नेतृत्व कशा प्रकारे अडचणीत येत गेले.

तुफेल अहमद यांनी विस्ताराने दाखवून दिले की, पं. जवाहरलाल नेहरू यांच्या अध्यक्षतेखाली १९३६ मध्ये काँग्रेसने सुरू केलेल्या मुस्लीम जनसंपर्क मोहिमेत जमातवादी प्रवृत्तीच्या काँग्रेस कार्यकर्त्यांनी कशाप्रकारे अडथळे आणले. त्यांनी म्हटले आहे की, जागोजागी या जनसंपर्क मोहिमेत जमातवादी दृष्टिकोनाच्या कार्यकर्त्यांनी फूट पाडली. के. एम. अशरफ यांनी आपल्या पुस्तकातून यासंबंधीचे दिलेले एक उदाहरण लक्षात घेण्यासारखे आहे. त्यांनी म्हटले आहे की, मंत्रिमंडळ बनविणारे काँग्रेसचे नेते (विशेष करून सरदार पटेल) हे नेहरूंच्या या जनसंपर्क मोहिमेबद्दल फारसे उत्साही नव्हते. जेव्हा नेहरू परदेशाच्या दौऱ्यावर गेले, तेव्हा मुस्लीम जनसंपर्कासाठी तयार केलेले काँग्रेसचे युनिट त्यांनी कोणतेही कारण न देता बरखास्त केले. यासंबंधी के. एम. अशरफ यांनी युनिटच्या कार्याबद्दलचा आणि काँग्रेसने स्वीकारलेल्या या दृष्टिकोनाबद्दलचा सविस्तर अहवाल तयार करून सरदार पटेल आणि आचार्य कृपलानी यांना सादर केलेला होता. परंतु त्यांनी तो प्रसिद्ध न करता बासनात गुंडाळून ठेवला. (के.एम. अशरफ हे जनसंपर्क मोहिमेचे काँग्रेसने नेमलेले मुख्य अधिकारी होते. त्यांनी तयार केलेला रिपोर्ट नेहरू मेमोरियल म्युझियम आणि लायब्ररीमध्ये उपलब्ध आहे.) तत्कालीन राजकीय घटनांचा तुफेल अहमद यांनी अतिशय काळजीपूर्वक अभ्यास आणि निरीक्षण केलेले दिसून येते. विशेष म्हणजे तुफेल अहमद यांना धार्मिक शिक्षणाची पार्श्वभूमी होती आणि सर सय्यद यांनी स्थापन

केलेल्या शैक्षणिक चळवळीमधून ते पुढे आलेले होते. असे असूनही त्यांनी सर सय्यद यांच्या ब्रिटिशधार्जिण्या धोरणांवर केवळ टीकाच केलेली नसून त्या धोरणाचे दुष्परिणाम दाखवून दिलेले आहेत. त्याचबरोबर सर सय्यद यांच्या राजकारणावर टीका करीत असताना, त्यांनी सर सय्यद यांच्या धार्मिक सुधारणावादी विचारांची बाजूही घेतलेली आहे. तसेच हिंदू-मुस्लीम संघर्षाची आणि दंगलीची चर्चा करीत असताना, त्यामागील आर्थिक आणि वर्गीय कारणांची मांडणी केली आणि केवळ आर्थिक आणि सामाजिक कारणामुळेच या दंगली आणि संघर्ष झालेले नसून, हिंदू-मुसलमानांतील जमातवाददेखील कसा त्या सर्वांना जबाबदार होता, ते स्पष्ट केले आहे. त्यामधून त्यांचा राजकारणाकडे पाहण्याचा आणि हिंदू-मुस्लीम प्रश्नाकडे पाहण्याचा वस्तुनिष्ठ दृष्टिकोन व्यक्त होतो.

विशेष म्हणजे तुफेल अहमद यांच्या लिखाणावरून असे दिसते की, त्यांचा मुस्लीम जनसंपर्क मोहिमेशी प्रत्यक्ष व अप्रत्यक्ष संबंध आलेला नसावा. तरी असे म्हणता येईल की, तुफेल अहमद लिखित 'रोशन मुस्तकबील' हा ग्रंथ मुस्लीम जनसंपर्क मोहिमेच्या काळात लिहिला गेला असावा. त्याचप्रमाणे त्यांच्या लिखाणावर काँग्रेसप्रणीत स्वातंत्र्याच्या विचारप्रणालीचा आणि नेहरूप्रणीत समाजवादाचा व राष्ट्रीय ऐक्य विचारांचा प्रभाव दिसून येतो. या सर्व मांडणीवरून मौलवी तुफेल अहमद यांचे वेगळेपण आणि विचारवंत म्हणून असणारे महत्त्व लक्षात घेणे गरजेचे आहे. त्यांच्या पुस्तकाच्या पाच आवृत्त्या निघाल्या आणि त्या काळातील मुस्लीम जनसामान्यांतील आवड पुढील पिढ्यांमध्ये दिसून येत नाही. किंबहुना भाषांतरकाराला त्या उर्दू पुस्तकाची प्रत भारताऐवजी पाकिस्तानात मिळाली, ही गोष्टच तुफेल अहमद यांची झालेली उपेक्षा आपल्यापुढे आणते. जेथे उर्दूमध्येच त्यांचे पुस्तक नंतरच्या पिढ्यांपर्यंत पोहोचू शकले नाही, त्या पुस्तकाची आणि तुफेल अहमद यांची माहिती भारतातील इतर भाषक वाचकांपर्यंत पोहोचणे शक्य नव्हते. त्यामुळे मौलवी तुफेल अहमद हे विचारवंत म्हणून तत्कालीन सर्व मुस्लीम विचारवंतांत महत्त्वाचे धर्मनिरपेक्ष व राष्ट्रवादी विचारांचे विचारवंत होऊन गेले, याची माहितीच अभ्यासकांना फारशी नाही.

अर्थात तुफेल अहमद यांच्या विचारांत काही ठळक विसंगतीदेखील होत्या. उदाहरणार्थ त्यांच्या पुस्तकाच्या नंतरच्या आवृत्तीत त्यांनी 'खाकसार चळवळी'बद्दल खूप गौरवाने लिहिलेले आहे. कदाचित 'खाकसार' पक्षाची निशाणी कुदळ आणि फावडे आणि पक्षाची घोषणा 'जनतेची सेवा' या दोन गोष्टींमुळे खाकसार पक्षाचे वास्तव स्वरूप त्यांच्या लक्षात आले नसावे. त्यामुळे खाकसार नेते अल्लामा इनायतुल्लाह मशरिकी यांचे समर्थन करण्याचा त्यांनी प्रयत्न केलेला दिसून येतो.

कुदळ-फावड्याच्या निशाणीमुळे खाकसाराची चळवळ त्यांना कम्युनिस्टांच्या चळवळीसारखी वाटलेली असावी. वास्तविक खाकसार चळवळीचे स्वरूप फॅसिस्ट होते. त्या फॅसिस्ट स्वरूपाचे त्यांना आकलन कसे झाले नाही याचे आश्चर्य वाटते.

तसे पाहिल्यास तुफेल अहमद यांची सहानुभूती पंजाबमधील 'मजलीसे अहरार' या पक्षाशी होती. मुसलमानांची ही संघटनाच त्यांना जवळची वाटत होती. 'मजलीसे अहरार' ही संघटना त्या काळातील मान्यवर धर्मपंडितांची संघटना होती आणि ती पूर्णपणे ब्रिटिशविरोधी राजकारण करीत होती, त्यामुळे ती त्यांना जवळची वाटत होती. 'मजलीसे अहरार' ही संघटना पूर्णपणे मुस्लीम लीगच्या विरुद्ध आणि काँग्रेसला पाठिंबा देणारी संघटना होती. 'मजलीसे अहरार'ने मुस्लीम लीगच्या पाकिस्तानच्या मागणीला कडाडून विरोध केलेला होता. विशेष म्हणजे 'अहरारे मजलीस' आणि इतर अनेक धर्मपंडितांनी पाकिस्तानच्या मागणीला केलेला विरोध हा मुस्लीम लीग धार्मिक व्यवहाराकडे दुर्लक्ष करीत होती आणि मुस्लीम लीगच्या विचारप्रणालीमध्ये इस्लामी पद्धतीच्या शासनाची मांडणी नव्हती, यासाठी होता. मौलवी तुफेल अहमद यांना मुस्लीम धर्मपंडितांचे हे विचार मान्य नव्हते. तुफेल अहमद यांचा मुस्लीम लीगला असणारा विरोध बाकीच्या धर्मपंडितांपासून पूर्णपणे वेगळ्या कारणासाठी होता. मुस्लिमांचे हितसंबंध हे संपूर्ण भारतीय राष्ट्राच्या हितसंबंधांचा भाग आहे. त्यामुळे धर्म वेगळा म्हणून त्यांचे हितसंबंध वेगळे होत नाहीत. तसेच पाकिस्तानच्या मागणीमागे असणारे लोकांच्या अदलाबदलीचे तत्त्व अशक्य आणि अव्यवहार्य आहे, असे त्यांचे म्हणणे होते. त्याचप्रमाणे पाकिस्तानची निर्मिती झाली, तर भारतामध्ये उरलेल्या मुसलमानांची स्थिती फार वाईट होईल, हेही त्यांचे प्रतिपादन होते. त्यामुळे त्यांनी मुस्लीम लीगच्या मागणीला विरोध केलेला होता. तुफेल अहमद यांची अतिशय महत्वाची गोष्ट म्हणजे, भारतीय उपखंडातील प्रादेशिक जमातींच्या प्रदेशनिहाय राष्ट्रीय इच्छा-आकांक्षांबद्दल त्यांनी केलेली मांडणी त्यांची दूरदृष्टी स्पष्ट करते.

त्यांनी म्हटले होते की, भारताचा विचार करताना आणि पाकिस्तानचा विचार करताना वांशिक जमातींच्या इच्छा-आकांक्षांचा आणि हितसंबंधांचा विचार करावा लागेल. केवळ धर्माच्या आधारे राष्ट्राची उभारणी करणे चुकीचे आणि अव्यवहार्य होईल. सिंध-पंजाब आणि वायव्य सरहद्द प्रांत आणि बलुचिस्तान या प्रदेशांतील लोकांचा धर्म एक असला, तरी त्यात वेगवेगळ्या भाषिक आणि वांशिक जमाती आहेत. त्यांना धर्माच्या आधारे एकत्रित बांधणे चुकीचे होईल. नेमकी हीच गोष्ट पाकिस्तानात घडताना दिसून येते. त्यांनी असेही लिहिलेले आहे की, दुर्दैवाने एका भागातील मुसलमान दुसऱ्या भागात नोकरी आणि उपजीविकेसाठी गेले, तरी त्यांना

प्राधान्य न मिळता संबंधित प्रदेशातील हिंदू-मुसलमानांना प्राधान्य दिले जाईल. तुफेल अहमद यांची वरील दोन्ही निरीक्षणे त्यांनी भावी घटनांचा किती वस्तुनिष्ठ आणि समाजशास्त्रीय दृष्टिकोनातून विचार केलेला होता, हे सिद्ध करणारी आहेत.

तुफेल अहमद यांचे असे मत आहे की, १९३७ मध्ये उत्तर प्रदेशात मुस्लीम लीग बरोबर युती करून मंत्रिमंडळ स्थापण्यासाठी काँग्रेसने नकार दिल्यामुळे परिस्थिती बिघडली. १९२८ मध्ये मौलाना महंमद अली यांनी ओलीस ठेवण्याचा सिद्धांत मांडलेला होता. त्यांचे म्हणणे होते की, मुस्लिमांचे हितसंबंध सुरक्षित ठेवण्यासाठी मुस्लीमबहुल प्रांतातील हिंदूंना ओलीस ठेवावे लागेल. तरच हिंदूबहुल प्रांतात मुसलमानांना संरक्षण मिळेल. त्यांनी गोलमेज परिषदेमध्येदेखील हाच मुद्दा मांडलेला होता. तुफेल अहमद यांनी मौलाना महंमद अली यांच्या वरील प्रस्तावाला विरोध केलेला होता. त्यांचे म्हणणे होते की, ओलीस ठेवण्याचा सिद्धांत केवळ खोटा किंवा चुकीचा नसून अतिशय धोकादायक आहे. त्या सिद्धांतामुळे हिंदू आणि मुस्लीम या दोन्ही जमाती आपापल्या जमातीतील धर्मांध नेत्यांच्या हातातील प्यादी बनण्याचा धोका आहे. त्या आधारे ते दंगली आणि रक्तपात घडवू शकतात.

डॉ. महंमद इकबाल यांनी प्रा. थॉमसन यांना लिहिलेल्या पत्रात ते स्वतः पाकिस्तानच्या कल्पनेला जबाबदार नसल्याचे म्हटलेले होते. तांत्रिकदृष्ट्या ते बरोबर आहे. परंतु मौलाना महंमद अलींप्रमाणेच मुस्लीमबहुल प्रांताचे वेगळे घटक राज्य करून भारतात संघशासन आणावे, असे त्यांचेही प्रतिपादन होते. त्यामधूनच पाकिस्तानची कल्पना साकार झाली हे नाकारता येणार नाही. तुफेल अहमद यांनी या दोघांच्या प्रस्तावाला विरोध केलेला होता, हे त्यांचे विशेष मोठेपण दिसून येते.

मौ. तुफेल अहमद यांच्या या भूमिकेमुळे त्यांनी मुस्लीम लीग, डॉ. इकबाल मौलाना महंमद अली यांचे प्रतिपादन आणि प्रस्ताव यांना जोरदार विरोध केल्यामुळे आणि तसेच त्यांनी सुरुवातीपासून जी राष्ट्रवादी भूमिका स्वीकारली होती, त्याचे दुष्परिणाम त्यांना भोगावे लागले. उभ्या हयातीत सातत्याने त्यांची अवहेलना झाली. प्रत्येक बाबतीत त्यांना जमातवाद्यांच्या विरोधाला तोंड द्यावे लागले. विरोध आणि अवहेलना यांना दाद न देता, ते सतत आपले म्हणणे मांडत राहिले आणि मुस्लीम जमातवाद्यांच्या विरुद्ध लिहीत राहिले. त्यासाठी त्यांना मरणानंतरदेखील फार मोठे मोल द्यावे लागले. ३० मार्च १९४६ रोजी 'रूरकी मिलिटरी हॉस्पिटल'मध्ये त्यांचा मृत्यू झाला. त्यांच्या आजारपणाची सार्वजनिक दखल घेतली गेली नाही. एक प्रकारे ते आपल्या मृत्यूच्या समयी एकाकीच होते. अशा प्रकारे भारताची फाळणी होऊन पाकिस्तानची निर्मिती होण्यापूर्वीच ते काळाच्या पडद्याआड गेले. एक प्रकारे नियतीने

त्यांच्यावर मेहरबानीच केली, असे म्हणता येईल. कारण फाळणीच्या प्रसंगी हजारो लोकांच्या झालेल्या कत्तली आणि भयंकर रक्तपात, दंगली आणि जाळपोळ, अत्याचार आणि बलात्कार पाहण्याचे संकट त्यांच्यावर ओढवले नाही. प्रसिद्ध उर्दू लेखक सदाअत हसन मन्टो ज्या भयंकर अनुभवाने उद्‌ध्वस्त झाले, तसेच जशी मौलाना आझाद यांची स्वातंत्र्यानंतर इच्छाशक्तीच नष्ट झाली, मौलाना आझाद फाळणीच्या धक्क्यातून शेवटपर्यंत सावरू शकले नाहीत; तशा प्रकारचे दुर्दैव तुफेल अहमद यांच्या वाट्याला आले नाही.

बॅ. जीना आणि मुस्लीम लीग यांनी आपल्या मुस्लीम विरोधकांना अत्यंत नीचपणाची वागणूक दिलेली होती. त्यांचे विरोधक सर्वार्थाने वाळीत टाकल्यासारखेच झालेले होते. बॅ. जीनांना त्याबद्दल काहीच वाटत नव्हते. त्या काळातील मुस्लीम लीगच्या सर्व विरोधकांची अवस्था अत्यंत दयनीय झालेली होती. तुफेल अहमद यांची गोष्ट आणखीन वेगळी होती. त्यांनी केवळ धर्मनिरपेक्ष भूमिका घेतली नव्हती, तर मुस्लीम लीगला विरोध करून काँग्रेसला पाठिंबा दिलेला होता आणि काँग्रेस बरोबर राहिले होते. इतकेच नव्हे, तर त्यांनी इस्लाम आणि शरियत यांची समीक्षा करून 'इज्तेहाद' म्हणजे कालसापेक्ष अर्थ लावण्याचा 'गुन्हा' केलेला होता. इस्लामबाबत उदारमतवादी आणि बुद्धिवादी दृष्टिकोन स्वीकारलेला होता! जमातवाद्यांच्या दृष्टीने तुफेल अहमद यांच्या या पापाला कसलीही क्षमा नव्हती. त्यांचे जुने मित्रदेखील त्यांच्या बरोबर राहिले नाहीत. त्यांच्या काही मित्रांनी त्यांच्याशी अत्यंत औपचारिक संबंध ठेवले. त्यांच्या मृत्यूवरील लेखात मुस्लीम लीगचे माजी अध्यक्ष सर सईद रेझा अली यांनी लिहिले आहे की, 'मुस्लीम लीगपासून दूर राहण्याची तुफेल अहमद यांनी भयंकर मोठी चूक केली. इतकेच नव्हे, तर आपल्या समाजाला काँग्रेसच्या छत्राखाली आणण्याचा अक्षम्य गुन्हा केला'. त्याच लेखात त्यांनी तुफेल अहमद यांच्याबद्दल असेही म्हटले की, 'तुफेल अहमद यांनी ही केलेली चूक किंवा गुन्हा अत्यंत प्रामाणिकपणे केला. त्यामुळे त्यांचे-माझे संबंध मित्रत्वाचेच होते'. तुफेल अहमद यांच्या मृत्यूनंतर केवळ एका संघटनेने, ती म्हणजे 'नॅशनॅलिटी मुस्लीम स्टुडंट फेडरेशन' शोकसभा घेतली. यावरून त्यांची झालेली उपेक्षा आपल्यासमोर येते.

सर सईद अमीर अली यांनी त्यांच्या पुस्तकाबद्दल 'ते पुस्तक काँग्रेसी विचारांचे प्रतिपादन आहे,' अशी टीका केलेली होती. मौलाना आझाद यांनी त्यांच्या पुस्तकाबद्दल म्हटले होते की, ' 'रोशन मुस्तकबील' हे पुस्तक लिहून, मौलाना तुफेल अहमद यांनी जनतेची फार मोठी सेवा केली आहे. भारतातील राजकीय परिस्थितीचे योग्य आकलन

करून घेण्याची इच्छा असलेल्या प्रत्येक मुस्लीम व्यक्तीने त्यांचे पुस्तक स्वतः वाचावे अशी मी शिफारस करेन.'

तुफेल अहमद यांच्याबद्दल हे सर्व वाचल्यानंतर एक प्रश्न बहुसंख्याकांच्या मनात आणि मुस्लीम राजकारणाचा अभ्यास करणाऱ्या अभ्यासकांच्या मनात उपस्थित होतो. तो प्रश्न केवळ तुफेल अहमद यांच्या संदर्भातच निर्माण होत नाही, तर ज्या-ज्या उलेमांनी मोठ्या संख्येने पाकिस्तानच्या निर्मितीला विरोध केलेला होता, मजलीसे अहरारसारख्या ज्याज्या पक्ष संघटनांनी विरोध केलेला होता, त्याचा उपयोग का झाला नाही? त्यांचा प्रभाव मुस्लीम जनमानसावर का पडला नाही? याची काही कारणे आहेत. एक तर ब्रिटिश सरकार खंबीरपणे शेवटपर्यंत मुस्लीम लीगचे राजकारणच पुढे खेचत राहिले. पाश्चात्त्य साम्राज्यवाद्यांना हिंदुस्थानची फाळणी घडवून आणावयाचीच होती. लॉर्ड वेव्हेल आणि लॉर्ड माउंटबॅटन यांच्या राजवटीतच ते स्पष्ट झाले होते.[५]

दुसरी गोष्ट म्हणजे मुस्लिमांसाठीच्या स्वतंत्र राष्ट्राच्या भावनिक आणि रोमॅन्टिक कल्पनेने जनसामान्यांचे भानच सुटले होते. त्यांना कसलाही विवेक राहिलेला नव्हता. त्याचप्रमाणे राष्ट्रवादी उलेमांचा बालेकिल्ला असणाऱ्या देवबंद पीठात फूट पडली. जमियत-उलेमा-हिंद या संघटनेमध्येदेखील दुही निर्माण झाली. अहरार पक्षाने तशा संघर्षाच्या काळात चुकीचे मुद्दे घेतले. कारण नसताना शहीदगंज मस्जिदीच्या प्रकरणात त्यांनी आपले श्रम खर्च केले, शक्ती वाया घालविली आणि अकारण 'कादियानी' पंथाच्या विरुद्ध वाद निर्माण केले. एका अर्थाने मुस्लीम लीग पुढे हताश झाल्याचे हे दुष्परिणाम होते, असे म्हणता येईल. महत्त्वाचे म्हणजे धर्मावर आधारित द्विराष्ट्रवादाच्या सिद्धांताला धर्मानेच विरोध करणे व्यर्थ होते. ज्या मौलाना आझाद यांनी 'वहदत-अल्-दीन' म्हणजे धर्माच्या एकात्मतेचा सिद्धांत मांडलेला होता, त्यांना त्यांच्या अनुयायांमधील उलेमांसमोर माघार घ्यावी लागली.

मौलाना तुफेल अहमद यांची हीच शोकांतिका होती. त्यांच्यासारख्या अनेक लेखक आणि उलेमांनी भारताच्या स्वातंत्र्य चळवळीला दिलेले योगदान फार मोठे आहे. ब्रिटिश वसाहतवादी इतिहासकारांनी ब्रिटिशांना अनुकूल आणि मुस्लीमविरोधी इतिहासशास्त्र हिंदुस्थानात रुजविले. भारतातील आर.सी. मुजुमदारसारख्या अनेक इतिहासकारांच्या इतिहास लेखनावर ब्रिटिश इतिहासशास्त्राचा प्रभाव असल्यामुळे अशा मुस्लीम विचारवंतांची दखल घेतली गेली नाही. हिंदुत्ववादी इतिहासकार आणि राजकारण यामुळे त्यांची भयंकर उपेक्षा झाली. या सर्वांनी हे सर्व उलेमा कसे जमातवादी आणि हिंदूविरोधी होते हे दाखविण्याचे प्रयत्न केले आहेत. याबाबतीत एक गोष्ट लक्षात घेणे गरजेचे आहे. त्या काळात मुस्लीम विद्वांनाना 'मौलाना' ही

पदवी लावली जात होती. मौलाना हा शब्द 'पंडित' या अर्थाने वापरला जात होता. 'इल्म' म्हणजे ज्ञान आणि त्यापासून मौलाना म्हणजे ज्ञानी किंवा पंडित असा शब्द प्रचलित होता. 'उलेमा' हे अनेकवचन होते. तेव्हा मौलाना याचा अर्थ धर्मशास्त्री असा नव्हता. धार्मिक पंडितालादेखील मौलाना हाच शब्द वापरला जात असे. त्या काळात पंडित किंवा मौलाना हे धर्मशास्त्री नव्हते.

हिंदू अभ्यासकांनी मौलाना याचा अर्थ धर्मशास्त्री असा घेऊन मौलाना म्हटले की, ते धर्मवादी असतात, असे गृहीत धरून लिखाण केले आहे. तुफेल अहमद यांच्याबद्दल मागे म्हटल्याप्रमाणे सविस्तर चरित्रात्मक माहिती फार कमी आहे. विशेष म्हणजे त्यांच्या लेखनाकडे, त्यांचे सर्व लेखन उर्दूमधून असल्यामुळे मुजुमदारांसारख्या इतिहासकारांच्या लेखनात त्यांचा उल्लेख नसावा. आश्चर्याची गोष्ट म्हणजे मुस्लीम विचारवंतांनीदेखील दोन-तीन ओळींपेक्षा जास्त त्यांच्याबद्दल लिहिलेले नाही. अजीज अहमद या प्रसिद्ध अभ्यासकाने आपले सर्व लक्ष सर सय्यदसारखे अशरफ विचारवंत आणि मौलाना आझाद किंवा मौलाना मौदूदीसारखे धर्मशास्त्री यांच्यावरच केंद्रित केलेले आहे. डॉ. मोईन शाकीर यांनी 'खिलाफत टू पार्टीशन' या आपल्या प्रबंधात तुफेल अहमद यांचा फक्त संदर्भ दिलेला आहे. राजमोहन गांधी यांनी त्यांचे सुप्रसिद्ध पुस्तक 'अंडरस्टँडींग मुस्लीम माईंड' यामध्ये फक्त वरिष्ठवर्णीय अशरफ मुस्लीम विचारवंतांवर लिहिले आहे. हिंदुस्थानातील मुस्लीम मानस समजून घ्यायचे असेल, तर अशरफ वर्गाचे लेखक आणि उलेमा सोडून इतरांचाही विचार करावा लागतो. सर सय्यद आणि मौलाना आझाद म्हणजे मुस्लीम विचारवंत असे गृहीत धरल्याने राष्ट्रवादाची मांडणी करणाऱ्या मुस्लीम विचारवंतांची फार मोठी उपेक्षा झाली आहे.

वास्तविक तुफेल अहमदसारख्या विचारवंतांवर संशोधन केले जाण्याची गरज आहे. त्यांच्या पुस्तकात त्यांनी कोठेही धार्मिकतेचा वापर राजकारणासाठी केल्याचे जाणवत नाही. त्यांनी लिहिलेले पुस्तक पूर्णपणे त्यांची धर्मनिरपेक्ष राष्ट्रवादी विचारप्रणाली स्पष्ट करते. त्यांच्या लेखनात काही त्रुटी दिसून येतात. हिंदू महासभेची स्थापना १९०६ साली झाली असे त्यांनी सूचित केले आहे. त्यांची तेथे कोठेतरी गफलत झालेली दिसते. दुसरी गोष्ट म्हणजे त्यांनी दिलेले संदर्भ तत्कालीन उर्दू वर्तमानपत्रे, अलीगढवरून निघणारे गॅझेट यांचे संदर्भ आहेत. ब्रिटिश अधिकाऱ्यांची भाषणे त्यांनी उर्दूत अनुवाद करून लिहिली आहेत. बऱ्याच ठिकाणी त्यांचे मूळचे संदर्भ या ग्रंथाचे अनुवादक अली अशरफना मिळालेले नाहीत. त्यांचे हे पुस्तक वाचनात आल्यामुळे त्यांनी मांडलेल्या विचारांचे महत्त्व लक्षात घेऊन त्यांच्यावरील हा लेख तयार केला आहे.

संदर्भ

१) लेलिव्हेड डेव्हिड, अलिढ्स फर्स्ट जनरेशन, मुशीरूल हसन प्रणीत प्रस्तावना, प्रिंटकॉन युनिव्हर्सिची प्रेस, ओ.यू.पी-१९९६

२) ग्रहम जी. एफ. आय. लाईफ अण्ड वर्क्स ऑफ सईद अहमद खान, लंडन-१८८८

३) डॉ. झकेरिया रफिक, राईज ऑफ मुस्लिम इन इंडियन पोलिटिक्स, सोमैय्या पब्लिकेशन-१९८६

४) शाकीर मोईन, खिलाफत टू पार्टीशन, कलमकार प्रकाशन, दिल्ली-१९७०

५) महाजन सुचेता, इंडिपेन्डन्स अण्ड पार्टिशन, सेज पब्लिकेशन्स,-२०००

६) मंगलोरी तुफेल अहमद, अनु. अली अशरफ, टू वर्डस डेस्टिनी ए नॅशनलिस्ट मॅनिफेस्टो, पीपल्स पब्लिशिंग हाऊस, नवी दिल्ली-१९९४

३

मौ. हुसेन अहमद मदनी–संमिश्र राष्ट्रवादाचे पुरस्कर्ते

मौ. हुसेन अहमद मदनी हे जमालुद्दीन अफगाणींच्या परंपरेतले, परंतु त्यांच्या पॅन–इस्लामवाद आणि स्थानिक राष्ट्रवादी यांच्यासह साम्राज्यवादविरोधी एकत्रित लढा या रणनीतीचा त्यांनी स्वीकार केला नाही. मात्र भारतातंर्गत संमिश्र राष्ट्रवादाचा पाठपुरावा करणारे मौ. हुसेन अहमद मदनी हे मोठे राजकीय विचारवंत होऊन गेले. ते जरी दुसऱ्या पिढीचे विचारवंत म्हणविले गेले, तरी मौ. मदनींची काही वैशिष्ट्ये होती. ते देवबंद विद्यापीठातील पारंपरिक–धार्मिक प्रवाहातील धर्मपंडित होते. त्यामुळेही त्यांच्या मांडणीकडे दुर्लक्ष झाले असावे. त्यांच्यावर अफगाणींच्या विचारांचा बराच प्रभाव होता. सुप्रसिद्ध मुस्लीम क्रांतिकारक मौ. महमुदूल हसन आणि ओबेदुल्लाह सिंधी यांच्या क्रांतिकारक चळवळीत त्यांनी भाग घेतला होता, त्याचा उल्लेख पुढे यथावकाश केला जाईल. त्यांच्या चरित्रात्मक विवेचनात या गोष्टी येणारच आहेत. महमुदूल हसन आणि ओबेदुल्ला सिंधी वगैरेंनी भारतामधील ब्रिटिशांचे राज्य उलथून टाकण्यासाठी तुर्कस्तान आणि अफगाणीस्तान यांच्या सुलतानांची मदत घेण्याचे जे अव्यवहारी प्रयत्न केले होते, त्या प्रयत्नांतील फोलपणा त्यांनी जवळून पाहिला होता. अशा प्रकारे बाहेरील देशांच्या मदतीने सशस्त्र क्रांतीच्या मार्गाने हिंदुस्थान मुक्त करणे कठीण आहे हे त्यांच्या लक्षात आले होते. दुसरी गोष्ट म्हणजे इतिहासाच्या त्या टप्प्यावर सर्व मुस्लीम देशांतून साम्राज्यवादी सत्ता हटविणे कठीण आहे आणि त्यासाठी मुस्लीम देशांची एकजूट होणे अशक्य आहे याची जाणीव त्यांना झाली होती, असे त्यांच्या एकूण लिखाणावरून वाटते.

मौ. मदनी यांनी हिंदुस्थानच्या स्वातंत्र्यासाठी महात्मा गांधीप्रणीत सत्याग्रहाची बाजू 'माल्टा' येथून सुटून आल्यानंतर घेतली. खिलाफतच्या चळवळीच्या वेळी ते गांधीजींच्या संपर्कात आले. खिलाफत चळवळीच्या पहिल्या टप्प्यातील जोश त्यांनी पाहिला होता. हिंदू–मुस्लिमांच्या संयुक्त लढ्याची शक्ती त्यांनी अनुभवली होती.

नंतर धर्माच्या नावाने अलीबंधूंनी केलेले अलगतेचे राजकारणदेखील पाहिले होते. अशरफ नेत्यांच्या जमातवादाला संमिश्र राष्ट्रवाद आणि हिंदू-मुसलमानांची संयुक्त जीवनपद्धती आणि सहजीवन हाच पर्याय आहे, असे त्यांचे मत तयार झाले होते. ते देवबंद परंपरेतले उलेमा असल्याने अली बंधू किंवा डॉ. महंमद इकबाल यांनी मूळ इस्लामचा केलेला विपर्यास आणि इस्लामचे केलेले राजकीयीकरण त्यांच्या लक्षात येणे साहजिक होते.

मौलाना मदनी यांच्या समोरचे प्रश्न साम्राज्यवादाविरुद्ध जागतिक लढ्याचे नव्हते. त्यांच्यासमोर मातृभूमीच्या निष्ठा, प्रादेशिक राष्ट्रीयत्व, इस्लाम धर्म आणि इस्लामी संस्कृती यांचा संबंध कसा साधायचा हे मुख्य प्रश्न होते. १९२२ नंतर उसळलेल्या हिंदू-मुस्लीम दंगलीच्या पार्श्वभूमीवर मौ. मदनींनी संमिश्र राष्ट्रवादाची स्पष्ट भूमिका घेतली, ते एका अर्थाने धाडसाचेच होते. तुर्कस्तानमध्ये केमाल पाशाची 'तुर्की क्रांती' झाली होती. त्यामधून तुर्की राष्ट्रवाद पुढे आला होता. त्यामुळे भारताच्या संमिश्र राष्ट्रवादाची त्यांची भूमिका पक्की झाली, यात काही शंका नाही. परंपरावादी धार्मिक पीठाचे असूनही ते अली बंधूंप्रमाणे जमातवादी झाले नाहीत आणि इकबालप्रमाणे जागतिक इस्लाम राज्याच्या स्वप्नरंजनांत अडकले नाहीत किंवा अशरफ नेत्यांप्रमाणे अलगतेच्या राजकारणाकडे आणि जिनांप्रमाणे फुटीरतेच्या राजकारणाकडे गेले नाहीत. इस्लामच्या आधारे संमिश्र राष्ट्रवादाचा आणि मुसलमानांच्या 'भारतीयत्वाचा' स्पष्ट पुरस्कार त्यांनी केला होता. ही गोष्ट अशरफ नेते, हिंदू राष्ट्रवादी (जे वंश-सांस्कृतिक व्यावर्तक राष्ट्रवादाचे पुरस्कर्ते होते) आणि आर. सी. मुजुमदारसारखे इतिहासकार यांना रुचणारी नव्हती, त्यामुळे त्यांची उपेक्षा झाली असावी.

मदनी यांच्या उपेक्षेचे दुसरे कारण त्यांचे समकालीन, जागतिक कीर्तीचे प्रकांड पंडित मौ. आझाद यांचे जबरदस्त व्यक्तित्व असावे. कारण मौ. मदनी यांनी म. गांधीप्रणीत सत्याग्रहात उडी घेऊन आपल्या राजकारणाची सुरुवात करण्याच्या आधीपासून, मौ. आझाद यांचे राष्ट्रवादी आणि ब्रिटिशविरोधी लेखन सुरू झालेले होते. 'अल् हिलाल' या आपल्या झंझावाती साप्ताहिकातून मौ. आझाद यांनी चैतन्य निर्माण केलेले होते. मौ. आझाद हे इस्लामचे गाढे अभ्यासक, प्रकांड पंडित आणि कुरआनचे त्या काळातील सर्वश्रेष्ठ भाष्यकार होते. साऱ्या इस्लामी जगतातील ते सर्वश्रेष्ठ इस्लामी धर्मवेत्ते म्हणून ओळखले जात असत. त्यांच्या उत्तुंग व्यक्तिमत्त्वापुढे इतर उलेमा निष्प्रभ वाटत असत. त्यामुळे मौ. मदनी यांना मौ. आझादांइतकी मान्यता मिळाली नसावी. मौलाना आझाद प्रकांड पंडित असले, तरी ते सर्वसामान्य जनसमूहात कधीच मिसळले नाहीत. ते सदैव एकाकी आणि सर्वश्रेष्ठ राहिले. त्यांचा जन्म

मक्केतील. त्यांना अनायसे मिळालेला वडिलांचा समृद्ध धार्मिक वारसा आणि त्यांची आई अरबस्तानातील, त्यामुळे त्यांच्या भोवती धार्मिक-आध्यात्मिक वलय होते. त्यांच्या विद्वत्तेपुढे सर्वजण नतमस्तक होत असत. पण कदाचित याच बाबींमुळे ते जनसामान्यांपासून दूरच राहिले.

याउलट मौ. मदनी यांचा जन्म भारतातच झाला होता. त्यांचे कुटुंब शाळामास्तरांचे कुटुंब होते. त्यादृष्टीने मौ. मदनी नखशिखांत भारतीय होते. त्यामुळेच त्यांनी भारतीय मुसलमानांचा आणि भारतीय इस्लामचा स्वतंत्रपणे विचार केला. त्यांनी भारताच्या सर्वसामान्य मुसलमानांना, अशरफ राजकारणी आणि जमातवादी पुढारी यांच्यापासून वेगळे करण्याचा प्रयत्न केला. या पार्श्वभूमीवर त्यांचे योगदान महत्त्वाचे ठरते.

मौ. हुसेन अहमद मदनी यांचा जन्म उत्तर प्रदेशमध्ये १८७९ साली झालेला होता. त्यांचे वडील माध्यमिक शाळेचे हेडमास्तर होते. त्यांच्या प्रभावाने हुसेन अहमद मदनी यांनी देवबंद सारख्या धार्मिक पीठात प्रवेश घेतला. देवबंदमध्ये ते सात वर्षे होते. त्यांचे वडील अचानकच कुटुंबासहित मदिनेला गेले. ते मदिनेत १९०८ पर्यंत होते. मध्येच त्यांनी भारतातील 'गंगोह'ला येऊन आध्यात्मिकतेचे शिक्षण घेतले. यानंतर देवबंदला परत जाऊन त्यांनी आपले धार्मिक शिक्षण पूर्ण केले. तेथेच त्यांची शिक्षक म्हणून नेमणूक झाली. मध्येच १९१३ मध्ये ते 'हेजाज' ला गेले. पहिल्या महायुद्धाला सुरुवात होईपर्यंत ते हेजाजमध्येच होते. पहिल्या महायुद्धापर्यंत त्यांचे आयुष्य हे धर्मगुरूचेच आयुष्य होते. त्यांनी सूफी संतांचे शिष्यत्वही पत्करले होते. देवबंद पीठाचे जागतिक कीर्तीचे धर्मपंडित मौलाना महमूद हसन यांच्याशी त्यांची भेट मदिनेत १९१५ साली झाली. मौलाना महमूद हसन यांच्या प्रभावामुळे त्यांच्या पठडीबद्ध आयुष्यात क्रांतिकारक बदल झाले. पहिले महायुद्ध सुरू झाल्यानंतर भारतातील आणि भारताबाहेरील उलेमांना वाटू लागले की, युद्धाच्या काळात ब्रिटिश साम्राज्यविरोधी लढा देऊन ब्रिटिशांना हाकलून देणे सोपे जाईल, म्हणून बंगालमधील क्रांतिकारकांशी हातमिळवणी करण्याचे प्रयत्न अनेक उलेमांनी सुरू केले. अनेक मुस्लीम क्रांतिकारक वायव्य सरहद्द प्रांतात जाऊन अफगाणिस्तानच्या मदतीने ब्रिटिशांचे राज्य उलथून टाकण्याचा प्रयत्न करीत होते.

तो कालखंड इजिप्तपासून हिंदुस्थानपर्यंतच्या मुस्लीम राजवटीच्या पराभवाचा होता. त्यामुळे मुस्लीम राज्यकर्त्यांची अवस्था कठीण झाली होती. विज्ञानयुगापासून दूर राहिल्यामुळे पाश्चात्त्य राष्ट्रांच्या आक्रमणापुढे त्यांचा टिकाव लागला नव्हता. एक प्रकारे ते असहाय झालेले होते. सत्ताधारी अभिजन आणि धार्मिक अभिजन यांना वाटू

लागले होते की, सर्व मुस्लीम देशांची एकजूट करूनही पाश्चात्त्य राष्ट्रांच्या आक्रमणापुढे त्यांचा टिकाव लागणार नाही. एक प्रकारे ते असहाय झालेले होते. सत्ताधारी अभिजन आणि धार्मिक अभिजन यांना वाटू लागले होते की, सर्व मुस्लीम देशांची एकजूट करून पाश्चात्त्य साम्राज्यवादाविरुद्ध लढा उभा केला, तर त्यांचा पाडाव करता येईल. परंतु मुस्लीम राज्यकर्त्यांत एकी नव्हती. त्यांचे हितसंबंध वेगवेगळे होते. परंतु 'मक्का' या इस्लामी धार्मिक केंद्रात 'हज'च्या निमित्ताने आणि धर्मचर्चेच्या निमित्ताने भेटणाऱ्या उलेमांच्या एका वर्गाला वाटू लागले होते की, इस्लामी बंधुत्वाची (उम्मा) कल्पना वापरून सर्व मुस्लीम लोकांना एकत्रित आणता येईल. साम्राज्यवादी आक्रमणाविरुद्ध लढा उभा करता येईल. त्यामधूनच तथाकथित 'पॅन इस्लामवादा'चा विचार सुरू झाला. तुर्कस्तानने ज्या लढाया केल्या, त्यात तुर्कस्तानचा पराभवच होत गेला. तुर्की साम्राज्याचे लचके पाश्चात्त्य राष्ट्रांनी तोडले. हे शेवटचे साम्राज्यही विघटित झाल्यामुळे अभिजनवर्गाला बसलेला धक्का फार मोठा होता. अशा परिस्थितीत निरनिराळ्या देशांत विखुरलेल्या मुसलमानांमध्ये इस्लामवर असलेल्या त्यांच्या निष्ठेला आवाहन करून एकीची भावना निर्माण करता येईल, असा विचार अनेक उलेमा (धर्मपंडित) मांडू लागले होते. हिंदुस्थानातदेखील असे विचार मांडले जात होते.

या धोरणानुसार प्रचार करणाऱ्या प्रचारकांवर सय्यद जमालुद्दीन अल् अफगाणी यांचा प्रभाव फार मोठा होता. पॅन-इस्लामवादाचे प्रवर्तक सय्यद जमालुद्दीन अफगाणी यांच्या मते पॅन-इस्लामवादी विचारसरणी आणि राष्ट्रवादी चळवळ या परस्परविरोधी नसून त्यांच्यामध्ये सुसंवाद साधणे शक्य होते. राष्ट्रीय हित लक्षात घेऊन भारतातील मुसलमानांनी हिंदूंशी सहकार्य करावे, असे ते सांगत असत.[१] सय्यद जमालुद्दीन अफगाणींच्या विचारसरणीकडे जसे आंग्लविद्याविभूषित मुस्लीम आकृष्ट झालेले होते, तसेच अनेक उलेमा (धर्मपंडित) देखील त्यांचा विचार करू लागले होते.

विशेषतः पहिल्या महायुद्धापासून सशस्त्र क्रांतिकारक आणि पॅन-इस्लामवादी उलेमा सक्रिय झालेले होते. मौलवी बरकतुल्लाप्रमाणे मौलवी ओबेदुल्ला सिंधी यांनीही सशस्त्र लढ्यात भाग घेतला होता. वर म्हटल्याप्रमाणे अनेक मुस्लीम क्रांतिकारक अफगाणिस्तानची तसेच तुर्कस्तानची मदत घेण्याचा प्रयत्न करीत होते. ओबेदुल्ला, मोहम्मद-अब्दुला फतेहअहमद, देवबंद पीठाचे प्रमुख महमुदुल हसन हे त्यांमध्ये प्रमुख होते. मक्केच्या शरिफाने गद्दारी करून महमुदुल हसनना इंग्रजांच्या हवाली केले. महमुदुल हसन यांच्या कागदपत्रांत ओबेदुल्ला सिंधीनी रेशमी कापडावर लिहिलेली पत्रे सापडली. हे सारे प्रकरण 'रेशमी पत्रांचा कट' (सिल्क लेटर कॉनस्पिरसी) या नावाने ओळखले जाते. या कटात तुर्कस्तान आणि अफगाणिस्तान यांची मदत घेऊन

ब्रिटिशांना हाकलून देण्याचा प्रयत्न होता. गद्दारीमुळे मौलाना महमुदुल हसन, हुसेन अहमद मदनी व त्यांचे सर्व सहकारी पकडले गेले. त्यांना शिक्षा होऊन त्यांना 'माल्टा फ्रोटात' ठेवण्यात आले. माल्टा हे क्रांतिकारकांचे मुख्य केंद्र बनलेले होते. मौ. मदनी येथे १९१६ ते १९२० या कालखंडात होते. तेथे त्यांचे जर्मन, ऑस्ट्रीयन, तुर्क यांच्याशी संबंध आले. या तुरुंगवासाने त्यांच्यामध्ये मोठे परिवर्तन झाले. तुरुंगातून सुटका झाल्यानंतर ते 'मदिने' ऐवजी भारतात येऊन कायमचे स्थायिक झाले. त्यांनी माल्टा येथील तुरुंगवासावर पुस्तकही लिहिले. याबाबतीत हुसेन अहमद मदनींसारख्या धार्मिक व्यक्तींनी सशस्त्र लढ्यात केवळ त्यांच्या इस्लामवरील गाढ श्रद्धेमुळे जगात मुस्लिमांचे राज्य स्थापन करण्यासाठी भाग घेतला होता, असे म्हणणे एकांगी आणि तत्कालीन परिस्थितीचा विपर्यास करणारे आहे. श्यामजी कृष्ण वर्मा, वासुदेव बळवंत फडके, चाफेकर बंधू, बारींद्र घोष यांसारख्या हिंदू क्रांतिकारकांनीदेखील हिंदू धर्मावरील गाढ श्रद्धा आणि देशाचे स्वातंत्र्य यांचे एकत्रीकरण केलेले होते. या सर्वांनी त्या काळात धार्मिक प्रेरणा स्वातंत्र्यलढ्याची ऊर्जा म्हणून वापरलेली होती.

विशेषतः तुर्कस्तानच्या संपूर्ण पाडावानंतर खिलाफत खालसा करण्याच्या प्रश्नावरून भारतातील धार्मिक आणि राजकीय अभिजन बिथरून गेलेले होते. तुर्कस्तान आणि अफगाणिस्तान मदतीला येतील हा त्यांचा आभासी आधारही कोसळून पडला होता. मक्का आणि मदिनेवर इंग्रजांनी ताबा मिळविला, तर इस्लामच्या श्रद्धेचाही आधार नष्ट होणार होता, म्हणून मौ. महमुदुल हसन, हुसेन अहमद मदनी, मौ. महमदअली, शौकतअली तसेच मुसलमानांचे अनेक शिक्षित विद्वान यांनी खिलाफतची चळवळ सुरू केली होती. १९१९ च्या सुमारास लो. टिळक आणि पं. मालवीय यांनीही त्यांना पाठिंबा दिलेला होता. १९२०ला महात्मा गांधी त्यात उतरले. गेल मिनॉल्ट यांनी म्हटल्याप्रमाणे भारतातील मुसलमानांना ब्रिटिशविरोधी लढ्यासाठी १८५७ नंतर सापडलेले हे मोठे निमित्त होते. धार्मिक प्रश्नावरून ब्रिटिशांची कोंडी करता येत होती. श्रद्धेचा प्रश्न आणि सत्तेचा प्रश्न यांत फरक होता. परंतु पॅन इस्लामवादाच्या प्रभावामुळे त्यांचे तुर्की किंवा अरब लोकांच्या 'राष्ट्रीय स्वातंत्र्या'कडे दुर्लक्ष झालेले होते. त्यामुळे तुर्कांनीच खिलाफत बरखास्त केल्यामुळे त्यांना धक्का बसला होता. गांधीजींसारख्यांना वाटत होते की, स्वातंत्र्य चळवळीपासून दूर राहिलेले मुसलमान प्रचंड मोठ्या संख्येने सामील झाले, तीच त्यांना महत्वाची गोष्ट वाटत होती.

या दोन्ही प्रवाहांचा समन्वय साधून काँग्रेस बरोबर स्वातंत्र्य चळवळीत सामील होणाऱ्यांमध्ये मौलाना हुसेन अहमद मदनी हे प्रमुख होते. तत्कालीन राजकीय परिस्थिती

अत्यंत गुंतागुंतीची; परस्परविरोधी राजकीय स्पर्धा, प्रवाह आणि विचारप्रणालींनी व्यापलेली होती. खिलाफतीची चळवळ आणि गांधीप्रणीत सत्याग्रहाची चळवळ यांमुळे हिंदुस्थानात 'जनसमूहाच्या राजकारणा'चा (मास पॉलिटिक्स) प्रारंभ झालेला होता. हिंदू आणि मुसलमान लोकसमूह स्वातंत्र्यलढ्यात उतरले होते. अर्ज-विनंत्या, निवेदन, परिषदा यांऐवजी 'लोकसमूह' ब्रिटिशांच्या विरोधात उभे राहिले होते. 'जनसमूहांचे राजकारण' ही दुहेरी तलवार असते. पुरोगामी शक्ती आणि प्रस्थापित शक्ती, तसेच हितसंबंधाचे राजकारण करणारे प्रस्थापित आणि प्रयत्नशील वर्ग; एकाच वेळी कार्यरत होतात. कारण त्यांना प्रत्येकाला लोकसमूहाच्या संख्यात्मक दबावाचा वापर करून घ्यायचा असतो. किंबहुना संख्येचे गणित आणि लोकसमुदायांचे राजकारण परस्परविरोधी शक्तींना बाहेर सोडत असते. खिलाफतीची चळवळ आणि सत्याग्रहाच्या चळवळीमुळे हिंदुस्थानात परस्परविरोधी प्रवाह कार्यरत झाले. प्रस्थापित हिंदू धर्मवादी अभिजनांना वाटू लागले की, पॅन-इस्लामी मुसलमानांमुळे भारताला इस्लामीकरणाचा धोका आहे. आर्य समाजाच्या स्थापनेपासून हिंदू आणि मुस्लीम धर्मवाद्यांमध्ये संघर्ष सुरूच झालेला होता. शुद्धीकरण आणि धर्मांतराच्या घटना घडत होत्या. त्यात खिलाफत चळवळीची भर पडली.

लोकसमूहांच्या संख्येचे राजकारण सुरू झाल्यानंतर मुसलमानांतील जो अशरफ वर्ग होता, त्या वर्गाने आपले लक्ष सर्वसामान्य मुसलमानांकडे वळविले. 'अजलाफ' मुसलमानांबद्दल वाटणारी तुच्छतेची भावना टाकून दिली. जनसामान्यांच्या लोकसंख्येचा उपयोग करून स्ववर्गाचे हितसंबंध साधण्याचे राजकारण सुरू केले. हिंदूमधील धर्मवादी अभिजन वर्गालादेखील संख्येच्या गणिताचे महत्त्व वाटू लागले. या प्रक्रियेतून आर्य समाजाने आपली 'शुद्धीची चळवळ' तीव्र केली आणि 'मलकाना' मुसलमानांसारख्या ज्या पूर्णपणे इस्लामीकरण न झालेल्या जमाती होत्या, त्यांच्यामध्ये शुद्धीकरणाची चळवळ चालविली. ब्रिटिशप्रणीत राजकारणात संख्येच्या गणितावरूनच प्रतिनिधित्व आणि सरकारी नोकऱ्या दिल्या जात होत्या. त्यामुळे या दोन्ही जमातींतील अभिजनांना संख्येचे महत्त्व कळू लागले होते. त्यामध्ये खिलाफतची आणि सत्याग्रहाची चळवळ यांची भर पडली. लोकसमुदायाच्या राजकारणात सत्तेसाठी आपल्या धर्माचे राजकारण करण्यामध्ये त्यांच्यात चढाओढ सुरू झाली. हिंदू आणि मुसलमानांतील कडवे धर्मवादी परस्परांवर हल्ला करू लागले. 'चौरीचौराचे प्रकरण' घडल्यामुळे गांधीजींनी सत्याग्रहाचे आंदोलन थांबविले. त्याच सुमारास केरळमध्ये 'मोपलांचे बंड' झाल्यामुळे देशातील वातावरण बिघडले आणि हिंदू-मुसलमानांच्या दंगली सर्वत्र सुरू झाल्या. एका बाजूला शुद्धी चळवळ, दुसऱ्या बाजूला तंजिम चळवळ या चळवळी आक्रमक झाल्या.

मौलाना महमद अली, शौकत अली यांसारखे नेते आक्रमकपणे टीका करू लागले. गांधीजींना अपेक्षित असलेले हिंदू-मुस्लीम ऐक्य साध्य होऊ शकले नाही. त्या काळातील मुस्लीम नेते आणि अभिजनांनी केलेली मांडणी एकतर्फी स्वरूपाची होती. काही मुस्लीम नेत्यांनी हे दंगे आणि शुद्धीकरणाची चळवळ ब्रिटिश आणि हिंदू सनातन्यांचे भारतातील इस्लाम आणि मुसलमान यांना संपविण्याचे कटकारस्थान आहे, असे मांडले. काहींनी अशी भूमिका घेतली की, तळागाळातील उपेक्षित हिंदू जाती इस्लाम स्वीकारू लागल्यामुळे अल्पसंख्य होण्याच्या भीतीने हिंदूंनी शुद्धीकरणाची चळवळ सुरू केली. मौलाना अब्दुल बारीसारख्या नेत्यांचे म्हणणे होते की, हिंदू-मुस्लिमांचे ऐक्य झाले तर ब्रिटिशांना आपले साम्राज्य गमवावे लागेल, या भीतीमुळे त्यांनीच हा संघर्ष निर्माण केलेला होता. अशा परस्परविरोधी भूमिका आणि आरोप व प्रत्यारोप यांमुळे हिंदू आणि मुसलमानांतील समन्वयाच्या भूमिकेकडे सर्वांचेच दुर्लक्ष झालेले होते. सत्तेसाठी चाललेला राजकीय संघर्ष धार्मिक संघर्ष म्हणून पुढे आलेला होता. धर्माचा गैरवापर दोन्ही जमातींतील हितसंबंधीय वर्ग करीत होते.[२] वास्तविक खिलाफत चळवळीमुळे स्वातंत्र्य आंदोलनात सर्वसामान्य मुसलमानांचा सहभाग सुरू झालेला होता.

मौलाना हुसेन अहमद मदनी अशा प्रकारच्या हिंदू आणि मुसलमानांच्या संयुक्त सहभागाचे समर्थक होते. मौलाना मदनी यांचे वेगळेपण असे की, त्यांनी हिंदू आणि मुसलमानांतील धर्मवादी शक्तींच्या भूमिका नाकारल्या. त्यांनी राष्ट्रवाद आणि इस्लाम यांच्या समन्वयाचा विचार मांडला. खिलाफत चळवळीतील अनेक मुस्लीम नेते आणि उलेमा गांधीजींना सोडून गेले, तरी मौलाना मदनी शेवटपर्यंत गांधीजींबरोबरच राहिले आणि त्यांनी पॅन-इस्लाम नाकारून, हिंदू आणि मुसलमानांच्या संयुक्त राष्ट्रवादाचा विचार मांडला. १९२१ पासूनच मौलाना मदनी गांधीजींबरोबर होते. खिलाफत नंतरच्या काळात हिंदू आणि मुसलमानांतील जमातवादाच्या भावना तीव्र झालेल्या होत्या. हिंदू महासभा, रा.स्व. संघ, मुस्लीम लीग आणि आर्यसमाज हे आक्रमक झालेले होते. काँग्रेसमधील अनेक नेत्यांचे आर्य समाजाशी आणि हिंदुत्ववाद्यांशी जवळचे संबंध होते. मराठी, हिंदी, बंगाली भाषांतील पुस्तकांतून मुसलमानांचे आणि त्यांच्या राजवटीचे विपरीत चित्रण मोठ्या प्रमाणावर केले जात होते. अशा संघर्षाच्या वातावरणात मौलाना मदनींनी आपली समन्वयाची आणि प्रादेशिक राष्ट्रवादाची भूमिका सोडली नाही.

मौलाना मदनी यांनी ब्रिटिश इतिहासकारांनी आणि हिंदू राष्ट्रवाद्यांनी, मुसलमानांचा चित्रित केलेला इतिहास दोन प्रकारे खोडून काढण्याचा प्रयत्न केला.

त्यांचे पहिले प्रतिपादन होते की, हिंदू धर्माचा मोठ्या प्रमाणात प्रसार मुस्लीम राजवटीतच झाला. बौद्ध काळापेक्षा जास्त प्रमाणात ब्राह्मणी संस्थांची संख्या मुस्लीम राजवटीत वाढली. त्यांच्या मते, ही गोष्ट सिद्ध करते की, सर्व मुस्लीम राजवटींनी हिंदू धर्माचा विनाश करण्याचा प्रयत्न केलेला नव्हता. त्यांनी दुसरा मुद्दा मांडला तो म्हणजे, मुसलमानांनादेखील भारताची भूमी हिंदूंएवढीच पवित्र आहे. याचे कारण स्वर्गातून 'आदमचे' पाऊल सिलोनमध्ये पडले हे एवढेच नाही, तर प्रेषित महंमद (स) साहेबांचे अनेक सहकारी हिंदुस्थानात आलेले होते, तसेच मोठे-मोठे सूफी संत यांची भूमी भारतातच राहिलेली आहे. अर्थात मौलाना मदनी यांच्या या प्रतिवादाचा फारसा उपयोग झाला नाही. तरी तुरुंगातून सुटल्यानंतर शेवटपर्यंत ते हिंदू-मुसलमानांच्या ऐक्याचा विचार मांडत राहिले होते. मौलाना मदनी आणि त्यांची धार्मिक संघटना 'जमियत-उलेमा-ए-हिंद' हे शेवटपर्यंत काँग्रेसबरोबरच राहिले. १९३० च्या आंदोलनात सामील झाले. त्याहीपेक्षा मोठी गोष्ट म्हणजे त्यांनी जिना आणि मुस्लीम लीगच्या द्विराष्ट्रवादाला विरोध केला. त्यासाठी मौलाना मदनी यांना मुस्लीम लीगच्या गुंडांनी मारहाणदेखील केली. मदनी यांनी जिना आणि पॅन-इस्लामवादाचे सर्वांत मोठे समर्थक डॉ. महंमद इकबाल यांना जाहीर विरोध केला. त्यांच्याशी धर्म-अध्यात्म आणि राजकीय विचारप्रणाली यांच्या आधारे प्रतिवाद केला. डॉ. इकबाल यांनी त्यांच्यावर अतिशय अपमानास्पद टीका केली. त्यांना इस्लामविरोधी आणि प्रेषितविरोधी म्हणून त्यांची अवहेलना करण्याचे प्रयत्न केले.

राजकारणात मौलाना मदनी यांनी घेतलेल्या भूमिका महत्त्वाच्या आणि त्यांच्या राजकीय विचारप्रणाली स्पष्ट करणाऱ्या होत्या. १९३० नंतर १९३५ च्या कायद्यानुसार ब्रिटिशांनी प्रतिनिधित्वाच्या समीकरणात वाढ केली आणि प्रांतांची स्वायत्ततादेखील वाढविली. काँग्रेसने सात प्रांतांत विजय मिळवून आपली मंत्रिमंडळे स्थापन केली. परंतु मुस्लीम लीगने मुस्लिमांसाठी राखीव ठेवलेल्या सर्व २९ जागा जिंकल्या, काँग्रेसला त्यांपैकी एकही मिळाली नाही. काँग्रेसने मुस्लीम लीगशी युती करण्याचे नाकारल्यामुळे अनेक मुस्लीम नेते काँग्रेसच्या विरोधात गेलेले होते. १९३७च्या निवडणुकीत मौलाना मदनी यांनी जिनांना पाठिंबा दिलेला होता. कारण त्या काळात जिना भारतीय राष्ट्रवादाबद्दल बोलत होते आणि मुस्लीम लीगला पाठिंबा देणाऱ्या जमीनदारी घटकांना विरोध करू लागलेले होते. परंतु मौलाना मदनी यांच्या लक्षात आले की, बॅ. जिना यांची मुस्लीम संस्थानिक आणि जमीनदार यांच्याशी फारकत घेण्याची भाषा फसवी आहे. इतकेच नव्हे, तर १९३७ मध्येच मुस्लीम लीगने आपणच मुसलमानांचे एकमेव प्रतिनिधी असल्याचा दावा लावून धरलेला होता आणि मुसलमानांसाठी स्वायत्त

भौगोलिक प्रदेश मागण्यास सुरुवात केलेली होती. त्यामुळे मौलाना मदनी मुस्लीम लीगच्या पूर्ण विरोधात गेले. मौलाना मदनी यांचे प्रतिपादन होते की, भारतातील बहुधार्मिक राष्ट्राची कल्पना केवळ राजकीयदृष्टच्या आणि मुस्लिमांच्या हितसंबंधांच्यादृष्टीने महत्त्वाची नसून त्या कल्पनेला पवित्र कुरआनचा आधार आहे.

तत्कालीन मुसलमानांचे उलेमा, मौ. अहमद अलीसारखे पाश्चात्त्य शिक्षण घेतलेले धर्मवादी राजकीय नेते, अलगतावादाचे समर्थक नबाब, जमीनदार आणि इतर वरिष्ठवर्गीय नेते यांच्या भूमिका जशा परस्परविरोधी होत्या; तशाच सतत बदलणाऱ्याही होत्या. पारंपरिक पठडीतून तयार झालेले उलेमा मध्ययुगाच्या चौकटीतून बाहेर आलेलेच नव्हते. ते सर्वार्थाने आठव्या आणि नवव्या शतकातच होते. त्यांनी कुरआनचा लावलेला अर्थही संकुचित आणि शब्दार्थाच्या पलीकडे जाणारा नव्हता. पाश्चात्त्य साम्राज्यवादी आक्रमणाला 'पॅन-इस्लामी साम्राज्यवादाने' शह देता येईल, या कालबाह्य विचाराला ते चिकटून बसले होते. त्यांना राष्ट्र, राष्ट्रीय चळवळ, देशाचे स्वातंत्र्य या संकल्पनांचे आकलनच होत नव्हते. वर म्हटल्याप्रमाणे खिलाफतचा आणि मक्का-मदिनेच्या स्वायत्त अस्तित्वाचा मुद्दा घेऊन सर्व मुस्लिमांना संघटित करता येईल, असे त्यांना वाटले होते. राजाश्रय गमाविल्याने त्यांची मक्तेदारी संपुष्टात आलेली होती. खिलाफतच्या निमित्ताने त्यांचा आपला प्रभाव वाढविण्यासाठी प्रयत्न होता. बहुसंख्य उलेमांना बिगर-मुसलमान लोकसमूहांबद्दल फारशी आस्थाही नव्हती. त्यात भर म्हणून आर्यसमाजाच्या शुद्धीकरणाच्या चळवळीमुळे त्यांच्यातील धर्मांधता जास्त टोकाची झालेली होती. खिलाफतीच्या प्रश्नावरून मुस्लिमांना संघटित करून ब्रिटिशांना आणि हिंदू धर्मवाद्यांना एकाच वेळी शह देता येईल, हेही त्यांचे गणित होते. असहकाराच्या आंदोलनाचा जोर संपल्याबरोबर ते गांधी आणि काँग्रेसच्या विरोधी झाले. त्यांनी टोकाच्या भूमिका घेऊन गांधी आणि काँग्रेसवर हल्ले करायला सुरुवात केली, कारण त्यांचे सर्व अंदाज चुकले होते.

मौ. अहमद अलीसारख्या नेत्यांच्या विचारांमध्येदेखील एकमेकांना छेद देणाऱ्या गोष्टी होत्या. जेव्हा खिलाफतीच्या आंदोलनाच्या वेळी हिंदू-राष्ट्रवादी नेत्यांनी पॅन-इस्लाम आणि राष्ट्रीय स्वातंत्र्याची चळवळ यांबद्दल शंका व्यक्त केल्या, त्या वेळी मौलाना महंमद अलींनी पॅन-इस्लाम आणि राष्ट्रवाद हे परस्परपूरक आहेत, याची आग्रहपूर्वक मांडणी केली होती. बिगर-मुस्लीम राष्ट्रवाद्यांना आपला मुद्दा पटवून देण्याचा प्रयत्न केलेला होता. महंमद अलींचे म्हणणे होते की, तुर्कस्तानवरच्या आक्रमणामुळे मुस्लिमांचा पाश्चात्त्य देशांबद्दल भ्रमनिरास झालेला आहे. त्यामुळे भारताच्या स्वातंत्र्य आंदोलनाला अनुकूल मानसिकता त्यांच्यामध्ये तयार झालेली

आहे. गोलमेज परिषदेच्या वेळी त्यांनी आपण सर्वार्थाने भारतीयच आहोत, मुसलमान असणे याचा अर्थ भारतीय नसणे असा होत नाही, अशी घोषणा केलेली होती. परंतु अल्लाहाने 'निवडलेली खास जमात' म्हणून हिंदुस्थानातील मुसलमानांचा विशेष दर्जा आहे, असेही ते सांगत होते. त्यामुळे मौ. महमद अलीसहित सर्व उलेमांनी मुसलमानांच्या धार्मिक आणि जमातीय अस्मितेचा मुद्दा अधोरेखित केलेला होता आणि हा धार्मिक अस्मितेचा प्रश्न पॅन-इस्लामशी जोडलेला होता. आणि या अस्मितेच्या (आयडेंटिटी) प्रश्नावरून हिंदू-मुस्लीम लोकसमुदायात फूट पडली. विशेष धार्मिक आयडेंटिटीच्या आग्रहामुळे त्यांना राष्ट्रीय स्वातंत्र्याच्या संयुक्त आंदोलनात एकदिलाने भाग घेणे कठीण झाले. खिलाफतची आणि असहकाराची चळवळ विघटित होत गेली. परिणामी धार्मिक संघर्ष उफाळून आले. म्हणूनच मौ. महंमद अली टोकाची भूमिका घेऊन गांधीजींवर, काँग्रेसवर तुटून पडलेले दिसून येतात.

त्या काळातील नामवंत उलेमा-शिबली नोमानी, मौ. सज्जाद, मौ. किफायतुल्ला, मौ. अशरफ अली थानवी, अहमद रजा खान, फिरंगीमहालचे उलेमा इत्यादी सर्वजण धार्मिक अस्मिता आणि पॅन-इस्लामचा प्रचार करीत होते. काँग्रेस आणि बिगर-मुस्लीम राष्ट्रीय नेत्यांना विरोध करू लागलेले होते. विशेष म्हणजे, धार्मिक अस्मिता आणि इस्लामी बंधुत्वाचा आधार घेऊन ते राष्ट्रवादाला विरोध करून आंतरराष्ट्रीय इस्लामचा विचार मांडत होते. एका अर्थाने त्यांचा 'पॅन-इस्लामी आंतरराष्ट्रीय समाज' हा 'इमॅजिन्ड कम्युनिटीच' होता. कल्पिताला सत्य मानल्यामुळे, इजिप्तपासून ते तुर्कस्तानपर्यंतच्या मुस्लीम देशांत सुरू झालेल्या राष्ट्रवादी चळवळीचे त्यांचे भान सुटले होते. म्हणूनच हिंदुस्थानातील राजकीय नेते काँग्रेसच्या माध्यमातून ब्रिटिश सत्तेविरूद्ध ज्या चळवळी करीत होते, त्यांमधील राष्ट्रवादाच्या प्रेरणा त्यांना कळत नव्हत्या. ते हिंदुस्थानातील सत्तासंबंधांचा विचार मध्ययुगीन राजकीय रचनांच्या दृष्टीनेच करीत होते. राजसत्ताक राजवटींचा अस्त होऊन प्रत्येक देशातील जनतेच्या राजकीय आकांक्षांचा उदय झालेला आहे, संबंधित देशातील जनतेची संख्या आणि जन्म व वास्तव्य हे राष्ट्रीय अभिव्यक्तीचे निर्धारण करणारे घटक बनलेले आहेत, हे त्यांच्या लक्षातही येत नव्हते. मध्ययुगीन धार्मिक मानसिकता आणि पोथीनिष्ठ धर्मशास्त्राच्या पलीकडे जाऊ न शकलेल्या उलेमांची ही मर्यादा होती. त्यांचे जग हे कुरआन, शरियत, पैगंबरकालीन सत्तासंघर्ष यांच्यापुरतेच मर्यादित होते. म्हणून २०व्या शतकातील जनसामान्यांचे राजकारण, विज्ञानयुगातील विचार, पाश्चात्त्य राष्ट्रांचा वसाहतवाद, त्याविरुद्ध सुरू झालेल्या राष्ट्रीय स्वातंत्र्याच्या चळवळी यांचे वेगळेपण त्यांना कळतच नव्हते. मध्ययुगापासून मुस्लीम देशांतील राजकारण हे अतिशय मोठ्या

प्रमाणात उलेमांच्या हातातच राहिले होते. त्याच राजकारणातील समीकरणे उलेमांनी वापरण्याचा प्रयत्न केला. त्यामुळे फूट पडणे आणि धार्मिक संघर्ष निर्माण होणे या बाबी अपरिहार्य राहिल्या.

धर्म आणि धार्मिक अस्मितेचा आधार घेऊनच हिंदुस्थानातील नवशिक्षित वरिष्ठवर्गीय मुस्लीम राजकारणी अलगतेचे राजकारण करू लागलेले होते. ब्रिटिशांशी हातमिळवणी करून राजकीय सत्ता आणि सवलतीसाठी डावपेच लढवित होते. हे डावपेच लढवित असताना 'संख्यात्मक बळ' आणि 'धार्मिक अस्मिता' हे दोन्ही घटक महत्त्वाचे बनले होते. प्रतिनिधित्वाच्या संधी आणि सरकारी नोकऱ्या त्यांवरच अवलंबून होत्या. केवळ हिंदुस्थानातील संख्येचा विचार केल्यास मुसलमान हे 'कायम स्वरूपाचे अल्पसंख्य' ठरत होते. त्यांचे प्रमाणही कमी असल्याने वरिष्ठवर्गीय मुस्लीम अभिजनांना मिळणारे प्रतिनिधित्व आणि संधी यांवर ते संतुष्ट नव्हते. म्हणून मौ. महंमद अलींनी म्हटले होते की, जिनिव्हा कराराप्रमाणे जरी हिंदुस्थानातले ७ कोटी मुसलमान अल्पसंख्याक ठरत असले, तरी पाश्चात्त्य राष्ट्रांनी आक्रमण करून बळकाविलेल्या मुस्लीम देशांचा विचार केल्यास, या सर्व देशांतील मुस्लिमांची संख्या लक्षात घेतल्यास ते अल्पसंख्य नाहीत हे स्पष्ट होते. म्हणूनच त्यांचा विचार समान पातळीवरूनच करायला पाहिजे. या प्रतिपादनाचा मुसलमानांतील नवशिक्षित वर्गाला फायदा होत नव्हता. त्यांना धर्मगुरूंचे प्राबल्य नको होते. पॅन-इस्लामवाद चालणार नाही हेही त्यांना दिसत होते. खिलाफत बरखास्त झाल्यानंतर, त्यांना मुस्लीम देशांतील स्वातंत्र्य चळवळीतले प्रयत्न दिसत होते. भारतातील राष्ट्रीय चळवळींची अपरिहार्यताही जाणवत होती. लोकशाही राज्य पद्धतीत प्रतिनिधित्वाच्या मार्गानेच सत्तेचा वाटा मिळणार हेही दिसत होते. त्या दृष्टीने मुसलमान समाजाचे अल्पसंख्यत्व ही त्यांच्यासाठी अतिशय गैरसोयीची बाब होती. एके काळची राज्यकर्ती जमात म्हणून मुसलमानांना प्रतिनिधित्वामध्ये वाढ करून प्रतिनिधित्व (वेटेज) द्यावे, असे त्यांचे म्हणणे होते.

धार्मिक अस्मितेच्या आधारे स्वतःच्या जमीतीची 'खास ओळख' अधोरेखित करून प्रतिनिधित्व वाढविण्याचा प्रयत्न शिक्षित मुसलमानी राजकारण्यांनी केलेला दिसून येतो. ब्रिटिश वसाहतवादी इतिहासकारांनी 'धर्माची' सांगड 'राष्ट्रवादा'शी घातलेली होती. मुसलमान म्हणून आम्ही 'स्वायत्त राष्ट्र' आहोत. म्हणून आम्हाला हिंदूंच्या बरोबरीनेच वाटा मिळाला पाहिजे, ही त्यांची मागणी राहिलेली होती. स्वतःच्या राजकीय फायद्यासाठी मुसलमानांच्या वेगळेपणावर भर देऊन अलगतावादाचे राजकारण ही त्यांची गरज होती. डॉ. महंमद इकबाल यांसारख्या मूलतत्त्ववादी विचारवंतांच्या

लक्षात आले होते की, वाढीव प्रतिनिधित्वाचा मुद्दा फार रेटता येणार नाही. म्हणून पॅन–इस्लामवाद मांडून ते 'राष्ट्र' आणि 'राष्ट्रवाद' यांनाच विरोध करीत होते. मुस्लीम–बहुल प्रांताच्या स्वायत्त अस्तित्वाची मागणी करीत होते.

हे एवढे प्रदीर्घ विवेचन यासाठी केले की, त्यावरून मौलाना हुसेन अहमद मदनी यांच्या प्रतिपादनाचे महत्त्व स्पष्ट व्हावे. हुसेन अहमद मदनी हे धार्मिक व्यक्ती आणि पंडित होते. धार्मिक विद्वान आणि सूफी म्हणून त्यांचा दर्जा मोठा होता. तेही एका धर्मपीठाचे जसे प्रतिनिधित्व करीत होते, तसेच 'धर्मगुरूंच्या संघटने'तील (जमियतुल उलेमा) मान्यवर नेते होते. त्यांनी पठडीबद्ध उलेमांपेक्षा आणि धर्मवादाचे राजकारण करणाऱ्या मुस्लीम राजकारण्यांपेक्षा वेगळी भूमिका मांडली. धार्मिक अस्मितेच्या आधारे पॅन–इस्लामचा विचार मांडून सर्व मुस्लीम देशांतील जनतेला एक करता येणार नाही. त्यामुळे साम्राज्यवादी शक्तींना शह देता येणार नाही, हे त्यांच्या लक्षात आले होते. तुर्कांनी खिलाफत खालसा केल्यानंतर तुर्कस्तानच्या 'राष्ट्रीय' आकांक्षाही (नॅशनल अस्पिरेशन्स) त्यांच्या लक्षात आल्या होत्या. त्यांचा मक्का–मदिनेतील उलेमा, तुर्की, अफगाणी, ऑस्ट्रीयन क्रांतिकारकांशी संबंध आलेला होता. 'माल्टा' बेटावर त्यांचे बरेच वैचारिक आदान–प्रदान झालेले होते. हिंदुस्थानातील पठडीबद्ध उलेमांना हे कळत नव्हते. हुसेन अहमद मदनी यांनी जे वाद–विवाद केले, भाषणे दिली, लिखाण केले; त्यावरून हे स्पष्ट होते. पठडीबद्ध उलेमा आणि धार्मिक अस्मितेच्या आधारे अलगतावादाचे राजकारण करणारे मुस्लीम राजकारणी यांच्यापेक्षा वेगळी भूमिका त्यांनी तयार केली.

महात्मा गांधी आणि काँग्रेसच्या रूपाने राष्ट्रीय स्वातंत्र्याचे आंदोलन विस्तारत होते. राष्ट्रवादाची भावना सर्वस्पर्शी होऊ लागलेली होती. राष्ट्रवाद आणि इस्लाम यांची सांगड घालणे आवश्यक होते. 'धार्मिक अस्मिता आणि संख्या' यांच्या आधारे जे राजकारण केले जात होते, त्यामुळे सर्वसामान्य हिंदू आणि मुसलमान यांच्यात संघर्ष सुरू झाले होते. १८व्या शतकापासून विकसित झालेला सलोखा विसकटून चालला होता. मदनी हे सूफी परंपरेतील असल्यामुळे त्यांना हे जास्तच जाणवले असावे. म. गांधी संमिश्र आणि प्रादेशिक राष्ट्रवादाचा पुरस्कार याच विचाराने करीत होते. परंतु पठडीबद्ध उलेमांनी रूढ केलेल्या धार्मिक संकल्पना, भ्रम आणि सिद्धांत हा मोठा अडसर होता. खिलाफतची चळवळ फसल्यानंतर आणि दंगलीमुळे उलेमाप्रणित धर्मांधतेचे राजकारण उघडे पडले होते. नवशिक्षित मुस्लीम राजकारणी पुढे आलेले होते. अलगतेचे राजकारण हा त्यांचा मुद्दा होता. त्यांना शह देणे आणि महंमद इकबाल यांचा राष्ट्रवादविरोध खोडून काढणे आवश्यक होते. त्यांनी कुरआनच्या

शाब्दिक अर्थाच्या पलीकडे जाऊन कुरआनातील संकल्पनांचा कालसापेक्ष विस्तार केला. राष्ट्रवादाचे समर्थन केले. हिंदू आणि मुसलमानांच्या संयुक्त आणि संमिश्र राष्ट्रवादाचा जोरदार पुरस्कार केला.

१९३७च्या डिसेंबर महिन्यात दिल्लीच्या सभेत मौ. मदनी यांनी आघाडी उघडली. त्यांनी जाहीरपणे म्हटले की, सध्याच्या काळात, राष्ट्रांचा (कौम) आधार 'मातृभूमी' (वतन) झाली आहे. म्हणून त्या दृष्टीने मुस्लीम, हिंदू, शीख, पारशी यांना त्यांच्या धर्माने न ओळखता हिंदुस्थानी म्हणून ओळखावे.

डिसेंबर १९३७ मध्ये दिल्ली येथे झालेल्या सभेत मौ. मदनी यांनी आपली भूमिका स्पष्टपणे मांडली. ते म्हणाले की, 'सध्याच्या युगात राष्ट्रे (कौमे) ही मातृभूमीवर (वतन) आधारित असतात आणि ती धर्मावर आधारित नसतात.' ही त्यांची भूमिका क्रांतिकारक होती. तो १९३७चा धर्मवादाच्या लाटेचा काळ होता. अशा काळात मौ. मदनी सांगत होते की, धर्म हा राष्ट्राचा आधार नसून देश किंवा मातृभूमी हा आधार असतो. याचे कारण असे की, भारताबाहेरील लोक भारतातील मुस्लीम, हिंदू, शीख किंवा पारसी यांना त्यांच्या धर्माने न ओळखता त्यांना 'हिंदुस्थानी' म्हणून ओळखत असत. म. गांधीनांदेखील द. आफ्रिकेत तोच अनुभव आलेला होता. म्हणून मौ. मदनी यांचे प्रतिपादन होते की, आपण कोणत्याही धर्माचे असलो, तरी आपण भारतीयच आहोत. त्यांचे म्हणणे होते की, बाहेरचे लोक सर्व हिंदुस्थानी लोकांकडे ते 'ब्रिटिशांचे गुलाम' म्हणून उपेक्षेने बघत, म्हणून त्यांनी प्रादेशिक राष्ट्रवादाचा विचार मांडला. त्यांचे प्रतिपादन होते की, भारतात संमिश्र राष्ट्रवादच महत्त्वाचा आहे. आणि काँग्रेस संमिश्र राष्ट्रवादाला अपेक्षित असलेल्या सर्व जाती-जमातींच्या वैधानिक हक्कांचे संरक्षण करणारी संघटना आहे. आणि संमिश्र राष्ट्रवादाची संकल्पना इस्लामविरोधी नाही. किंबहुना भारतातील विविधतेमुळे बहुधर्मीय, बहुभाषिक राष्ट्रवादच नैसर्गिक रचना आहे. त्यामुळे काँग्रेसला पाठिंबा देणे मुसलमानांचे धार्मिक कर्तव्य आहे.[३]

परंपरावादी वृत्तपत्रांनी ('अल-अमन' आणि 'एहसान') मौ. मदनी यांच्या प्रतिपादनाचा खोडसाळपणे विपर्यास केला. त्यांनी लिहिले की, मौ. मदनी यांनी म्हटले आहे की, 'राष्ट्र' नव्हे तर 'मिल्लत' (धार्मिक जमात) ही मातृभूमीच्या तत्त्वावर आधारित आहे. मदनी यांनी मिल्लतचा उल्लेखच केलेला नव्हता. मदनी यांना बदनाम करण्यासाठी आणि राष्ट्रवादाला विरोध करण्यासाठी वृत्तपत्रांनी हा खोटारडेपणा केला होता. परिणामी मौ. मदनींवर चौफेर हल्ले सुरू झाले. डॉ. महंमद इकबाल यांनी तर त्यांच्यावर अगदी खालच्या दर्जाची टीका केली. इकबाल यांनी

म्हटले की, 'मौ. मदनी हे 'अरब' नसल्यामुळे त्यांना कुरआनचा अर्थच कळला नाही.' वास्तविक मौ. मदनी हे जागतिक कीर्तीचे धार्मिक पंडित होते. (डॉ. इकबाल तर स्वतः उलेमाही नव्हते आणि अरबीही नव्हते) त्यांनी पुढे जाऊन असेही म्हटले होते की, 'मदनी यांना 'प्रेषितांचे' संदेशही कळले नाहीत. मौ. मदनी यांचा प्रयत्न महंमद साहेबांचे 'प्रेषितत्वच' नाकारण्याचा आहे!' डॉ. इकबाल कोणाही अडाणी माणसाने बिनबुडाची टीका करावी, तसे करीत होते. मौ. मदनी यांनी जाहीर खुलासा केला की, त्यांनी 'मिल्लत'चा उल्लेखही केलेला नव्हता. तर त्यांनी 'राष्ट्र' (कौम) असे म्हटले होते. मदनी यांनी पुढे म्हटले की, धर्म (मजहब) आणि 'मिल्लत' हे भूप्रदेशाच्या किंवा मातृभूमीच्या तत्त्वावर आधारित नसतात. डॉ. इकबाल यांनी मदनी यांची जाहीर नालस्ती करण्यासाठी अशी मल्लिनाथी केली की, 'कौम' आणि 'मिल्लत' मध्ये किरकोळ भाषाशास्त्रीय फरक आहे, ते दोन्ही एकच आहेत!

डॉ. इकबाल यांना मदनी यांचा खुलासा आणि प्रतिपादन सहन होणेच शक्य नव्हते. एकतर ते सूफी आणि उलेमांच्या विरुद्ध होते. दुसरे म्हणजे, मदनी यांच्या प्रतिपादनामुळे इकबाल यांच्या पॅन-इस्लामवादाला धक्का पोहचत होता. डॉ. इकबाल हे पूर्णपणे राष्ट्रवादाच्या विरुद्ध होते. त्यांनी आरोप केला की, 'मिल्लत' च्या संकल्पनेचे मदनी अवमूल्यन करीत आहेत. 'अहमदिया' (कादियानी) पंथांच्या लोकांप्रमाणे 'गैरइस्लामी' गोष्ट सांगत आहेत.

मौ. मदनी यांनी 'मुत्तेहिदा कौमियत और इस्लाम' (संयुक्त राष्ट्रवाद आणि इस्लाम) ही पुस्तिका लिहून डॉ. इकबाल यांना उत्तर दिले. अरबी भाषाशास्त्राच्या आधारे कुरआनमधील 'मिल्लत' आणि 'कौम' या शब्दांचा अर्थ स्पष्ट केला. त्यासाठी कुरआन आणि हदीस यांमधील शब्दांच्या अर्थाची चिकित्सा केली. प्रेषित महंमद (स) साहेबांच्या काळातील अरबी व्याकरण, शब्दशास्त्र यांचा आधार घेतला आणि हे स्पष्ट केले की, प्रेषित महंमदांनी वापरलेल्या 'कौम' या संकल्पनेत मुसलमान आणि बिगर-मुसलमान जमातींची समान उद्दिष्टांसाठी एकत्रित येण्याची प्रक्रिया अभिप्रेत आहे. सर्व जाती-जमातींचा समावेश करणारे 'कौम'चे प्रतिमान हे हिंदुस्थानाला लागू पडते, असा मुद्दा त्यांनी मांडला.

मौ. मदनी यांनी दुसऱ्या प्रकरणातून डॉ. इकबाल यांच्या टीकेचे खंडन करताना म्हटले की, इस्लामचा परमेश्वराच्या एकत्वाचा आणि मानवी ऐक्याचा संदेश हा शेवटचा संदेश असून तो सर्व मानवजातीसाठी आहे. राष्ट्रीयत्वाचा (कौमियतचा) विचार करताना हे तत्त्व (मानवी ऐक्याची संकल्पना) विसरता कामा नये. जे इस्लामचे अनुयायी आहेत, ते धार्मिक जमातीच्या (मिल्लतच्या) ऐक्याच्या विचाराचा स्वीकार

करतात हे बरोबर आहे. संमिश्र कौमियतमध्ये मानवी ऐक्याची कल्पना असल्याने 'मिल्लत' आणि 'कौमियत' यांत संघर्ष निर्माण होत नाही आणि हिंदुस्थानात जी संमिश्र संस्कृती विकसित झालेली आहे, त्यामध्ये मुसलमानांच्या श्रद्धेचे संरक्षण केले जाईल, यात काही शंका नाही. इस्लामचा संदेश कोणाला मान्य असो की नसो, तो सर्वांना उपलब्ध राहील. येथे मौ. मदनी यांनी अत्यंत महत्त्वाचा मुद्दा पठडीबद्ध उलेमा, इकबाल आणि जिनांसारखे अलगतावादी यांच्यासमोर ठेवला आहे. ते 'मिल्लत' म्हणजे 'इस्लाम धर्मीय लोकसमूहा'शिवाय इतरांचा विचार करायला तयारच नव्हते. इकबाल आणि जिना धर्माच्या कसोटीवरून हिंदू आणि मुसलमान हे अलग राष्ट्र आहेत, असे म्हणत होते आणि मानवी ऐक्याच्या कल्पनेत धर्माच्या आधारे फूट पाडत होते. मौ. मदनी 'मिल्लत'चा व्यापक अर्थ लावत होते.

डॉ. इकबाल यांचा प्रतिवाद करताना मौ. मदनी सांगतात की, कुरआनला मानवी ऐक्य अभिप्रेत आहे. मुसलमानांनी मिल्लतची (धार्मिक जमातीच्या ऐक्याची) श्रद्धा बाळगावी, परंतु संमिश्र कौमियतचा, म्हणजे संमिश्र राष्ट्रीयत्वाचा विसर पडू देऊ नये. पैगंबरकालीन मदिनेत सर्व जाती-जमातींचे लोक 'कौम' म्हणून राहत होते. पैगंबरसाहेबांचे हे 'कौम'चे प्रतिमान नाकारून केवळ मुस्लिमांचे 'राष्ट्र' (मिल्लत) किंवा पॅन-इस्लामवाद म्हणणे चुकीचे आहे. त्यामुळे विविध जाती-जमातींच्या आणि धर्मांच्या लोकसमुदायातील मानवी ऐक्याच्या भावनेला तडा जातो. मुसलमान ही वेगळी 'धार्मिक जमात' असली, तरी 'कौम' म्हणून एकच आहे. कारण 'कौमियत' धर्मानुसार ठरत नाही, तर मातृभूमीवर ठरत असते! भारतात हिंदू आणि मुसलमान समान राजकीय उद्दिष्टांसाठी एकत्रितपणे काम करीत आहेत, तेव्हा कौमियतचा पुरस्कार केल्याने इस्लामला तडा जात नाही.

मौ. मदनी यांच्या मते, भारताच्या स्वातंत्र्याचा विचार करताना एक गोष्ट लक्षात घ्यावी लागते. ती म्हणजे, भारतीय लोकसमुदायाची विविधता होय. त्यांनी म्हटले होते की, भारतातील जनताही त्यांची भाषा, संस्कृती, शिक्षण, नैतिक आणि वैधानिक पद्धती यानी बांधलेली आहे. ही विविधता लक्षात घेऊनच 'कौमियत'चा विचार करावा लागतो. म्हणूनच लोकसमुदायांच्या भाषेला महत्त्व प्राप्त होते. संमिश्र राष्ट्रवादात लोकांचे भाषिक, सांस्कृतिक, शैक्षणिक, नैतिक आणि वैधानिक हक्कांचे रक्षण करायचे असते. मदनी यांचे प्रतिपादन होते की, काँग्रेस अशा प्रकारचे संरक्षण देत आहे. अशा प्रकारे संमिश्र राष्ट्रवादाची संकल्पना इस्लामविरोधी नाही. किंबहुना हिंदुस्थानातील विविधतेमुळे हिंदुस्थानातील बहुधर्मीय, बहुभाषिक राष्ट्रवाद हीच नैसर्गिक

रचना आहे. त्यामुळे काँग्रेसला पाठिंबा देणे हे मुसलमानांचे धार्मिक कर्तव्य आहे.

मौ. हुसेन अहमद मदनी हे जागतिक प्रवाहांची जाण असलेले व्यवहारवादी चिंतक होते. तत्कालीन राजकारणात राष्ट्रवाद, लोकशाही आणि लोकमत यांना महत्त्वाचे स्थान प्राप्त झाले आहे, हे त्यांनी ओळखले होते. लोकशाही संरचनेमध्ये धार्मिक पंडित किंवा विचारवंतांना आपल्या जमातींना धार्मिक मार्गदर्शन करण्याचे व आचारण करण्याचे स्वातंत्र्य असते, हे त्यांनी लक्षात घेतले होते. त्यांच्या दृष्टीने लोकशाही राष्ट्रवाद हा इस्लाम आणि मुसलमानांच्या श्रद्धास्वातंत्र्याच्या आड येणारा नव्हता. मौ. मदनी ज्या बहुलतेने युक्त समाजात लहानाचे मोठे झाले, ज्या भूमीत त्यांचे पूर्वज दफन झाले; त्या मातृभूमीशी संबंध तोडण्याच्या विरुद्ध होते. तसेच बॅ. जिनांसारख्या निधर्मी व अलगतावादी नेत्यांना किंवा मौदुदींसारख्या पोथीनिष्ठ आणि कल्पिताला सत्य समजणाऱ्या विचारवंतांना त्यांचा विरोध होता. कारण मौ. मौदुदीसारखी माणसे भारताच्या बहुलवादी संस्कृतीचा विचारच करीत नव्हती.

मौ. मदनी यांचा आदर्शवाद व समन्वयाचा विचार, मुस्लीम लीग आणि धर्मांध उलेमा यांच्या चिथावणीच्या राजकारणामुळे निष्प्रभ ठरला. काँग्रेसला पाठिंबा देऊनही त्यांना किंवा जमियत उलेमा हिंद यांना फाळणी टाळता आली नाही. भारताच्या बहुवादी अस्तित्वाचा आणि धर्मस्वातंत्र्यावर आधारित संमिश्र राष्ट्रवादाचा मुद्दा प्रभावहीन ठरला. मुस्लीम लीग आणि ब्रिटिशांच्या कुटिल साम्राज्यवादी राजकारणाच्या शेवटच्या टप्प्यात मौ. मदनी यांनी पाश्चात्त्य साम्राज्यवाद्यांची कुटिल नीती उघडी पाडण्याचे कसोशीने प्रयत्न केले. त्यासाठी त्यांनी पुस्तक लिहिले.

या पुस्तकात त्यांनी लिहिले की, आशिया, आफ्रिका आणि युरोपातील मुस्लीम देशांची घडी विस्कटून टाकल्यानंतर मुसलमानांना सांगितले जाऊ लागले की, इस्लाम केवळ मुस्लीम अनुयायांच्या ऐक्याचा सिद्धांत मांडणारा धर्म आहे, इस्लाम बिगर-मुस्लिमांशी ऐक्य करू शकत नाही किंवा त्यांच्याबरोबर संयुक्त राष्ट्रवादाचा स्वीकार करायला मान्यता देत नाही. राष्ट्रीयत्व, समान वंश, व्यवसाय यांच्या आधारे ज्या वेळी मुस्लीम आणि बिगर-मुस्लीम जनसमूहाचे ऐक्य प्रतिपादन केले जाते; त्या वेळी त्यांना 'इस्लामचा शत्रू' म्हणून हिणविले जाते. राष्ट्रवादाची आणि धर्मनिरपेक्षतावादाची निंदा-नालस्ती केली जाते. त्याचप्रमाणे जेव्हा भारतातील व्यापार आणि हस्तव्यवसाय भरभराटीत होता, तेव्हा इंग्लड व युरोपियन देश 'संरक्षित व्यापारा'चा सिद्धांत मांडत होते. आणि भारताची अर्थव्यवस्था उद्ध्वस्त केल्यानंतर, जेव्हा त्यांनी ब्रिटिश मालाचा भारतावर भडिमार करण्यास सुरुवात केली, तेव्हा ते 'खुल्या व्यापार तत्त्वा'चे समर्थन

करू लागले. परिणामी हिंदुस्थानचा हस्तव्यवसाय मोडीत निघाला. त्या व्यवसायतले मुसलमानही कंगाल झाले. हे वास्तव लक्षात घेऊन ब्रिटिश नीतीवर लोकांनी विश्वास ठेवू नये, असे त्यांचे आवाहन होते.

मौ. मदनी यांचे म्हणणे होते की, ब्रिटिशांना आशियाई जनतेचा संमिश्र राष्ट्रवाद नको आहे. त्यामुळे पाश्चात्त्यांच्या 'राष्ट्रीय हिता'ला धक्का पोहोचतो. त्यांनी हे दाखवून देण्याचा प्रयत्न केला की, तुर्की साम्राज्याची सत्ता जोपर्यंत अबाधित होती, तोपर्यंत पाश्चात्त्य देश आपल्या देशाच्या राष्ट्रीय स्वातंत्र्याबद्दल बोलत होते. मुस्लिमांचे आणि तुर्कांच्या सत्तेचे विघटन झाल्याबरोबर मुस्लीम देशांना शिकवू लागले की, इस्लामच्या दृष्टीने राष्ट्रवाद हा धर्मविरोधी आहे; इतकेच नव्हे तर त्यांना मुस्लीम देशांची राष्ट्रीय चळवळ ख्रिस्तीविरोधी आणि पाश्चात्त्यविरोधी वाटायला लागली. त्यांच्याविरुद्ध लढा देणारे मुसलमान धर्मांध वाटू लागले. युरोपने जसा तुर्की साम्राज्यवादाचा पराभव करण्यासाठी राष्ट्रवादाचा वापर केला, तसेच मुस्लिमांनीदेखील राष्ट्रवादाचा उपयोग करून ब्रिटिशांना हाकलून द्यायला पाहिजे होते, परंतु असे घडले नाही. कारण मुस्लिमांना शिकविण्यात आले की, राष्ट्रवादच वाईट आहे, इस्लामच्या विरोधी आहे. तसेच 'धार्मिक अस्मितेचा व संख्ये'चा विचार त्यांच्या मनात भरवून हिंदुस्थानच्या स्वातंत्र्य आंदोलनात त्यांनी फूट पाडली आहे.

इस्लामिक बंधुत्वाचा सिद्धांत महत्त्वाचा आहे, हे खरे आहे. म्हणून सारे भारतीय हे मुसलमान होईपर्यंत स्वातंत्र्य प्राप्तीसाठी एकत्रित प्रयत्न करू नयेत, असे म्हणणे कितपत योग्य आहे? मुख्य प्रश्न आहे की, मातृभूमीच्या स्वातंत्र्यासाठी बिगर-मुसलमान लोकांबरोबर संयुक्त आघाडी; समान मातृभूमीच्या तत्त्वावर (वतनियात) किंवा वंशतत्त्वावर (नस्ल), भाषेच्या तत्त्वावर (जुबान) करून; ब्रिटिश सत्तेचा पराभव करण्यासाठी, इस्लाम परवानगी देतो की नाही...? याबाबतीत कुरआनच्या तरतुदी संदिग्ध आहेत. त्या काळात असे प्रश्न उपस्थित न झाल्यामुळे त्यात स्पष्ट मार्गदर्शन मिळणार नाही. मुसलमानांनी हे लक्षात घेतले पाहिजे की, व्यापार-उदीम, आयात-निर्यात, सामूहिक उपजीविका, गावे, शहरे, नगरपालिका, कौन्सिले यांमध्ये समान ध्येयपूर्तीसाठी आपण सर्वांशी सहकार्य करतो, सर्वांबरोबर सामुदायिक प्रयत्न करतो. तर मग ब्रिटिशांना हाकलून देण्यासाठी बिगर-मुसलमानांबरोबर एकत्रित काम करणे, हे इस्लामविरोधी कसे होते? भारतात राहणाऱ्या सर्व धार्मिक जमातींचे समान प्रश्न, समान हितसंबंध आहेत; हे विसरून कसे चालेल? आणि मुसलमानांनी हेही लक्षात घ्यावे की, प्रेषित महंमद (स) साहेबांनी मदिनेत मुस्लीम आणि बिगर-मुस्लिमांचे

सामाईक राज्य स्थापन केले होते. इस्लाम हा लवचिक धर्म आहे. त्यात कालसापेक्ष सुधारणा होत आलेल्या आहेत. इस्लाम हा ज्यू आणि ख्रिस्ती धर्माप्रमाणे ताठर धर्म नाही. आणि हिंदू धर्माप्रमाणे माणसामाणसांत भेदभाव करणारा धर्म नाही. हिंदूंप्रमाणे दुसऱ्या धर्मातील लोकांना म्लेंच्छ आणि अस्पृश्य समजत नाही. दुसऱ्या धर्मीयांनी शिवलेले अन्न टाकून देत नाही. म्हणून इस्लामधर्मीयांनी त्यांचे अनुकरण करू नये. मी मांडत असलेला संमिश्र आणि संयुक्त राष्ट्रवाद हा पैगंबरप्रणीत मदिनेच्या राज्याचेच प्रतिमान आहे, हे लक्षात घ्यावे.

मौ. मदनी यांचे विचार आणि प्रतिपादन शक्यतो सविस्तरपणे देण्याचा येथे प्रयत्न केला आहे. परंपरागत धार्मिक शिक्षणाच्या पठडीतून तयार झालेले मौ. मदनी इतरांप्रमाणे धर्मांध आणि पोथीनिष्ठ राहिले नाहीत. त्यांनी जमातवादाचा पुरस्कार केला नाही. डॉ. इकबालप्रमाणे टोकाचे अलगतावादी विचार स्वीकारले नाहीत. महंमद इकबाल आंग्लविद्याविभूषित होते. पाश्चात्त्य तत्त्वज्ञानाचा त्यांनी अभ्यास केलेला होता. तरी त्यांना वसाहतवादाविरुद्ध देशादेशांत सुरू झालेल्या राष्ट्रवादाच्या चळवळीचे महत्त्व समजू शकले नाही. मुस्लीम देशांतील जनतेच्या 'राष्ट्रीय भावना' लक्षात न घेता त्यांनी पॅन-इस्लामवादाचा पुरस्कार केलेला होता. मौ. मदनी तर सर्वार्थाने धार्मिक गृहस्थ होते. धर्मगुरू होते. इस्लामी धर्मशास्त्र आणि परंपरांचा सखोल अभ्यास त्यांनी केलेला होता. त्या अर्थाने धार्मिक होते, परंतु धर्मांध नव्हते. मानवतावादी होते. परंपरेच्या मुशीतून तयार झालेले असूनदेखील, वसाहतवादी देशांतील 'राष्ट्रीय स्वातंत्र्याच्या चळवळींचे' समर्थक होते. एकाच वेळी 'इस्लामी' आणि 'राष्ट्रवादी' होते. ब्रिटिशांनी मुसलमानांचे कंगालीकरण कसे केले आहे याचे त्यांना आकलन होते. त्यांना सर्वसामान्य जनतेचे दारिद्र्य दिसत होते. डॉ. इकबाल जागतिक इस्लामी सत्तेच्या स्वप्नात होते, त्यांना गोरगरिब मुसलमानांशी काही देणे-घेणे नव्हते. डॉ. इकबाल हे जमातवादी (कम्युनल) होते.

मौ. मदनी यांनी जो समन्वयवाद मांडला, त्या भूमिकेकडे मौ. आझाद हे स्वातंत्र्य चळवळीच्या शेवटच्या टप्प्यात आले होते. मौ. आझाद कडवे धर्मनिष्ठ होते. शेवटच्या टप्प्यात राजकीय समन्वयवादी झाले. मौ. मदनी सुरुवातीपासून धर्माच्या बाबतीतदेखील व्यवहारवादी व समन्वयवादी होते. राजकारणाचा सर्व प्रकाशझोत मौ. आझादांवरच पडल्यामुळे मौ. मदनी हे उपेक्षित राहिले. मौ. आझाद हे काँग्रेसचे नेते होते. काँग्रेस संघटनेची बंधने, काँग्रेसी राजकारणाचे डावपेच आझादांवर परिणाम करीत राहिले. तरी काँग्रेसचे नेते म्हणून त्यांना मिळालेली प्रसिद्धी फार मोठी होती.

मौ. आझादांनी काँग्रेसच्या व्यासपीठावरून संमिश्र राष्ट्रवाद सांगितला. चळवळीच्या शेवटच्या टप्प्यात त्यांच्या धार्मिक नेतृत्वाचे स्वरूप जवळ जवळ संपुष्टात आले होते. त्यांचे अस्तित्व राजकीय क्षेत्रापुरतेच राहिले होते.

मौ. मदनी यांनी संमिश्र राष्ट्रवादाचे समर्थन इस्लामचे प्रेषित महंमद पैगंबर (स) साहेबांच्या तत्त्वज्ञानाच्या आधारे केले होते. त्यांनी १९३७ मध्ये लिहिलेल्या पुस्तकाच्या ११८ व्या पानावर ते दिलेले आहे. त्यांनी म्हटले आहे की, संमिश्र राष्ट्रवादाचा पाया प्रेषित महंमद साहेबांनी मदिनेत घातला. ज्याप्रमाणे मदिनेतील सर्व जमातींना त्यांनी एकत्रित आणले, त्याप्रमाणे भारतातील सर्व भारतीय लोक संघटित झाले पाहिजेत. (जरी त्यांच्यात धार्मिक आणि सांस्कृतिक विविधता असली तरी) त्या सर्वांचे एका भक्कम राष्ट्रात रूपांतर झाले पाहिजे. आणि त्या सर्वांनी मिळून ज्या परकीय सत्तेने त्यांचे नैसर्गिक हक्क हिरावून घेतले आहेत, त्या परकीय सत्तेविरुद्ध लढा दिला पाहिजे. प्रत्येक भारतीय माणसाचे कर्तव्य आहे की, त्याने या जुलमी राजवटीच्या विरोधी लढा द्यावा आणि गुलामगिरीच्या साखळ्या तोडून टाकाव्यात. त्याचबरोबर हे लक्षात ठेवावे की, दुसऱ्याच्या धर्मात आपण हस्तक्षेप करता कामा नये. भारतातील सर्व जमातींनी लक्षात ठेवावे की, सर्वांना आपापला धर्मपालन करण्याचा हक्क आहे. आणि आपल्या धर्मातील नैतिक मूल्ये आणि परंपरा यांप्रमाणे जीवन जगण्याचे स्वातंत्र्य आहे. अल्पसंख्याकांनी दुसऱ्या अल्पसंख्याकांच्या व्यक्तिगत जीवनात हस्तक्षेप करू नये. त्याचप्रमाणे बहुसंख्याकांनी अल्पसंख्याकांचे एकजिनसीकरण करण्याचा प्रयत्न करू नये. मौ. मदनी यांचे हे प्रतिपादन अतिशय महत्त्वाचे होते. त्यांच्या संमिश्र राष्ट्रवादाच्या सिद्धांताचा तो मुख्य पाया होता.

मौ. मदनी काँग्रेसी नव्हते, ते उलेमांच्या संघटनेचे (जमियत-उल-उलेमा) नेते होते. त्यांच्याबरोबर त्यांच्या विचारांचे आणि प्रभावातले सर्व उलेमा होते. त्यांच्या बरोबरीने ते उलेमा, शेवटपर्यंत अखंड भारताचा पुरस्कार करीत होते. मदनी आणि त्यांच्या संघटनेचे उलेमा मुस्लीम लीग विरुद्ध प्रचार करीत होते. ब्रिटिशांची कूटनीती, पक्षपातीपणा, डावपेच, काँग्रेसी नेत्यांच्या चुका, मुस्लीम लीग आणि हिंदू महासभेने सुरू केलेले हिंसक दंगलीचे राजकारण यांच्यामुळे मौ. मदनी आणि त्यांची संघटना हतबल झाली. मुस्लीम लीगच्या झंझावती जमातवादासमोर ते निष्प्रभ झाले. जहाल जमातवादींसमोर मवाळ, विवेकनिष्ठ समन्वयवादी नेहमीच हतबल होतो. विवेकाचा आवाज क्षीण होतो. मौ. मदनी आणि त्यांच्या संघटनेचे तेच झाले.

भारताची फाळणी झाल्यानंतरदेखील त्यांनी आपली भूमिका बदलली नाही.

आजपर्यंत त्यांचे अनुयायी काँग्रेसच्या सर्वधर्म समभावाचा पाठपुरावा करीत राहिले आहेत. भारताच्या इतिहासात मौ. हुसेन अहमद यांचे स्थान अत्यंत वैशिष्ट्यपूर्ण आहे.

टीप : हा लेख 'मुत्ताहिदा कौमियत और इस्लाम' याचे इंग्रजी भाषांतर आणि संपादकीय यांच्या आधाराने तयार केला आहे.

संदर्भ

१) फडके य. दी, स्वातंत्र्य आंदोलनातील मुसलमान, समता आंदोलन, १९८६

२) योगिंदर सिंकंद, तबलीग जमात, ओरियंट ब्लॅकस्वान-२००२

३) हुसेन महंमद अनवर, कंपोझिड नॅशनलिझम अण्ज इस्लाम, मनोहर पब्लिकेशन, दिल्ली-२००१

४

विवेकी राष्ट्रवादी नेते–डॉ. एम. ए. अन्सारी

१९३५पर्यंत काँग्रेस आणि देशाच्या राजकारणात व स्वातंत्र्यलढ्याच्या केंद्रस्थानी डॉ. एम. ए. अन्सारी होते. १९३५च्या निवडणुकात ते काँग्रेसचे मुख्य निवडणूक प्रचारक होते. धोरणविषयक निवेदने घोषित करणे, पक्षांतर्गत गटबाजी आणि भांडणे सोडविणे, निधी गोळा करणे, उमेदवारांसाठी आचारसंहिता तयार करणे या जबाबदाऱ्या डॉ. अन्सारी एकहाती पार पाडित असत. १९२०-२१ पासून १९३५ पर्यंत स्वातंत्र्यलढ्याच्या राजकारणात गांधी–नेहरूंइतकीच महत्त्वाची भूमिका ज्या डॉ. अन्सारींनी बजावलेली होती; त्यांचे कार्य, योगदान, विवेकी राष्ट्रवाद विस्मृतीच्या पडद्याआड गेली आहे. सारा प्रकाशझोत मौ. आझाद आणि देशाची फाळणी घडविणारे बॅ. जिना यांच्यावरच पडला आहे. त्यांचे चरित्रकार मुशिरूल हसन यांनी म्हटले आहे की, एका बाजूला बहुधार्मिक–बहुसांस्कृतिक राष्ट्रवाद, हिंदू–मुस्लीम ऐक्य आणि सुसंवादावर आधारित स्वातंत्र्य; दुसऱ्या बाजूला धर्मवादाचे राजकारण करणारे हिंदू–मुस्लीम नेते, जमातवादी राजकारणाच्या दबावापुढे झुकलेले काँग्रेसी नेते यांमुळे अन्सारींचे समन्वयवादी राजकारण कोसळून पडले. १९३५च्या राजकारणाच्या केंद्रस्थानी असणारा हा नेता विवेकावर आधारित राष्ट्रवाद आणि समन्वयवाद यांना चिटकून राहिल्याने १९३० नंतरच्या राजकारणाच्या रणधुमाळीत सर्वांना नकोसा झाला.

डॉ. अन्सारींची मृत्यूनंतरही उपेक्षा झाली. १९३६ मध्ये डॉ. अन्सारी यांच्या मृत्यूनंतर, त्यांनी भारतीय राष्ट्रीय चळवळीत केलेले योगदान म्हणून अखिल भारतीय पातळीवर ग्रामीण वैद्यकीय सेवा योजना सुरू करावी आणि त्याला 'अन्सारी मेडिकल कॉर्प्स' हे नाव द्यावे असा प्रस्ताव असफ अलींनी १४ मे १९३६ रोजी म. गांधीसमोर ठेवला होता. त्या प्रस्तावाची दखल कधीही घेतली गेली नाही. फक्त दिल्लीतील एका रस्त्याला 'अन्सारी रोड' हे नाव देण्यात आलेले आहे. त्यांचे निवासस्थान आणि दवाखाना जे राष्ट्रीय चळवळीचे दिल्लीतील एक महत्त्वाचे केंद्र बनले होते, ते

मोडक्या-तोडक्या अवस्थेत आहे.[१] १९३४-३५ च्या सुमारास महमद मुजीब यांनी त्यांच्या चरित्रलेखनाचे काम हाती घेऊन त्यांची पत्रे, पक्षाची पत्रके, वर्तमानपत्रांतील कात्रणे, त्यांचे लिखाण वगैरे साहित्य गोळा केले होते. परंतु डॉ. अन्सारी त्यांच्याशी चर्चा करायला किंवा मुलाखत घ्यायला वेळच देऊ शकले नाहीत. परिणामी त्यांचे चरित्र लिहिता आले नाही. त्यांचे चरित्र-साहित्य 'जामिया मिलिया लायब्ररी'च्या 'बेसमेंट'मध्ये ठेवले गेले! त्यापैकी १९१२ ते १९२५ पर्यंतचा त्यांचा पत्रव्यवहार नष्ट झाला आहे. अन्सारी यांच्या पत्नीने 'जामिया मिलिया लायब्ररी'ला दिलेली पुस्तकेदेखील नष्ट झाली आहेत. हे मुशिरुल हसन यांनीच लिहिले आहे. भारताच्या इतिहासकारांनी जरी त्यांची दखल घेतली नसली, तरी पाश्चात्त्य अभ्यासकांनी उदा. ज्युडिथ ब्राऊन, फेरल, रॉबिन्सन, गेले मिनाल्ट, डेव्हीड पेज आदिंनी त्यांच्या योगदानावर संशोधन केलेले आहे.

डॉ. अन्सारी यांच्यासारख्या अखिल भारतीय पातळीवरील नेत्याची झालेली उपेक्षा खूप बोलकी आहे. या देशात धर्मवादी किंवा प्रदेशवाद, जाती-जमातीचे राजकारण करणाऱ्या नेत्यांचीच दखल घेतली जाते. सेक्युलर नेत्यांना उपेक्षेला तोंड द्यावे लागते. वास्तविक डॉ. अन्सारी हे बद्रुद्दीन तय्यबजी, सायानी, हसरत मोहानी, मझरुल हक्, सैफुद्दीन किचलू या नेत्यांपेक्षा जास्त लोकप्रिय आणि अखिल भारतीय प्रभावाचे नेते होते. त्यांच्या मृत्यूपर्यंत मौ. आझाद हे काँग्रेसच्या राजकारणात प्रभाव पाडू शकले नव्हते. तरी त्यांची इतिहास योग्य दखल घेऊ शकलेला नाही. राजमोहन गांधींचे 'अंडरस्टँडींग दि मुस्लीम माईंड' हे अतिशय प्रसिद्ध पुस्तक आहे. त्यामध्ये सर सय्यद, डॉ. इकबाल, मौ. महमद अली, बॅ. जिना, मौलाना आझाद, लियाकत खान, झाकिर हुसेन, फजलूल हक यांचा अभ्यास आहे. त्यावरून भारतातल्या मुस्लिमांच्या 'माईंड' बद्दलची ते चर्चा करतात, परंतु सेक्युलर मानवतावाद आणि समन्वयवाद यांचा पुरस्कार करणाऱ्या अन्सारींचा समावेश मुस्लिमांचे 'मानस' समजावून घेण्यासाठी करीत नाहीत. त्यांनी निवडलेले सर्व नेते वरिष्ठ वर्गीय अशरफ नेते आहेत. अन्सारी 'कॉमनर' होते!

अन्सारींच्या उपेक्षेची मुशिरुल हसन यांनी केलेली चिकित्सा लक्षात घेण्यासारखी आहे. ते म्हणतात की, त्यांनी लोकशाही, धर्मनिरपेक्ष जीवनपद्धती आणि संघराज्यात्मक शासन व्यवस्थेचे स्वप्न पाहिले हे अन्सारींचे वैशिष्ट्य होते. ते तत्त्वज्ञ किंवा सृजनशील विचारवंत नव्हते, परंतु त्यांनी सुसंस्कृत आणि सहिष्णू भारताचे स्वप्न पाहिले होते आणि त्यासाठी जात-धर्माचे, प्रदेशवादाचे राजकारण न करता, बहुसांस्कृतिक लोकशाहीचे राजकारण करण्याचे प्रयत्न केले होते. जात, भाषा, प्रदेश, धर्म यांची

अस्मिता त्यांच्या राजकारणाचा आधार नव्हता. ते उत्तर प्रदेशचे होते, परंतु बहुसांस्कृतिक दिल्ली हा त्यांचा सामाजिक-राजकीय आधार होता. मौलाना महमद अली किंवा पं. मालवीय यांच्याप्रमाणे धार्मिक अस्मिता हा त्यांचा आधार नव्हता. परिणामी प्रसिद्धीचे वलय त्यांना प्राप्त झाले नाही. दुसरे कारण म्हणजे काँग्रेसमधील मुस्लीम नेत्यांना मुस्लीम लीगच्या जमातवादी राजकारणाला शह देता आला नाही. परिणामी काँग्रेसमधील सर्व नेते उपेक्षित होते. त्यांची उपेक्षा एवढी झाली की, 'इंडियन मुस्लीम्स' हा महाग्रंथ लिहिणाऱ्या प्रा. मोहम्मद मुजीब यांनी त्यांचा साधा उल्लेखदेखील केलेला नाही. 'डेस्टीनी ऑफ दि इंडियन मुस्लीम' लिहिणाऱ्या अबिद हुसेन यांच्याही पुस्तकात त्यांच्याबद्दल एकही ओळ नाही.

याचे एक कारण म्हणजे ते उत्तर भारतातील वरिष्ठवर्गीय अशरफ घराण्यातील नव्हते. त्यांचे कुटुंब हे कनिष्ठ मध्यमवर्गीय होते. ते मूळचे अलाहाबाद जवळील गाझीपूर गावातले होते. १८१८ मध्ये गाझीपूर हा जिल्हा झाला. १८५७च्या बंडात गाझीपूर गावातले मुसलमान ब्रिटिशविरोधी लढाईत मोठ्या प्रमाणावर उतरले होते. गाझीपूर परिसरात 'जुलाहा' जमातीची बहुसंख्या होती. अशरफ मुसलमानांच्या दृष्टीने या परिसरातले मुसलमान कनिष्ठ वर्गाचे मानले गेले होते. गाझीपूरमध्ये अन्सारी कुटुंब प्रतिष्ठित होते. तिथल्या 'जुलाहा' जमातीपासून श्रेष्ठ आणि वेगळे दाखविण्यासाठी त्यांनी 'अन्सार' म्हणजे प्रेषित महंमद (स) साहेबांना मदत करणारे हे नाव धारण केले होते. मुख्तार महंमद (एम.ए.) अन्सारी यांचा जन्म या कुटुंबात २५ डिसेंबर १८८० साली युसूफपूर गावात झाला. त्यांचे थोरले बंधू अब्दुर रज्जाक हेही युनानी हकीम होते. एम. ए. अन्सारींच्या शिक्षणाकडे त्यांच्या वडिलांनी विशेष लक्ष पुरविले होते. ते हकीमाकडे न वळता अलीगढ कॉलेजात दाखल झाले. तेथे त्यांनी गणित, विज्ञान यांचा अभ्यास केला. निझाम कॉलेजातून त्यांनी पदवी संपादन केली. वयाच्या २१व्या वर्षी उच्च शिक्षणासाठी ते लंडनला गेले. तेथे त्यांनी 'मेडिसिन' आणि शल्यचिकित्सेतील सर्वोच्च पदव्या घेतल्या. कॉलेजात शिकत असतानाच अत्यंत हुशार डॉक्टर म्हणून त्यांचा नावलौकिक झाला. लंडनमधील वास्तव्यातच त्यांचा परिचय पं. नेहरूंशी झाला होता.

हिंदुस्थानातील अनेक हिंदू आणि मुस्लीम युवक इंग्लंडमध्ये उच्च शिक्षणासाठी गेल्यानंतर राजकीय जागृतीचे काम करणाऱ्या सभा-संमेलनांत भाग घेत असत. अशा संस्थांचे सदस्यत्वदेखील स्वीकारीत. परंतु डॉ. अन्सारी अशा कोणत्याही संस्थेचे सदस्य झाल्याचे किंवा लंडनमधल्या राजकीय गटांशी त्यांची जवळीक असल्याचे पुरावे नाहीत. हिंदुस्थानातील शिक्षण पूर्ण करून १९१२ मध्ये परत आल्यानंतर दिल्ली

येथील 'मोरी गेट' परिसरात एका मोठ्या निवासस्थानात त्यांनी वास्तव्य केले आणि आपल्या वैद्यकीय व्यवसायाला सुरुवात केली. त्यांच्या निवासस्थानाचे नाव 'बहिश्त' म्हणजे 'स्वर्ग' होते. तेथे प्रख्यात इंग्रजी कादंबरीकार ई. एम. फॉस्टर राहून गेल्याचा उल्लेख आहे. पुढे त्यांनी दरिया गंज परिसरातील एक मोठी इमारत त्या काळी ५० हजार रुपयांना विकत घेऊन तेथे आपला दवाखाना सुरू केला. त्यांचे निवासस्थान आणि दवाखाना एकाच ठिकाणी होता. ही त्यांची वास्तू 'दार-अल्सलाम' (शांतीसदन) अलाहाबादमधील मोतीलाल नेहरूंच्या 'आनंद भवना'प्रमाणेच दिल्लीमधील महत्त्वाचे राजकीय-सांस्कृतिक केंद्र म्हणून ओळखली जाऊ लागली. असे असले, तरी मोतीलाल नेहरूप्रमाणेच डॉ. अन्सारीदेखील प्रारंभी आपल्या व्यवसायातच रमलेले होते. त्यांचा पिंड राजकारणाचा नव्हता. निष्णात डॉक्टर म्हणून सर्वत्र त्यांचे नाव झालेले होते. आपल्या व्यवसायातला काही वेळ ते गरजूंना मोफत उपचार करण्याकरिता देत असत. त्या काळात दिल्ली शहरात मोटारकार असणारे ते आणि डॉ. सेन हे दोघेच भारतीय डॉक्टर होते.

डॉ. अन्सारींच्या राजकारणाचा विचार करीत असताना त्यांची काही वैशिष्ट्ये लक्षात येतात. एक तर त्या काळातील इतर मुस्लीम नेते आणि बुद्धिवंतांप्रमाणे त्यांच्याकडे कौटुंबिक श्रीमंती किंवा प्रतिष्ठित घराण्याचा वारसा नव्हता. ते सर्वार्थाने जनसामान्यातले होते. त्यामुळे इतर नेत्यांप्रमाणे इंग्लंडमधूनच राजकीय महत्त्वाकांक्षा घेऊन ते आलेले नव्हते. इंग्लडहून आल्यानंतर त्यांनी आपल्या व्यवसायाला वाहून घेतलेले होते. त्या काळातील उच्चशिक्षित मुस्लीम व्यक्ती, युरोपियन वसाहतवादी राष्ट्रांच्या इजिप्तपासून ते तुर्कस्तानपर्यंत सुरू झालेल्या आक्रमणामुळे व्यथित झालेले दिसून येतात. त्यांना वाटत होते की, ख्रिस्ती सत्ता इस्लामी संस्कृती नष्ट करायला निघाल्या आहेत. विशेषतः मौ. महमद अलींनी बाल्कन युद्धापासून तुर्कस्तानच्या ऑटोमन साम्राज्यावरील आक्रमणाला सुरुवात झाल्यानंतर 'तुर्कस्तान बचाव'चा प्रचार करायला सुरुवात केलेली होती. त्यांचे मत होते की, तुर्कस्तानच्या सुलतानाकडे 'खलिफाचे पद' (इस्लामी जनतेचा उम्माचा धर्मप्रमुख) असल्याने त्याच्या पराभवाने इस्लामी धार्मिक व्यवस्थाच धोक्यात येते. भारतात मौ. महमद अलींनी खिलाफतच्या समर्थनार्थ मोठी चळवळ उभी केली होती. साऱ्या उत्तर भारतात तुर्कस्तानच्या बाजूने सहानुभूतीची लाट निर्माण झालेली होती.

डॉ. अन्सारींवर देखील त्या चळवळीचा प्रभाव पडला. इटलीने तर तुर्कस्तानशी युद्धच सुरू केले होते. रशियाचीदेखील आक्रमणे होत होती. तुर्की जनतेचे हाल सुरू झाले होते. युरोपातील अनेक भागांतून तुर्की जनतेला वैद्यकीय मदत दिली जात होती.

डॉ. अन्सारींनी महंमद अलींच्या राजकारणात भाग घेण्याऐवजी तुर्कस्तानला मेडिकल मिशन घेऊन जाण्याचे ठरवून त्याची तयारी सुरू केली. वैद्यकीय निधी देण्याचे आवाहन करून त्यांनी मोठी रक्कम जमा केली आणि आपल्या मिशनमध्ये भारतातील सर्व भागांतील प्रतिनिधी घेतले. १५ डिसेंबर १९१२ रोजी ते तुर्कस्तानला गेले. ते तुर्कस्तानला पोहोचेपर्यंत 'यंग टर्क क्रांती' यशस्वी होऊन तुर्की सुलतानाला पदच्युत करण्यात आले होते. तुर्कस्तानात 'यंग टर्क क्रांती'ने प्रचंड उलथापालथ सुरू झालेली होती. डॉ. अन्सारी त्या सर्व घडामोडींचे साक्षीदार होते. ते तुर्की क्रांतीचे समर्थक झाले. त्यांनी वैद्यकीय सेवा बजावित असताना, तुर्की क्रांतिकारकांना नैतिक पाठिंबा आणि भौतिक मदतीचेही प्रयत्न केले. यातच डॉ. अन्सारींचे वेगळेपण दिसून येते. मौ. महंमद अलींप्रमाणे तुर्कस्तानची सुलतानशाही वाचविण्यात त्यांना रस नव्हता. त्यांनी तुर्की क्रांती जवळून पाहिली होती. ते क्रांतीच्या बाजूने म्हणजे जनसामान्यांच्या बाजूने उभे राहिले होते. त्यांची हीच भूमिका भारतात परत आल्यानंतर कायम राहिली. तुर्कस्तानात क्रांतीच्या धकाधकीच्या काळात राहिल्याने तुर्की जनतेचा राष्ट्रवाद आणि राष्ट्रवादाच्या जाणिवेतून त्यांनी उभा केलेला लढा हा डॉ. अन्सारींनी अनुभवला होता. म्हणून भारतात परत आल्यानंतर ते प्रारंभी खिलाफतच्या आंदोलनात होते, परंतु ते खिलाफतच्या लढ्यात ब्रिटिश वसाहतवादविरोधी लढ्याचे साधन म्हणून उतरल्याचे दिसून येते.

डॉ. अन्सारी राजकारणात येण्याला दिल्ली शहरातील राजकीय घडामोडी निर्णायक ठरलेल्या दिसून येतात. याचे कारण असे होते की, जे दिल्ली शहर आपल्या व्यवसायासाठी अन्सारींनी निवडले होते, ते १९१७च्या फेब्रुवारी पर्यंत राजकीयदृष्ट्या फारसे पुढारलेले नव्हते. फेब्रुवारी १९१७ मध्ये 'होमरूल लीगची' शाखा उघडल्यानंतरच दिल्ली शहरात राजकीय घडामोडी सुरू झाल्या. ॲनी बेझंट यांच्या प्रेरणेने होमरूल लीगप्रणीत चळवळी तेथे सुरू झाल्या. अन्सारी, अजमल खान, असफअली यांची व्यवस्थापन समिती १९१८ मध्ये गठीत झाली. तुर्कस्तान मेडिकल मिशनमुळे डॉ. अन्सारी प्रकाशात आलेले होते. साहजिकच ते दिल्लीच्या होमरूल समितीचे नेते झाले. दरम्यान ब्रिटिश सरकारने बेझंट बाईंना अटक केलेली होती. होमरूल लीगच्या कार्यकर्त्यांना निदर्शनासाठी कारण मिळाले होते. अन्सारीनी बेझंटबाईंच्या सुटकेसाठी जोरदार प्रचार सुरू केला. विचार आणि भाषण स्वातंत्र्याचा पुरस्कार सुरू केला. होमरूल चळवळीमुळे जनतेच्या राजकीय जाणिवांत भर पडली आणि जनतेला संघटन करण्याचे साधन मिळाले. अन्सारी स्वातंत्र्यलढ्याच्या आंदोलनात त्यामुळेच आले. म्हणजे होमरूल लीगची चळवळ, बेझंटबाईंची स्वातंत्र्य आणि हक्कासाठी केली

जाणारी भाषणे यांमधून अन्सारींचे राजकीय नेतृत्व आकाराला आले. मुस्लीम समाजात राजकीय जागृती आणि अस्वस्थता निर्माण करणाऱ्या अनेक राजकीय घडामोडी कारणीभूत होत्या. बंगालची फाळणी रद्द केली जाणे, तुर्कस्तान विघटित करण्यासाठी ब्रिटिश करीत असलेली कारस्थाने, बाल्कनचे युद्ध यांमुळे मुस्लिमांच्या मनात ब्रिटिशविरोधी भावना तयार झाली होती. महमद अली पॅन इस्लामचा म्हणजे साऱ्या मुस्लिमांचा एकत्रित लढा उभा करण्याचा घणाघाती प्रचार करीत होते. सर सय्यदप्रणीत ब्रिटिशांच्या अनुयायांचे मुस्लीम लीगचे धोरण कोसळून पडलेले होते. हिंदू-मुसलमानांनी एकत्रित येऊन ब्रिटिशविरोधी लढा उभा करण्याचे प्रयत्न सुरू झाले. मौ. शिबली नोमानी तसा जोरदार प्रचार करीत होते. भारतात खिलाफतचे आंदोलन हे ब्रिटिशविरोधी लढ्यासाठी मुसलमानांना चेतविण्याचे साधन बनले. उलेमा म्हणजे धर्मगुरूंच्या दृष्टीने धर्मसंरक्षणासाठी खलिफाचे पद खालसा न होणे महत्त्वाचे असले, तरी मुस्लीम अभिजन वर्गाच्या दृष्टीने शेवटचे तुर्की साम्राज्य म्हणजे मुसलमानांची राजवट संकटात होती. म्हणून ते आंदोलनात उतरले होते. मात्र अन्सारी आणि असफ अलीसारख्यांच्या दृष्टीने ते ब्रिटिशविरोधी लढ्याचे साधन होते. भारतातील राष्ट्रवादी इतिहासकारांनी हे बारकावे लक्षात न घेता, सर्वांना धर्मवादी आणि पॅन-इस्लामवादी ठरविले आहे. अन्सारी तुर्कस्तानातील जनतेचा राष्ट्रवादी लढा पाहून, त्याचा अनुभव घेऊनच परतले होते. त्यांच्या दृष्टीने मुसलमानांतील सर्व विचारांच्या लोकांना आणि राजकीय संघटनांना ब्रिटिशविरोधी लढ्यात संघटित करण्याचे ते साधन होते.

कानपूर येथील मछली बाजारातील मशिदीचे बांधकाम नगरपालिकेने पाडले गेले. मौ. महमद अलींनी ब्रिटिशविरोधी टोकाचा प्रचार करून वातावरण चिघळविले. राजकारण खूप तापले. अन्सारी त्यांच्या नेतृत्वगुणांमुळे राजकीय धामधुमीच्या केंद्रस्थानी आले. त्यांनी एकाच वेळी रामपूरचे नवाब, भोपाळच्या बेगम साहिबा, मुंबई आणि कराचीतील धनाढ्य व्यापारी यांच्याकडून चळवळीसाठी आर्थिक मदत गोळा करणे, मौ. ओबेदुल्लाह सिंधींसारख्या जहाल क्रांतिकारकाची अली बंधू आणि हकीम अजमल खानसारख्या नेत्यांची भेट घालून देणे, पाश्चात्त्य शिक्षण घेतलेल्या अभिजनांची देवबंद पीठाच्या धर्मगुरूंशी भेट घडविणे, अलीगढ आणि देवबंद शिक्षणपद्धतीचा मेळ घालणे; या कृती सुरू केल्या होत्या. विशेष म्हणजे त्या काळातील मुस्लीम राजकारणात इंग्रजी शिक्षण घेतलेला अभिजनवर्ग आणि मुल्ला-मौलवींचा धार्मिक गट यांची तोंडे परस्परविरोधी होती. अन्सारींनी मुसलमानांची ब्रिटिशविरोधी एकजूट करण्यासाठी या दोन्ही प्रवाहांना एकत्रित आणण्याचे प्रयत्न केले. १९१८च्या डिसेंबर मध्ये मुस्लीम लीगचे कार्यकर्ते आणि उलेमा खिलाफत लढ्यात उतरले. परिणामी उत्तर भारतीय

मुसलमानांचे सर्वमान्य नेते म्हणून अन्सारी ओळखले जाऊ लागले. सर्वत्र त्यांच्या सत्काराचे कार्यक्रम, सभा-संमेलनांतून गौरव यांचा भडिमार सुरू झाला. दिल्लीपासून ते मुंबई पर्यंत त्यांचे नेतृत्व गाजू लागले. ब्रिटिश गुप्तहेर खात्याच्या दृष्टीने अन्सारी हे सर्वांत मोठे धोकादायक नेते असल्याचा अहवाल त्या काळी सादर केला होता. होमरूल लीगची चळवळ आणि मुंबई काँग्रेसचे राजकारण यांमुळे बॅ. जिना देशास परिचित झाले होते. काँग्रेस आणि मुस्लीम लीग या दोन्ही राजकीय संघटनांत त्यांचा सहभाग होता, तरी त्यांना मुस्लिमांचे नेते म्हणून मान्यता मिळत नव्हती. मुंबई कांग्रेसमधील फिरोजशहा मेहतांसारख्या प्रतिष्ठित राजकारण्याबरोबर राहून बॅ. जिना आपले नेतृत्व पुढे सरकाविण्याचे प्रयत्न करीत होते. त्यांना सामाजिक आधार असा नव्हताच. काठेवाडी खोजा असल्याने पंजाब, उत्तरप्रदेशमधील वरिष्ठवर्गीय अशरफ नेते, नवाब, जमीनदारी वर्ग ज्यांचे मुस्लीम लीगमध्ये वर्चस्व होते; त्यांच्या दृष्टीने बॅ. जिनांना महत्त्व नव्हते. मुस्लीम नेतृत्वात मुस्लीम लीगचीच मक्तेदारी होती. मुंबई काँग्रेसमधील जिना हे त्यांच्या दृष्टीने उपरेच होते. परंतु आपली बुद्धी आणि वकिली कौशल्य यांचा वापर करून जिनांनी आपले बस्तान बसविले होते.

डॉ. अन्सारी हे दिल्लीमधून उत्तर भारतातील मुस्लिमांचे नेते म्हणून पुढे आले होते. त्यांचा सामाजिक-राजकीय आधार तयार झाला होता. त्यांचे नेतृत्व पक्षसंघटना किंवा पक्षकार्यातून विकसित झालेले नव्हते, तर तुर्की मेडिकल मिशनचे कार्य, तुर्की जनतेसाठी निधी गोळा करण्याच्या मोहिमा, स्वतः दिल्लीमध्ये आपल्या दवाखान्यातून गरिबांसाठी चालविलेली मोफत वैद्यकीय सेवा, खिलाफत चळवळीसाठी अर्थसहाय्य जमा करणे, नवाब-जमीनदारांशी संबंध, उत्तर प्रदेशातील मुस्लीम धार्मिक संघटना (देवबंदचे उलेमा) व त्यांचे उलेमा यांच्याशी संपर्क आणि संबंध, असफ अली-हकीम अजमल खान वगैरे नेत्यांशी सहकार्य यांमुळे ते खऱ्या अर्थाने 'मास लीडर' म्हणून प्रस्थापित झाले होते. मुस्लीम लीगच्या पक्षकारणातून नव्हे, तर तुर्की आणि हिंदुस्थानी लोकांसाठी वैद्यकीय सेवा म्हणजे सामाजिक आंतरराष्ट्रीय कार्य, ब्रिटिशविरोधी खिलाफत लढा यांमधून त्यांचे नेतृत्व विकसित झाले होते. मौ. आझाद यांची त्या काळातील जहाल मुस्लीम क्रांतीकारक मौ. ओबेदुल्लाह सिंधी यांच्याशी अन्सारींनी भेट घडवून आणली होती. त्या काळातील सर्व सुशिक्षित मुसलमान व्यक्ती तत्कालीन प्रथेप्रमाणे मुस्लीम लीगमध्ये असत. त्या अर्थाने ते मुस्लीम लीगमध्ये होते, परंतु मुस्लीम लीगच्या ब्रिटिशधार्जिणे धोरणाच्या विरुद्ध होते. खिलाफतच्या काळात जेव्हा नंतरच्या पिढीतले मुस्लीम लीग नेते या लढ्यात उतरले, त्या वेळी अन्सारींनी मुस्लीम लीगचे 'ला-दीनी' (अधार्मिक) नेते आणि उलेमा यांचे सहकार्य घडविण्याचे

प्रयत्न केले होते.[२] मुस्लीम लीगच्या नेत्यांना ला-दिनी म्हणजे अधार्मिक समजत. या त्यांच्या कार्यामुळे ते उत्तर प्रदेशातील सर्वमान्य नेते झाले.

डॉ. अन्सारींनीच जमालुद्दीन अफगाणीप्रणीत ब्रिटिशविरोधी पॅन-इस्लामच्या लढ्याचा वारसा चालविणाऱ्या क्रांतिकारक ओबेदुल्लाह सिंधी यांच्याशी भारतात आझादांची भेट घालून दिली होती. महमदुल हसनसारख्या क्रांतिकारकांशी अन्सारींचे संबंध होते. म्हणजे अन्सारींचे नेतृत्व सर्व गटांतून पुढे आले होते. त्यांच्या तुलनेत मौ. आझाद यांचे कार्य आणि नेतृत्वाचे स्वरूप वेगळे होते. एक तर आझादांचे वडील कलकत्यातील एक मोठे पीर (सूफी संत) मानले जात असत. ते त्या परिसरातील धार्मिक-आध्यात्मिक वलय असणारे संत होते. त्यांचा संबंध थेट मक्का-मदिनेशी होता. त्यांच्या वडिलांनी मक्का-मदिनेत पाण्यासाठी नहर (कालवा) तयार केला होता. त्यांचे मक्का येथे फार मोठे प्रस्थ होते. आझादांची आई मक्केतील अरबी महिला होती. त्यांचा जन्मही मक्केतला होता. त्यांची मातृभाषा अरबी होती. कलकत्याला आल्यानंतर त्यांच्या वडिलांच्या मार्गदर्शनाखाली उर्दू, फारसी भाषा ते शिकले. म्हणजे मौ. आझादांचे घराणे आध्यात्मिक वलय असलेल्या संत परंपरेतले होते. बहुजन मुस्लिमांतील नव्हते. ते अगदी छोटे असतानाच भक्त त्यांच्या पाया पडत. हे वरिष्ठवर्गीय अभिजन होते. तसा त्यांचा संबंध सर्वसामान्य जनतेशी आलाच नाही. ते नेहमी समाजाच्या उच्च स्तरावरच राहिले. म्हणूनच 'मास लीडर' बनू शकले नाहीत. फार मोठे गझलकार आणि शायर म्हणून वयाच्या आठव्या, नवव्या वर्षीच त्यांनी लौकिक मिळविला होता. 'अल् हिलाल' आणि नंतर 'अल-बलाग'मधील झंझावाती लेखनामुळे ते प्रसिद्ध झाले. ते धर्मशास्त्राचे आणि कुरआनचे जागतिक कीर्तीचे भाष्यकार म्हणून गाजले. ते खिलाफतच्या लढ्याच्या वेळी राजकारणात एक श्रेष्ठ दर्जाचे धर्मनेते म्हणून सर्वपरिचित झाले. धार्मिक-आध्यात्मिक वलयामुळे त्यांचे स्थान समाजाच्या सर्वोच्च पातळीवर राहिले. म. गांधींच्या आंदोलनात ते राजकीय चळवळीत आले, तरी त्यांचे स्थान वक्ता, भाष्यकार आणि इंग्रजांचा प्रखर टीकाकार आणि पत्रकार म्हणूनच राहिले. त्यामुळे काँग्रेसच्या राजकारणात अन्सारी असेपर्यंत त्यांचा जनसामान्यांवरील प्रभाव कमीच राहिला. निरनिराळ्या पीठांतील उमेला (धर्मशास्त्री) आणि त्यांच्यात वाद आणि मतभेद होते. ते तत्त्वज्ञ राजकारणी होते.

डॉ. अन्सारी मौ. आझादांप्रमाणे उलेमा वर्तुळात कार्यरत नव्हते, तर प्रत्यक्ष समाजात उतरून (फील्ड वर्क) वेगवेगळ्या चळवळींत कार्यरत होते. ब्रिटिश सरकारने सतांविरुद्धदेखील जाचक आणि अन्यायकारक रौलॅट कायदा करण्याचा निर्णय घेतला आणि तो कायदा देशावर लादला, तेव्हा म. गांधींनी सत्याग्रहाची घोषणा केली.

त्यांनी रौलॅट कायद्याविरोधी १९१९ मध्ये सत्याग्रह सुरू केला. त्या सत्याग्रहाने अन्सारींना उत्तर प्रदेशच्या राजकारणातून राष्ट्रीय चळवळीत प्रत्यक्षपणे उतरण्याची संधी प्राप्त करून दिली. १९१८ पासूनच डॉ. अन्सारी म. गांधींच्या प्रभावाखाली आलेले होते. परंतु त्यांच्याबरोबर प्रत्यक्ष काम करण्याची संधी त्यांना रौलॅट विरोधी सत्याग्रहाने दिली. ते पूर्ण ताकदीनिशी सत्याग्रहात उतरले. बंद, निषेध सभा, निदर्शने अन्सारींनी एवढ्या मोठ्या प्रमाणावर आयोजित केली की, दिल्ली सत्याग्रहाचे केंद्रबिंदू झाले. २४ फेब्रुवारी १९१९ला दिल्ली येथे स्थापन झालेल्या सत्याग्रह सभेचे ते पहिले अध्यक्ष होते आणि म. गांधींसमोर सत्याग्रही म्हणून शपथ घेणारे ते दिल्लीमधील पहिले सदस्य होते. त्यांचे निवासस्थान दिल्लीतल्या सत्याग्रहाचे केंद्र बनले. त्यांनी जाहीर केले की, सत्याग्रहाची घोषणा करणारे प्रेषित महमंदसाहेब हे पहिले सत्याग्रही होते आणि म्हणून मुस्लीम बांधवांनी आपल्या प्रेषिताचा आदर्श समोर ठेवून सत्याग्रहात सामील व्हावे. याचा अपेक्षित परिणाम होऊन सत्याग्रहाला जोर चढला. त्यांच्या प्रभावामुळे हकीम अजमल खान, हसरत मोहानी, असफ अली असे महत्त्वाचे मुस्लीम नेते सत्याग्रहात उतरले. दिल्लीतले आंदोलन एवढे तीव्र आणि सर्वव्यापी झाले की, काही सरकारी अधिकाऱ्यांनी त्यांना अटक करावी किंवा हद्दपारीचा हुकूम द्यावा असे सरकारला कळविले. त्यांना अटक केल्यास हिंदू-मुस्लीम ऐक्य आणखी बळकट होईल, म्हणून त्यांना अटक केली गेली नाही.

ब्रिटिशांनी सत्याग्रह मोडण्याचे वेगवेगळे प्रयत्न सुरू केले होते. मार्च, एप्रिल महिन्यात (१९१९) त्यांनी असा प्रचार सुरू केला की, सत्याग्रही हिंसा करीत आहेत. अन्सारींनी सरकारला जाहीर उत्तर दिले की, दिल्ली परिसरातील हरताळ, निदर्शने, किंवा बंदच्या वेळी एकही अनुचित घटना घडलेली नाही. भारतीयांना शांततापूर्वक अहिंसक मार्गाने सत्याग्रह करण्याची सवय आहे. भारतीयांनी यापूर्वी शांततापूर्वक निदर्शने आणि सत्याग्रह केले आहेत. सत्याग्रहाचे अहिंसात्मक आंदोलन हिंसेकडे वळू नये म्हणून अन्सारींनी जरी प्रयत्नांची पराकाष्ठा केली तरी ते शासनाला नको होते. पोलिसांनी ३० मार्चला सत्याग्रहींवर गोळीबार केल्याने जमाव नियंत्रणाबाहेर गेला. पोलिसांना ते पाहिजेच होते. परिणामी दंगली सुरू झाल्या आणि जमावाचा हिंसात्मक प्रतिकार वाढत गेला. अन्सारी जमावाला आवरण्याचे प्रयत्न करीतच राहिले. तेवढ्यात १० एप्रिलला सरकारने गांधींनाच अटक केली. गांधींच्या अटकेची बातमी येताच जमावाला आवरणे कठीण झाले. अन्सारी, अजमल खान यांनी वाटाघाटीच्या मार्गाने सरकार आणि खवळलेला जमाव यांच्यात शांतता राखण्याचे प्रयत्न केले, तरी आंदोलन चिघळतच गेले. अन्सारींचे शांतता प्रस्थापित करण्याचे

प्रयत्न पॅन-इस्लामवादी जहाल उलेमांना (धर्मगुरूंना) आवडलेले नव्हते. खवळलेल्या जमावाला जास्त चिथावून ब्रिटिशांविरोधी लढा सशस्त्र करण्याचे त्यांचे प्रयत्न होते. मौलवी अहमद सईद यासारख्यांचा प्रचार होता की, खिलाफतसाठी हौतात्म्य पत्करल्याखेरीज, युरोपियनांना ठार मारल्याखेरीज ब्रिटिश सरकार हटणार नाही. त्यामुळे अनेक मुस्लीम उलेमा हिंसात्मक लढ्याचा जोरदार प्रचार करीत होते. त्यामुळे शांततापूर्वक आंदोलन चालविण्याच्या अन्सारींच्या प्रयत्नांना त्यांचा विरोध होता. अन्सारींच्या सत्याग्रहाला हिंसेचे गालबोट लागण्यामागे तेही एक कारण होते.

विशेष म्हणजे अन्सारींना हिंसेचा अतिरेकी मार्ग मान्य नव्हता. ते गांधीप्रणीत अहिंसात्मक सत्याग्रहाचे पूर्ण समर्थक होते. म्हणून एका बाजूला जहाल मुल्ला-मौलवी आणि त्यांच्या अविवेकी प्रचाराच्या तोंडी न लागता, आपले सर्व कौशल्य वापरून जमावाला शांत करण्याचे ते प्रयत्न करीत राहिले. कारण हिंसा वाढत गेल्यास त्याच्या सत्याग्रह आंदोलनावर होणाऱ्या विपरित परिणामांची त्यांना कल्पना होती. कारण त्यांनी तुर्कस्तानातील जनता आणि ब्रिटिश इटालियन सैन्य यांच्यातली लढाई पाहिली होती. हिंसात्मक युद्धामुळे तुर्की जनतेची झालेली परिस्थितीही अनुभवली होती. म्हणून म. गांधींचा अहिंसात्मक सत्याग्रहाचा लढाच योग्य आहे, असे त्यांना वाटत होते. अहिंसात्मक मार्गाने सत्याग्रह आंदोलन चालविणे शक्य नाही हे लक्षात आल्यानंतर त्यांनी दिल्ली सत्याग्रह सभेचा राजीनामा दिला आणि आंदोलनाच्या बाहेर पडले. त्यावेळी मौ. अहमद अली हे छिंदवाडाच्या तुरुंगात होते. त्यांना पत्र लिहून अन्सारींनी अशा हिंसात्मक घटनांना त्या पत्रातून आक्षेप घेतला होता. त्यांनी पत्रात लिहिले होते की, 'तुम्हाला कळलेच असेल की, माझे शौकत अलींशी मतभेद आहेत. त्यांना मी 'हिजरत' म्हणजे इस्लामविरोधी प्रदेश सोडून देशांतर करण्याच्या आवाहनाला विरोध दर्शविला होता. परंतु मी पूर्णपणे सरकारविरोधी सत्याग्रहाच्या बाजूने होतो (गांधींचा सत्याग्रहाचा मार्ग मान्य होता.) एप्रिलमध्ये दिल्लीमधील सत्याग्रह आंदोलन मी जवळून पाहिले. लोकांची अस्वस्थता पाहिली. मी अशा निकषाला पोहोचलो की, गांधींच्या मार्गाने सत्याग्रह चालविणेच शक्य आहे. (म्हणजे हिंसात्मक मार्ग योग्य नाही.) सत्याग्रहाच्या अपयशाची अनेक कारणे आहेत. काही कारणे अशी आहेत की, त्यांचे नियंत्रण शक्य नाही. म्हणून सत्याग्रह आंदोलन चालविणे अशक्य झाले आणि तसे अयोग्यही होईल. म्हणून मी सत्याग्रह सभेतून बाहेर पडलो आहे.' त्यांनी त्या पत्रात लिहिलेले पुढचे वाक्य फार महत्त्वाचे आहे. त्यांनी पुढे लिहिले आहे की, 'काही लोकांचा अपवाद सोडल्यास माझे मत झाले आहे की, सत्याग्रहाची तत्त्वे (अहिंसात्मक आंदोलन) पालन करण्यास मुसलमान

अयोग्य आहेत. कदाचित प्रत्यक्ष म. गांधींच्या देखरेखीखालीच सत्याग्रह योग्य प्रकारे होऊ शकेल.' हे पत्र इतर मुस्लीम नेत्यांच्या दृष्टीने धोकादायक होते.

अन्सारींच्या या पत्रातून तीन महत्त्वाच्या गोष्टी स्पष्ट होतात. एक, अन्सारींना ब्रिटिशविरोधी गांधीप्रणीत अहिंसात्मक मार्गच मान्य होता. दोन, हिंसात्मक प्रतिकाराची जहाल आवाहने त्यांना अयोग्य आणि चुकीची वाटत होती. हिंसेने ब्रिटिशांचा प्रतिकार करणे शक्य नाही, हा त्यांचा विचार होता. त्यांचा 'हिजरत' मान्य नसल्याचा मुद्दा तर फार महत्वाचा आहे. इस्लामी धर्मशास्त्राप्रमाणे शत्रूशी लढणे कठीण झाले, तर तो प्रदेश सोडून देशांतर (हिजरत) करणे हा एक मार्ग आहे. त्या काळी, खिलाफत बचावाचा ज्वर वाढला होता. त्या काळात अनेक धर्मवादी उलेमा हिजरतचा प्रचार करीत होते. मुसलमानांनी अफगाणिस्तानात हिजरत करावे, अशी पथके काढत होते. अन्सारींनी या धर्मवादी भूमिकेला विरोध दर्शविला होता. आपली मातृभूमी सोडून जाणे चुकीचे होते. धर्मवादी उलेमांना तापलेल्या वातावरणात विरोध करणे हे धाडसाचे काम होते. असे धाडस त्या काळात अन्य मुस्लीम नेत्यांनी दाखविलेले नाही. दुसरी गोष्ट म्हणजे, महंमद अलींसारखे उलेमा हिंसात्मक लढ्याची भाषा करीत होते, म्हणजे 'जिहाद' चे आवाहन करीत होते. अन्सारींनी हिंसात्मक लढ्यालाही विरोध दर्शविला होता. मुळात अन्सारींच्या आणि खिलाफतच्या लढ्यात सामील झालेल्या धर्मवादी उलेमा यांत एक मूलभूत महत्त्वाचा फरक होता. अहमद सईद किंवा महंमद अलीसारख्यांची चिंता होती की, तुर्कस्तानमधील खिलाफतचे पद जर खालसा केले गेले, तर इस्लामी धर्मव्यवस्था कोण चालविणार? इस्लामी संस्कृतीचा आधारच कोसळून पडेल. ते मध्ययुगीन धार्मिक जागतिक रचनेच्या मानसिकतेत होते. तुर्की जनतेचा राष्ट्रवादी लढा त्यांच्या दृष्टीने गौण होता. खलिफाच नसले, तर हिंदुस्थानातील मुसलमानांचा धर्मप्रमुख कोण, ही त्यांची काळजी होती. पुढे केमाल पाशाने खिलाफत बरखास्त केली. हिंदुस्थानातल्या इस्लामी जनतेचे काहीच बिघडले नाही. टिळक-मालवीय यांनी आधी आणि नंतर म. गांधींनी मुसलमानांच्या धार्मिक असंतोषाचे रूपांतर स्वातंत्र्यलढ्यात करण्यासाठी खिलाफतच्या आंदोलनाला समर्थन दिले आणि म. गांधींनी तर सत्याग्रहाच्या लढ्याचा तो एक महत्त्वाचा प्रश्न केला होता.

अन्सारींची भूमिका म. गांधी यांच्यासारखीच होती. खिलाफतच्या निमित्ताने मुसलमानांना सत्याग्रह लढ्यात उतरविणे! 'यंग टर्क' क्रांतीच्या वेळी डॉ. अन्सारी तुर्कस्तानात होते. त्यांना तुर्की जनतेचा राष्ट्रवादाचा लढा कळलेला होता. म्हणून त्यांना तेथे गेल्यानंतर खिलाफतचे कालबाह्य स्वरूप लक्षात आले असावे. तुर्कस्तानचा सुलतान खलिफा असणे म्हणजे इस्लामी जगाचा आधार असणे, यामधील अंतर्विरोध

(कॉन्ट्रॉडिक्शन) त्यांच्या लक्षात आला असावा, म्हणून त्यांना 'हिजरत करणे', 'जिहाद करणे' अयोग्य वाटत होते. ही डॉ. अन्सारींची भूमिका क्रांतिकारक होती. म्हणून गांधींचा मार्ग मुसलमानांनी सोडून दिल्यानंतर ते दिल्लीच्या सत्याग्रह समितीतून बाहेर पडले.

खिलाफतचे हे आंदोलन पेटलेले असताना, 'हिजरत' आणि 'जिहादची' भाषा सुरू झालेली होती. त्याच वेळी आणखी एक मोठी अफवा उठली. ती म्हणजे, हिंदुस्थानातल्या मुसलमानांच्या बाजूने अफगाणिस्तान ब्रिटिशविरोधी लढाईत उतरणार असून हिंदुस्थानातील ब्रिटिश सत्तेला हटविण्यासाठी आक्रमण करणार आहे. महमदुल हसन, ओबेदुल्लाह सिंधींसारखे काही क्रांतिकारक अफगाणिस्तानच्या अमीराला ब्रिटिशविरोधी लढ्यात मदत करावी म्हणून भेटले होते. अफगाणिस्तानात हंगामी भारत सरकारही त्यांनी स्थापन केले होते. अफगाणिस्तानाच्या अमीराने त्यांना आश्वासनावर ठेवले होते. १९१९ मध्ये तशी अफवा वेगाने पसरली. या प्रश्नाचा विचार करण्यासाठी घेण्यात आलेल्या उलेमांच्या समितीला डॉ. अन्सारींनी पत्र लिहून आपल्या मातृभूमीवर जर 'परकीय' आक्रमण होणार असेल, तर आपण ब्रिटिश शासनाशी सहकार्य करून आक्रमणाचा प्रतिकार केला पाहिजे. तसे करणे आपले कर्तव्य राहील आणि आपण हे लक्षात ठेवले पाहिजे की, देशात शांतता राहिली तरच 'होमरूल' आणि 'जबाबदार शासनपद्धती' आणि आपले घटनात्मक हक्क प्राप्त करून घेणे आपल्याला शक्य होईल, असे कळविले होते. (१३ मे १९१९चे अन्सारींचे पत्र, पोलीस रेकॉर्ड) हे अन्सारींचे पत्र साहजिकच धर्मवादी उलेमांना आवडलेले नव्हते. अन्सारींची ही भूमिका त्यांचा प्रखर राष्ट्रवाद आणि लोकसत्ताक पद्धतीकडे असणारा कल स्पष्ट करणारी होती. त्या वेळेपासून अन्सारी उलेमांच्या राजकारणापासून दूर झाले. आणि पूर्णपणे म. गांधींबरोबर राहिले. गांधी त्यांचे एकमेव नेते झाले. म्हणजे गांधींप्रमाणेच खिलाफतच्या निमित्ताने मुस्लीम जनसमुदायाला ब्रिटिशविरोधी लढ्यात उतरविता येईल आणि हिंदू-मुस्लीम ऐक्य साधता येईल ही अन्सारींची भूमिका होती. खिलाफतच्या धार्मिक सिद्धांतातला गुंता कदाचित त्यांना उमगला असावा, असे जाणवते. 'हिजरत'च्या आणि 'जिहाद'च्या संकल्पनांना त्यांनी विरोधही केलेला होता. दिल्ली परिसरातील सत्याग्रहाची चळवळ हिंसात्मक झाली, म्हणून दिल्ली समितीतून ते बाहेरही पडले होते. अन्सारींना राजकीयदृष्ट्या प्रादेशिक आधार नव्हता, तरी त्यांचा प्रभाव उत्तर भारतात सर्वत्र होता. त्यांना जरी तुर्कस्तानचे भवितव्य आणि मक्का-मदिना या इस्लामच्या दृष्टीने पवित्र असलेल्या शहरांबद्दल काळजी वाटत होती, तरी त्यांची मुख्य काळजी होती की, खिलाफत चळवळ जर अपयशी

झाली, तर त्याचा परिणाम काँग्रेस चळवळीवर आणि स्वराज्याच्या अंतिम ध्येयावर होईल.

राष्ट्रीय आणि आंतरराष्ट्रीय समस्या आपल्या नजरेसमोर ठेवून अन्सारींनी तत्सम भूमिका घेतल्या. सर्व प्रथम त्यांनी युरोपियन राष्ट्रांच्या साम्राज्यवादी स्वार्थामुळे मध्यपूर्वेतील मुस्लीम राजवटींचे जे विघटन चालविले जात आहे, त्यामुळे सर्व मुस्लीम जग संकटात सापडले आहे ही भूमिका घेतली. त्यावरील उपाय म्हणून उत्तर अफ्रिकेतील, अरबस्तानातील आणि मध्य आशियातील मुस्लीम जनतेला स्वतःचे सरकार स्थापन करण्याची संधी द्यावी, ही भूमिका घेतली. ते या विषयावर भाषणे देत होते. त्यांच्या भाषणातील दुसरा मुद्दा हा ब्रिटिश सरकार आणि हिंदुस्थानातील मुसलमानांसंबंधी सरकारची अविश्वासाची, संशयाची आणि विरोधाची भावना याबाबतचा होता. ब्रिटिश सरकार हेतुपुरस्सर मुसलमान विरोधी निर्णय घेत आहे. महमदुल हसन, मौ. आझाद, अली बंधू यांना सरकारने केलेली अटक अन्यायपूर्ण आहे. अल्‌हिलाल, जमीनदार यांसारख्या वर्तमानपत्रांवर घातलेली बंदी विचारस्वातंत्र्याला मारक आहे. सरकारच्या अन्यायपूर्ण वर्तनामुळे मुसलमान घटनात्मक मार्गापासून दूर चाललेले आहेत, म्हणून सरकारने अन्यायकारक धोरण मागे घ्यावे, हे त्यांचे म्हणणे होते. तिसरा मुद्दा हा हिंदू-मुस्लीम ऐक्याचा होता. चौथा मुद्दा होता की, प्रे. विल्सनप्रणीत १४ मुद्यांच्या अंमलबजावणीपासून सरकारने भारताला वगळून अन्याय केला आहे. कारण पहिल्या महायुद्धात भारतीय जनतेने दोस्त राष्ट्रांच्या विजयासाठी फार मोठे बलिदान आणि त्याग केलेला होता. म्हणून प्रे. विल्सनप्रणीत तत्त्वानुसार भारतातील जनतेला सरकारने स्वयंनिर्णयाचा अधिकार दिला पाहिजे. अन्सारींच्या या भाषणाचा प्रभाव मुस्लीम लीगच्या अधिवेशनात आणि संपूर्ण उत्तर भारतात पडला. त्यांच्या भाषणाचा परिणाम म्हणून काँग्रेस आणि मुस्लीम लीगमध्ये सहकार्याची प्रक्रिया वाढली. अन्सारींचे 'ऑल इंडिया खिलाफत समिती'मधील महत्त्व वाढले. किंबहुना जानेवारी १९२० मध्ये खिलाफत शिष्टमंडळांचे नेते म्हणून ते वाटाघाटीसाठी लंडनला गेले. अन्सारी आणि त्यांच्या इतर सहकाऱ्यांनी खिलाफत प्रश्न सोडविण्याची योजना सरकारला सादर केली आणि म. गांधींच्या नेतृत्वाखाली स्वराज्याची मागणी केली. अन्सारींनी दिलेली ही भाषणे, मांडलेले विचार त्यांची राजकीय परिपक्वता आणि संतुलित सेक्युलर विचारप्रणाली स्पष्ट करणारी आहेत. त्यामुळेच खिलाफत शिष्टमंडळाचे नेतृत्व त्यांच्याकडे आलेले होते.

खिलाफतच्या निमित्ताने ब्रिटिशविरोधी लढ्यात उतरलेल्या गटात एकवाक्यता नव्हती. त्यांच्यात व्यक्तिगत भांडणे आणि धार्मिक वैचारिक मतभेद होते. देवबंद

आणि फिरंगीमहाल पीठाच्या उलेमांत दिसणारी एकवाक्यता वरवरची होती. या दोन्ही पीठांचे अनुयायी परस्परविरोधी प्रचार करीत होते. उलेमा आणि उच्चशिक्षित मुस्लीम प्रतिनिधी एकत्रित आलेले दिसत होते. तरी खिलाफत लढ्याची रणनीती काय असावी, याबद्दल या दोन्ही गटांत तीव्र मतभेद होते. बहुतेक उलेमांच्या खिलाफत लढ्यातील म. गांधींच्या वर्चस्व आणि नेतृत्वाला विरोध होता. अलीबंधू यांना अन्सारींचे व गांधीजींचे नेतृत्व स्वीकारणे मान्य नव्हते. याउलट अनेक उच्चशिक्षित मुस्लीम व्यक्तींना मुस्लीम धर्मगुरूंची राजकारणातली लुडबुड आवडत नव्हती. तणाव वाढतच गेले. आणि खिलाफतवाल्यांचे गांधीजींशी असणारे संबंध बिघडत गेले. गांधीजींना पूर्णपणे मानणारे अन्सारी या संघर्षात अडकले. मागे उल्लेख आलाच आहे की, दिल्लीतल्या खिलाफत निदर्शकांनी शांततामय निदर्शनाऐवजी पोलिसांशी प्रतिकार करीत असताना हिंसा सुरू केली, त्यामुळे अन्सारींनी राजीनामा दिला होता. अन्सारी, आझाद आणि अजमल खान यांच्या प्रयत्नांमुळे जिहादची भाषा करणारे उलेमा शांत झाले, तरी काँग्रेस-खिलाफतवाले यांमधील एकोपा फार काळ टिकला नाही. त्यात कवी आणि राजकारणी हसरत मोहानी यांनी काँग्रेस व मुस्लीम लीग अधिवेशनात 'संपूर्ण स्वातंत्र्याचा' ठराव मांडून गोंधळात भर घातली. अनेक उलेमांचा ठरावाला पाठिंबा होता. गांधीजींचा विरोध होता. गांधीजींचे म्हणणे होते की, 'हिंदू-मुस्लीम ऐक्य' पूर्णपणे साध्य झाल्याशिवाय संपूर्ण स्वातंत्र्याची मागणी करणे विसंगत होईल. मुस्लीम लीगचाही विरोध होता. परिणामी हसरत मोहानींचा ठराव या दोन्ही पक्षांकडून नाकारला गेला. उलेमा (धर्मगुरू) आणि राजकारणी यांच्यात तीव्र तणाव निर्माण झाले. या सर्व गदारोळात डॉ. अन्सारींची भूमिका महत्त्वाची राहिली. अन्सारी या दोन्ही गटांतले मतभेद कमी करण्याचे, समन्वय साधण्याचे, भांडणे मिटविण्याचे प्रयत्न करीत राहिले. उलेमांना त्यांच्याविषयी आदर होता. अन्सारींचे तुर्कस्तानातील मदतकार्य त्यांना माहीत होते. मुस्लीम राजवटीवर साम्राज्यवाद्यांनी केलेल्या आक्रमणावर अन्सारींनी सुचविलेला तोडगा त्यांना परिचित होता. शिवाय अन्सारी कुशल संघटक आणि चतुर समन्वयक होते. म्हणून काही काळ हा संघर्ष ते थांबवू शकले.

परंतु हे सहकार्य फार काळ टिकले नाही. गांधीजींची काँग्रेस आणि खिलाफतवाले वेगळे झाले. गांधीच्या विरुद्ध त्यांचा प्रचार सुरू झाला. अन्सारी गांधींच्या बरोबर राहिले. त्यांनी खिलाफतवाल्यांचा नाद सोडला. त्यात मागे सांगितल्याप्रमाणे अफगाणिस्तानच्या आक्रमणाच्या अफवेची भर पडली. परिणामी अन्सारी आणि खिलाफतचे उलेमा यांत उभी फूट पडली. अफगाणिस्तान भारतावर आक्रमण करणार असल्याच्या अफवेने हिंदूसमाजामध्ये अस्वस्थता निर्माण झाली होती. हिंदू जमातवादी

संघटना अतिरेकी प्रचार करीत होत्या. वास्तविक जे काही क्रांतिकारक उलेमा अफगाणिस्तानच्या अमीराला भेटले होते, त्यांची कल्पना भारतात पुन्हा इस्लामी राज्य स्थापन करण्याची नव्हती, तर अफगाणिस्तानची मदत घेऊन ब्रिटिशांना हाकलून देण्याची होती. हिंदू-मुसलमानांचे हंगामी सरकार त्यांनी अफगाणिस्तानात स्थापन केलेच होते. परंतु जमातवादी वातावरणामुळे त्याचा गैर प्रचारच खूप झाला. मुळात अफगाणिस्तान ब्रिटिशांच्या विरोधी लढण्याइतके सामर्थ्यशाली नव्हते. हे अन्सारींना माहीत होते आणि त्यांचा अशा मूर्खपणाला विरोध होता. म्हणून त्यांनी जोरदार प्रचार करून हिंदूंची अस्वस्थता आणि भीती दूर करण्याचे प्रयत्न केले. अन्सारी गांधी विचारांचा प्रचार करीत राहिले. इतकेच नव्हे, तर त्या काळात मोतीलाल नेहरू, चित्तरंजनदास आदींच्या 'स्वराज्य पक्षा'ने विधीमंडळावरील बहिष्काराऐवजी कौन्सील प्रवेश करण्याचा निर्णय घेतला होता. त्याला गांधीजींचा विरोध होता.

त्याही वेळी अन्सारी गांधींबरोबरच राहिले. १९२२ मध्ये त्यांनी मोतीलाल नेहरू यांनी कौन्सील प्रवेशाच्या मांडलेल्या ठरावाला जोरदार विरोध केला. परिणामी हकीम अजमल खान, शेरवानींसारख्या मुस्लीम नेत्यांचा रोष ओढवून घेतला.

यावरून डॉ. अन्सारींच्या नेतृत्वाचे तीन पैलू दिसून येतात. एकतर खिलाफत लढ्याच्या अग्रभागी असले, तरी त्यांची भूमिका धर्मवादी नव्हती. सेक्युलर होती. ते खिलाफतच्या लढ्याकडे ब्रिटिशविरोधी चळवळ उभी करण्याचे साधन म्हणून पाहत होते. दुसरी गोष्ट म्हणजे, जेव्हा त्यांनी पाश्चात्त्य वसाहतवादी देशांनी उत्तर आफ्रिका, इराण, अरब प्रदेशातील इस्लामी देशांवरील आक्रमण थांबवून त्या-त्या देशातील मुस्लीम जनतेला स्वतःचे सरकार स्थापन करण्याची संधी द्यावी असे म्हटले होते, त्यावरून त्यांना अरब प्रदेशांतील राष्ट्रवादी चळवळींची जाणीव होती. म्हणून मुस्लीम देशातील राष्ट्रवादाचा पुरस्कार करणारे अन्सारी सर्वांपेक्षा निराळे दिसतात. तिसरा पैलू म्हणजे ते पूर्णपणे अहिंसात्मक सत्याग्रहाचे आणि गांधीप्रणीत राजकारणाचे समर्थक होते. चळवळीतील तापलेल्या वातावरणात कोणाचीही भीती न बाळगता, आपले मत मांडण्याचे त्यांचे धैर्य, त्यांचे नैतिक सामर्थ्य स्पष्ट करणारे आहे.

१९२३-२४ पासून हिंदुस्थानातील सामाजिक स्थैर्य आणि शांतता मोठ्या प्रमाणावर चिघळत गेली. हिंदू आणि मुसलमानांच्या जमातवादी शक्तींनी सर्वत्र धुमाकूळ घातला. हिंदू-मुसलमानांच्या दंगली सर्वत्र उसळल्या. चित्तरंजन दास, मोतीलाल नेहरू, सरोजिनी नायडू, मौ. आझाद, अजमल खान यांनी पंजाबला दिलेल्या भेटीत पाहिले की, परिस्थिती नियंत्रणाच्या बाहेर गेली होती. मोहरमच्या निमित्ताने मुलतान, पानीपत, अमृतसर आदी शहरात दंगली उसळल्या होत्या. दिल्ली

शहरही सुटले नव्हते. वायव्य प्रांतात दंगली सुरू झाल्या होत्या. म. गांधींनी २१ दिवसांचे उपोषण सुरू केले. कॉंग्रेसचे कार्यकर्ते सर्वत्र शांतता प्रस्थापित करण्याच्या प्रयत्नाला लागले. दिल्ली शहरात डॉ. अन्सारींनी मौ. आझाद यांच्या अध्यक्षतेखाली बैठक आयोजित केली. त्यातूनच डॉ. अन्सारी आणि लाला लजपत राय यांची दोन्ही जमातीत 'राष्ट्रीय करार' (नॅशनल अॅक्ट) तयार करण्यासाठी समिती आखण्यात आली. संपूर्ण स्वराज्याची मागणी, लोकसत्ताक संघराज्यात्मक शासनव्यवस्थेची निर्मिती, धर्म आणि उपासना स्वातंत्र्य, संयुक्त मतदारसंघाची रचना, अल्पसंख्याकांना लोकसंख्येच्या प्रमाणात प्रतिनिधित्व आदी १९१६च्या लखनऊ करारातील अनेक तरतुदी या समितीने करारात घेतलेल्या होत्या. गोहत्याबंदी, मस्जिदीसमोर वाद्ये वाजविणे आणि मिरवणुकीचे मार्ग यासंबंधीचे मतभेद तीव्र होते. बकरीचा अपवाद सोडून गोहत्याबंदीला मान्यता, मस्जिदीसमोर वाद्यबंदी आणि मिरवणुकीच्या मार्गासंबंधी वाद निर्माण झाल्यास स्थानिक समितीच्या वाटाघाटीनुसार निर्णय घेणे या शिफारशी सुचविण्यात आल्या होत्या. त्यामुळे वातावरण निवळत होते.

परंतु 'स्वराज्य पक्षा'च्या निवडणुकीच्या राजकारणामुळे समस्या निर्माण झाल्या. बंगालमधील निवडणुका जिंकण्यासाठी चित्तरंजन दास यांनी बंगालमधील मुस्लिमांना जादा सवलती आणि आश्वासने जाहीर केली. स्थानिक संस्थांच्या निवडणुका, सरकारी नेमणुका यातही जातवार आरक्षणाची घोषणा केली. गोहत्याबंदी आणि मशिदीसमोरील वाद्ये यांबाबतही मुस्लिमांना झुकते माप देण्याचा त्यांचा प्रयत्न होता. बंगालमधील हिंदू जमीनदार वर्ग आणि वरिष्ठवर्गीय हितसंबंधीय गटांचे वर्चस्व या सवलतींमुळे धोक्यात येणार होते. किंबहुना बंगालमधील समाजवास्तव निराळे होते. परिणामी चित्तरंजन दास यांच्या या धोरणामुळे बंगालमध्ये फार मोठा असंतोष निर्माण झाला. परिणामी बंगाल वरिष्ठ वर्ग मोठ्या प्रमाणात हिंदू जमातवादी संघटनांच्या बाजूने गेला. परिणामी, अन्सारी आणि लाला लजपत राय यांचा 'राष्ट्रीय करारा'चा मसुदा बंगालला मान्य झाला नाही. बंगालमधील प्रादेशिक आणि स्थानिक कॉंग्रेस समित्यादेखील विरोधात गेल्या.

पंजाब मुस्लीम लीगने स्वतःचा मसुदा तयार केला. ऑल इंडिया मुस्लीम लीग, खिलाफत कॉन्फरन्स, जमियत उलेमा दासप्रणीत मसुद्याच्या बरोबर गेल्या. मुसलमानांतले जमीनदारी गट मॉंटेग्यू-चेम्सफर्ड कायद्याने दिलेल्या सवलती कोणत्याही परिस्थितीत सोडायला तयार नव्हते. १९१६ मध्ये कॉंग्रेसने मुस्लीम लीगचे वेटेज, स्वतंत्र मतदारसंघ, धर्मनिहाय प्रतिनिधित्व याबाबतीत केलेल्या करारालाच हितसंबंधीय गट चिटकून बसले. परिणामी अन्सारी-लजपत राय तोडगा नाकारला गेला. पुन्हा

एकदा अन्सारी, अजमल खान, महमद अली यांनी 'एकात्मता परिषद' भरवून प्रश्न सोडविण्याचे केलेले प्रयत्न असफल झाले. म. गांधींनी बैठक बोलावून तडजोडीसाठी प्रयत्न सुरू केले. समित्या बनविल्या. परंतु परिस्थिती नियंत्रणाबाहेर गेलेली होती. पं. मालवीय, लाला लजपत राय, स्वामी श्रद्धानंद विरोधात गेले. प. मालवीयांनी तर हिंदू महासभेने मान्यता दिल्याशिवाय तडजोड होणार नाही हे जाहीर केल्यानंतर परिस्थिती अधिक बिघडली. अशा प्रकारे जमीनदार वर्ग, वरिष्ठ हितसंबंधीय गट, हिंदू-मुस्लीम जमातवादी आपापल्या भूमिकांना चिकटून बसल्याने डॉ. अन्सारींचे प्रयत्न असफल झाले. वास्तविक संयुक्त मतदारसंघांची निर्मिती, संघराज्य पद्धतीतील घटकांची स्वायत्तता, लोकसंख्येच्या प्रमाणात प्रतिनिधित्व, वाद्यबंदी, गोहत्येवरील बंधने, स्थानिक परिस्थितीप्रमाणे निर्णय या डॉ. अन्सारींनी सुचविलेल्या तरतुदी चांगल्या होत्या. हिंदू-मुस्लीम संघर्ष कमी करणाऱ्या होत्या. यापेक्षा जास्त समजूतदार निर्णय त्या वेळी शक्य नव्हता. परंतु प्रत्येक गट आपल्या भूमिकेशी अडून राहिल्याने, अन्सारींचे प्रयत्न असफल झाले. आपल्या समन्वयवादी कौशल्याने त्यांनी लजपतराय यांची सहमती मिळविली होती. परंतु 'स्वराज्य पक्षा'ने म. गांधी आणि अन्सारी यांचे न ऐकून कौन्सीलच्या निवडणुकांत उतरण्याचे ठरविले आणि मतांच्या राजकारणासाठी बंगालमधील मुसलमानांना जादा सवलती देण्याच्या घोषणा केल्या. त्यामुळे सर्वच जमातवादी संघटना तडजोडीऐवजी आपल्या हितसंबंधांसाठी आक्रमक झाल्या. गांधी-अन्सारींचे प्रयत्न यशस्वी झाले नाहीत. अन्सारींच्या राजकीय आकलनाच्या दोन गोष्टी या सर्व घडामोडींतून पुढे येतात. एक, हिंदू-मुस्लीम ऐक्याचा प्रयत्न करायचा असेल, तर विभक्त मतदारसंघाची मागणी मागे घेतली पाहिजे. गोहत्याबंदीच्या भावनिक भूमिकेमुळे लजपत राय यांच्याशी सहमत झाले. दोन, कौन्सील प्रवेशाच्या मुद्यावरून विधिमंडळ निवडणुका लढविल्या, तर सत्तेच्या राजकारणासाठी हितसंबंधी गटांचे राजकारण सुरू होऊन सामाजिक ऐक्याचे उद्दीष्ट साध्य होणार नाही, या म. गांधींच्या भूमिकेला पाठिंबा देणे. त्यामुळेच ते इतर मुस्लीम राजकारण्यांपेक्षा वेगळे होतात.

दरम्यान खिलाफत आंदोलनातील अंतर्विरोध, धर्म आणि राजकारण यांमधील विसंगती, राष्ट्रवाद आणि पॅन-इस्लामवादाचे धर्मकारण यांतील संघर्ष तीव्र झाले. कारण जे खलिफाचे पद (इस्लामचा जागतिक धर्मप्रमुख) जगातील सर्व इस्लामी व्यवस्थेचा आधार आहे, असे भारतातील धर्मवादी उलेमांचे म्हणणे होते आणि त्यासाठी ते खिलाफत आंदोलनात आले होते; ते खलिफाचे पदच केमाल पाशाने रद्द केले. केमाल पाशा आणि तुर्की राष्ट्रवादी नेत्यांचे म्हणणे होते की, तुर्की क्रांती

झाल्यानंतर नामधारी सुलतान ठेवून त्याच्याकडे खलिफाचे पद ठेवणे, याला तसा अर्थ नाही. तसेच तुर्कस्तानमध्ये दोन सत्ताकेंद्रे कशाला पाहिजेत? खलिफाचे पद सुलतानाकडे ठेवल्यास आधुनिक राज्यपद्धती आणि तुर्की राष्ट्र यांच्यात बाधा निर्माण होईल. म्हणून केमाल पाशाने ३ मार्च १९२४ रोजी शरियत न्यायालये आणि खलिफाचे पद दोन्ही बरखास्त करून टाकली.[३] याचा अर्थ असा होता की, तुर्कस्तानने उम्मा म्हणजे जागतिक मुस्लीम एक आहेत, म्हणजे आंतरराष्ट्रीय इस्लामची संकल्पना नाकारली होती. प्रत्येक मुस्लीम राष्ट्र वेगळे आणि स्वतंत्र असते हा विचार स्वीकारला होता. हे मौ. महमद अली किंवा मौ. अब्दुल बारी यांसारख्या आंतरराष्ट्रीय इस्लामचा पुरस्कार करणाऱ्या मौलवींसाठी धक्कादायक होते. इजिप्तच्या झगलुल पाशानेदेखील राष्ट्रराज्याचा पुरस्कार केला होता. हेजाजचा सुलतान हुसेन याने स्वतःला 'खलिफा' म्हणून घोषित केले होते. तो 'हाशमी' घराण्याचा होता. सौदीच्या सुलतानाला ते मान्य नव्हते. परिणामी इंग्लंडच्या मदतीने सौदीने त्याला हाकलून लावले आणि मक्का-मदिनेवर कब्जा मिळविला. परिणामी खलिफा कोठेच राहिला नाही. याचा परिणाम भारतातील पोथीनिष्ठ उलेमांवर होऊन ते वैफल्यग्रस्त झाले आणि त्यांच्यात पंथभेदांची भांडणे सुरू झाली. तबलीग आणि तंजीमची चळवळ, शुद्धीकरणाला विरोध, आर्यसमाज आणि काँग्रेसशी भांडणे; असे प्रकार सुरू झाले. त्यांच्या पोथीनिष्ठ धर्मवादात वाढ झाली. मौ. अहमद अली काँग्रेसच्या विरुद्ध गेले. परंतु डॉ. अन्सारींनी खिलाफत समितीचाही राजीनामा दिला. अन्सारींनी केमाल पाशाची बाजू उचलून धरली. तुर्की राष्ट्रवादाचे समर्थन केले. हिंदुस्थानातील मुस्लिमांनी धार्मिक वादंग आणि कल्पना सोडून काँग्रेसप्रणीत राष्ट्रीय स्वातंत्र्याच्या आंदोलनात सामील व्हावे, असा प्रचार सुरू केला.

दरम्यान त्यांचे मित्र आणि सहकारी हकीम अजमल खान गंभीररीत्या आजारी पडले. त्यांच्यावर पॅरीस आणि लंडन येथे उपचार करण्यासाठी एप्रिल १९२५ मध्ये अन्सारी त्यांच्यासह इंग्लंड आणि फ्रान्सला गेले. वाटेत इजिप्तला थांबून पुढे गेले. शेवटी पॅरीस आणि व्हिएतनामला गेले. अजमल खान यांना मार्सेलिसला सोडून इस्तंबूल म्हणजे कॉन्स्टॅटिनोपलला भेट दिली. तेथून तुर्कस्तानची नवीन राजधानी 'अंकारा'ला आले. 'इस्तंबूल'ऐवजी 'अंकारा' राजधानी करून तुर्कस्तानने पूर्वीच्या ऑटोमन साम्राज्याचा वारसा नाकारला होता.

स्वराज्यपक्षाचा प्रभाव संपलेला होता. पं. मालवीय आणि लाला लजपतराय विरोधात गेले होते. जमातवादी संघटनांचा मोतीलाल नेहरूंवर टीकेचा भडिमार सुरू झाला होता. म. गांधीनी मौनव्रत जाहीर केले होते. डॉ. अन्सारींनी मुस्लीम लीग

आणि खिलाफत समितीचा राजीनामा देऊन काँग्रेसप्रणीत चळवळीवर आपले लक्ष केंद्रित केले. जमातवादी राजकारणाऐवजी देशाच्या स्वातंत्र्याच्या विचार मुस्लिमांनी करावा, असे आवाहन लखनऊ येथील परिषदेत त्यांनी केले. बॅ. जिनांशी वाटाघाटी सुरू केल्या. लखनऊ करारातील वेटेज आणि बंगाल व पंजाबमधील प्रतिनिधित्वाच्या अटी मान्य करून जिनांना त्यांची विभक्त मतदारसंघांची मागणी मागे घ्यायला लावली. अखिल भारतीय काँग्रेस समितीला अन्सारी, मोतीलाल नेहरू, श्रीनिवास अय्यांगार यांनी मिळून मुस्लीम लीगशी तडजोड करायला लावली. पं. मालवीय, लाला लजपतराय, मुंजे यांनाही काही अटींवर तडजोड स्वीकारायला लावली. परंतु काँग्रेस आणि मुस्लीम लीग यांच्यामधील वाटाघाटी, हिंदू-मुस्लीम दंगली वाढत्या प्रमाणात चालूच राहिल्यामुळे फिसकटल्या; कारण हिंदू आणि मुसलमानांतील जमातवादी संघटना धर्मवादाचे राजकारण थांबवायला तयारच नव्हत्या. डॉ. अन्सारींनी शांतता प्रस्थापनाचे प्रयत्न चालूच ठेवले होते. त्यांनी २७ ऑक्टोबर १९२७ला पुन्हा 'एकात्मता परिषद' बोलविली आणि गोहत्याबंदी, वाद्यबंदी याबाबतींत सहमती मिळविली. तरी परिषद असफल झाली, कारण हिंदू महासभा आणि मुस्लीम लीग यांनी बहिष्कार टाकला होता. अन्सारी समन्वय घडविण्याचे प्रयत्न करीतच राहिले. दरिया गंजमधील त्यांचे निवासस्थान काँग्रेसी राजकारणाचा केंद्रबिंदू झाले.

१९२७ मध्ये काँग्रेस अध्यक्षाच्या निवडणुकीचा प्रश्न पुढे आला. म. गांधींसहित सर्व प्रमुख काँग्रेस नेत्यांनी डॉ. अन्सारींचे नाव अध्यक्षपदासाठी पुढे केले. जिनांना ते नको होते. जिनांनी सरोजिनी नायडूंतर्फे मोतीलाल नेहरूंचे नाव पुढे केले. (मुशिरूल हसन, पान-१५७) अन्सारींचे म्हणणे होते की, धडाडीचा नेता म्हणून जवाहरलाल नेहरूंना अध्यक्ष करावे. गांधी अन्सारींच्या बाजूने राहिले. त्यांच्या अध्यक्षीय उमेदवारीबद्दल वाद निर्माण झाले, तरी बेचाळीसावे काँग्रेस अध्यक्ष म्हणून त्यांचीच निवड झाली. अध्यक्ष म्हणून निवड झाल्यानंतर अन्सारींनी राजकीय ऐक्य साधण्यासाठी देशातील सर्व प्रमुख हिंदू-मुस्लीम नेत्यांना मद्रास (चेन्नई) येथे होणाऱ्या काँग्रेस अधिवेशनाला येण्याचे आमंत्रण पाठविले. ॲनी बेझंट, बिपिनचंद्र पाल यांसारख्या राष्ट्रीय पातळीवरील नेत्यांचा प्रतिसाद अतिशय अनुकूल होता. राजा महमूदाबादसारखे नेतेही अनुकूल होते. त्या आवाहनातच अन्सारींनी 'सायमन नेतृत्वा'खाली येऊ घातलेल्या संसदीय समितीच्या बहिष्काराचे आवाहन केलेले होते. बड्या नेत्यांना तेही मान्य झाले होते. भाई परमानंद आणि लाला हंजराजसारख्या आर्यसमाजी नेत्यांनी असहमती दर्शविली. त्यांचे म्हणणे होते की, हिंदू आणि मुसलमानांमध्ये मूलभूत भेद असताना ऐक्य शक्य नाही. परंतु अन्सारींच्या आवाहनाला प्रतिसाद देऊन

देशातील दोन्ही जमातींचे नेते मोठ्या प्रमाणावर अधिवेशनाला आले. अपेक्षेप्रमाणे अन्सारींनी आपल्या अध्यक्षीय भाषणात सर्व मतभेद बाजूला ठेवून हिंदू-मुस्लीम ऐक्य साधण्यावरच भर दिला. आपल्यात ऐक्य असल्याशिवाय परकीय सत्तेला घालविता येणार नाही, हा मुद्दा अधोरेखित केला.

अधिवेशनात तीन महत्त्वाचे ठराव संमत करण्यात आले. पहिला हिंदू-मुस्लीम ऐक्य, दुसरा ठराव येऊ घातलेल्या संसदीय समितीवर बहिष्कार घालण्याचा, तिसरा ठराव संपूर्ण स्वातंत्र्याची मागणी करण्याचा. पुढे याच ठरावाच्या अनुषंगाने लाहोर काँग्रेसमध्ये पूर्ण स्वातंत्र्याची मागणी करण्यात आली. या तिन्ही ठरावांवरून डॉ. अन्सारी यांची राजकीय परिस्थितीची जाण स्पष्ट होते. त्यांनी मांडलेले तिन्ही मुद्दे स्वातंत्र्य मिळविण्याच्या दृष्टीने मूलभूत महत्त्वाचे होते. संसदीय समितीने सायमन कमिशनमध्ये एकाही भारतीय व्यक्तीला घेतले नव्हते. परिणामी, सायमन कमिशनवर पूर्ण बहिष्कार टाकला गेला. भारतीय नेत्यांची स्वतःची राज्यघटना तयार करण्याची क्षमता नाही, या ब्रिटिश सरकारच्या टीकेला उत्तर म्हणून मोतीलाल नेहरू यांच्या नेतृत्वाखाली समिती स्थापन करण्यात आली. मोतीलाल नेहरूंच्या नेतृत्वाखाली ही समिती स्थापन करण्याचे आटोकाट प्रयत्न अन्सारींनीच केले होते. वास्तविक कौन्सील प्रवेशाच्या प्रश्नावरून मागे त्यांनी मोतीलाल नेहरू आणि स्वराज्य पक्षावर जोरदार टीका केलेली होती. तरी जेव्हा घटनात्मक कायदा आणि त्याचा मसुदा तयार करण्याचा प्रश्न आला, तेव्हा अन्सारींनी मोतीलाल नेहरूंनाच पाठिंबा दिला होता. ही घटना अन्सारींच्या व्यापक दृष्टिकोनावर प्रकाश टाकणारी आहे. मोतीलाल नेहरू हे उदारमतवादी होते. संमिश्र जीवनपद्धतीचे समर्थक होते. ते कोणत्याही प्रकारच्या जमातवादापासून दूर होते. यासाठीच अन्सारींनी त्यांना पाठिंबा दिलेला होता.

परंतु भारतातले जमातवादी राजकारण टोकाला गेले होते. आर्यसमाजी काँग्रेस नेते, हिंदू महासभा आणि मुस्लीम लीग खिलाफतचे नेते महंमद अली, शौकत अली यांच्यातली धार्मिक तेढ शिगेला पोहोचली होती. संकुचित स्वार्थ आणि धार्मिक हितसंबंध यांपलीकडे विचार करायला ते तयारच नव्हते. त्यांच्याच चिथावणीखोर राजकारणामुळे दंगली पेटलेल्या होत्या. परिणामी 'नेहरू समिती'चा रिपोर्ट (मसुदा) प्रसिद्ध झाल्यानंतर तो या सर्वांनी अमान्य केला. 'नेहरू समिती'ने विभक्त मतदारसंघ रद्द करण्याची शिफारस केली होती, अल्पसंख्याकांना वेटेज देण्यालाही विरोध केला होता. लखनऊ कराराच्या तुलनेने नेहरू रिपोर्ट मुसलमानांना दिल्या गेलेल्या 'अवाजवी' सवलती नाकारणारा होता. दोन पावले माघार घेतली होती. परंतु पं. मालवीय, हिंदू महासभा नेते यांना नेहरू रिपोर्टमधील कमी केलेल्या सवलतीदेखील नको होत्या.

मुस्लीम नेते, त्यांचे मुस्लीम लीगसारखे पक्ष, जिना आणि अली बंधू हेही माघार घ्यायला तयार नव्हते. नेहरू रिपोर्टवरूनच सर्व वाटाघाटी फिसकटल्या. अन्सारी नेहरू रिपोर्टच्या बाजूने खंबीरपणे उभे राहिले, परिणामी हिंदू-मुस्लीम जमातवादी नेते त्यांच्यावर तुटून पडले. शौकत अली तर टोकाला गेले. देशभक्तीच्या नावाखाली अन्सारी मुस्लीम हितसंबंधांच्या विरोधाचे राजकारण करीत आहेत, त्यांनी मुसलमानांचा विश्वासघात केलेला आहे, असे आरोप करून त्यांच्या विरोधी प्रचाराची मोहीमच उघडली. महमद अलींनीदेखील अन्सारींना आपल्या घणाघाती टीकेचे लक्ष्य केले.

वास्तविक अलीबंधू आणि अन्सारी हे तुर्की मेडिकल मिशनच्या काळापासून मित्र होते, सहकारी होते. महंमद अलींच्या प्रभावामुळेच डॉ. अन्सारी खिलाफत चळवळीत आले होते. परंतु नेहरू रिपोर्टच्या वेळी डॉ. अन्सारी जमातवादी राजकारणाच्या विरुद्ध उभे राहिले. ते परस्परापासून दूर गेले. या नेत्यांनी डॉ. अन्सारींवर सर्व प्रकारचे आरोप करून त्यांच्या बदनामीची मोहीमच उघडली. त्यामुळे त्यांचे अनेक सहकारी त्यांना सोडून गेले. डॉ. अन्सारी आपल्या भूमिकेला चिकटून राहिले. वास्तविक, 'नेहरू समिती'चा रिपोर्ट (मसुदा) हा सुवर्णमध्य साधण्याचा प्रयत्न होता. त्यानुसार हिंदू आणि मुस्लीम धर्मवाद्यांना एकेक पाऊल मागे सरकावे लागत होते. त्याला त्यांची तयारी नव्हती. 'नेहरू समिती'चा मसुदा आणि त्यांमधील तरतुदी हा स्वतंत्र विषय आहे. म्हणून तो येथे दिलेला नाही.) 'नेहरू समिती'च्या अहवालापासून जमातवादी राजकारणाने वेग घेतला. शेवटी लाहोर काँग्रेसच्या अधिवेशनातून नेहरू रिपोर्ट मागे घेण्यात आला.

जरी मुस्लीम लीग आणि खिलाफत कमिटी काँग्रेसच्या विरुद्ध गेले, तरी सर्व मुस्लीम त्यांच्याबरोबर नव्हते. १९२०-२२ मध्येच डॉ. अन्सारी आणि त्यांच्या समविचारी नेत्यांनी मिळून 'ऑल इंडिया नॅशनॅलिस्ट मुस्लीम पार्टी' (एन.एम.पी.) ही संघटना सुरू केली होती. ते त्या संघटनेच्या माध्यमातून मुस्लीम लीग आणि जिनांच्या राजकारणाला विरोध करीत राहिले. याशिवाय मौ. मदनी यांची 'जमियत उलेमा' ही उलेमांची संघटना म. गांधी आणि काँग्रेसच्या बरोबर होती. गांधीप्रणीत राजकारणाचे समर्थन करीत होती. पंजाबमधील 'अहरार पार्टी' मुस्लीम लीगच्या विरुद्ध होती. त्यांचाही खिलाफतच्या राजकारणाला विरोध होता. मुंबईतील 'बॉम्बे क्रॉनिकल'चे संपादक सईद अब्दुल्ला बरेलवी यांनी 'काँग्रेस मुस्लीम पार्टी' या नावाची पक्ष संघटना स्थापन करून धर्मवादी राजकारणाला विरोध चालविला होता. या सर्व मुस्लीम लीग विरोधी पक्षसंघटनांमुळे 'एन. एम. पी.' ची शक्ती वाढली होती. या संघटना एन. एम. पी.मध्ये सामील झाल्या होत्या. त्यांचा डॉ. अन्सारींच्या राजकारणाला पाठिंबा

होता. परंतु 'खलीकुझ्झुमा'सारख्या अशरफ नेत्यांचा अन्सारींच्या नेतृत्वाला विरोध होता. लीगवरोधी राजकारणात त्यांच्यासारख्या अशरफ म्हणजे वरिष्ठवर्गीय खानदानी नेत्यांना स्वतःचे नेतृत्व पाहिजे होते. 'अशरफ आणि बिगर अशरफ' या वादामुळे बिगर अशरफ अन्सारी अनेकांना नको होते. मुस्लीम राजकारणाची ही शोकांतिका कायम राहिली आहे की, अशरफ म्हणजे वरिष्ठवर्गीय नेत्यांनी अन्सारींसारख्या मोठ्या नेत्यांना नामोहरम केले आहे, म्हणून गोलमेज परिषदेच्या वेळी म. गांधींनी अन्सारींना घेतले. कारण गांधीजींचे म्हणणे होते की, अन्सारी हेच काँग्रेसी, राष्ट्रवादी आणि सर्वसामान्य मुसलमानांचे खरे प्रतिनिधी आहेत. तेव्हा फजली हुसेन आणि खलीकुझ्झुमानसारखे वरिष्ठवर्गीय नेते गांधींच्या विरोधात गेले. बॅ. जिना आणि अलीबंधू तर विरोधातच होते. सरकार त्यांच्या बाजूने होते. म्हणजे हिंदुस्थानातील 'बिगर लीगी' मुसलमानांचे नेतृत्व कोण करणार, याबद्दल निर्माण झालेल्या नेतृत्वसंघर्षात गांधी आणि अन्सारी यांची पीछेहाट झाली. ज्या डॉ. अन्सारींनी भगीरथ प्रयत्नाने सत्याग्रहाची चळवळ, असहकारितेची चळवळ आणि सर्व प्रकारच्या ब्रिटिशविरोधी लढ्यांत मुस्लीम समुदायाला संघटित केले होते, त्यांचे नाव गोलमेज परिषदेत येऊ शकले नाही! त्यांना वगळल्यास 'घोडचूक' होईल, हे गांधींचे म्हणणे बरोबर ठरले. परंतु सरकारलाच समन्वयवादी मुस्लीम नेते नको होते.

एवढे झाले, तरी अन्सारी आपल्या भूमिकेवर कायम राहिले. उलट गांधींनाच त्यांनी सांगितले की, गोलमेज परिषदेतील त्यांच्या सदस्यत्वाचा प्रश्न गांधींनी प्रतिष्ठेचा प्रश्न करू नये. त्यांनी 'एन. एम. पी.'तर्फे परिषदा आयोजित करून वेगवेगळ्या मुस्लीम गटांत संयुक्त मतदारसंघाची मागणी आणि प्रौढ मताधिकाराची मागणी यांसाठी प्रचाराची मोहीम जोरदारपणे राबविण्यास सुरुवात केली. दरम्यान बॅ. जिनाप्रणीत चौदा कलमी मागण्या, सिमला परिषद या घडामोडी चालू राहिल्या होत्या. सर्व अशरफ नेते (जमीनदार, नवाब, संस्थानिक) विभक्त मतदारसंघ आणि वेटेजची मागणी करीत राहिले होते. त्या सर्वांनी अन्सारी आणि त्यांची एन. एम. पी. परिषद यांवर टीकेचा भडिमार सुरू केला. मुस्लीम धर्मवादी नेत्यांच्या बरोबरीने हिंदू महासभादेखील अन्सारींच्या विरुद्ध उभी राहिली. हिंदू महासभेचे म्हणणे होते की, धर्मवादी मुसलमान आणि राष्ट्रवादी मुसलमानात यांच्यात फरक नाही. म्हणजे, हिंदू आणि मुस्लीम धर्मवाद्यांनी टोकाच्या भूमिका घेतल्या होत्या.

या सगळ्या संघर्षमय वातावरणात डॉ. अन्सारी अथक प्रयत्न करीत राहिले. परिणामी कामाचा प्रचंड व्याप आणि मानसिक तणावामुळे त्यांची प्रकृती बिघडली. त्याच सुमारास गांधींनी १९३०चे असहकाराचे आंदोलन सुरू केले होते. त्यात

सहभागी झाल्याने अन्सारींना ६ महिन्यांची शिक्षा झाली. १९३१ मध्ये तुरुंगातून सुटल्यानंतर त्यांचा आजार बळावला. हृदयविकाराच्या उपचारासाठी ते युरोपला गेले. एक वर्षाच्या उपचारानंतर ते परत आले. त्यांच्या गैरहजेरीत 'एन. एम. पी.' (ऑल इंडिया नॅशनॅलिस्ट मुस्लीम पार्टी) पूर्णपणे विस्कळित झाली होती. अनेक लहान-मोठे गट उदयास आले होते. गांधीजींच्या असहकाराच्या आंदोलनातील जोर कमी झाला होता. हिंदुस्थानात परत आल्यानंतर डॉ. अन्सारींनी काँग्रेसमधील फाटाफूट कमी करून सर्वांना एकत्रित आणण्याचे प्रयत्न सुरू केले. स्वराज्य पक्षाची पुनर्रचना केली. परंतु प्रकृतीचा त्रास सुरू झाला होता. त्यामुळे ऑक्टोबर १९३२, ऑगस्ट १९३३ आणि मे १९३९ मध्ये त्यांना युरोपला उपचारासाठी जावे लागले. १९३५ ला निवडणुकांत डॉ. अन्सारीच काँग्रेसचे निवडणूक प्रमुख होते. सुरुवातीला म्हटल्याप्रमाणे निवडणुकांची संपूर्ण जबाबदारी डॉ. अन्सारींवर पडली होती. ती जबाबदारी जिवाचे रान करून अन्सारींनी पार पाडण्याचे प्रयत्न केले. परंतु मुस्लीम लीग, हिंदू महासभा, काँग्रेस यांच्यातली प्रतिनिधित्वासंबंधीची भांडणे शिगेला पोहोचली होती. कोणीही कसल्याही तडजोडीला तयार नव्हते. अन्सारींना कामाच्या ताणामुळे काम पेलवत नव्हते. त्यांची प्रकृतीही खालावली होती आणि त्यांना जमातवादी हेकेखोरपणाचा वीट आला होता. परिणामी त्यांनी सार्वजनिक कार्यातून निवृत्त होण्याचा निर्णय जाहीर केला आणि मार्च-एप्रिल १९३५ला काँग्रेस वर्किंग कमिटी आणि पार्लमेंटरी बोर्डाचा राजीनामा दिला. नरीमनसारख्या त्यांच्या अनेक सहकाऱ्यांनी त्यांना राजीनाम्यापासून परावृत्त करण्याचे प्रयत्न केले. म. गांधींनीदेखील राहण्याचा आग्रह केला. परंतु डॉ. अन्सारींनी निवृत्तीचा आपला निर्णय बदलला नाही. १० मे १९३६ ला हृदयविकाराच्या झटक्यामुळे त्यांचा मृत्यू झाला.

डॉ. मुखतार अहमद अन्सारी हे भारतीय राजकारणातील असामान्य गुणवत्ता असलेले नेते होते. स्वातंत्र्य चळवळीच्या काळातील मुस्लीम नेत्यांतील सर्वांपेक्षा ते वेगळे होते. विशेष म्हणजे त्यांचा पिंड राजकीय महत्त्वाकांक्षेचा नव्हता. बॅ. जिना किंवा मौ. आझादांप्रमाणे जमातीचे किंवा देशाचे नेतृत्व करण्याची महत्त्वाकांक्षा त्यांनी कधी बाळगली नाही. ते राजकारणात आले ते मानवतावादी वैद्यकीय सेवाकार्याने! तुर्कस्तानविरोधी युद्धात तुर्की जनतेसाठी वैद्यकीय मिशनने त्यांच्या सार्वजनिक जीवनास सुरुवात झाली. महंमद अलींच्या प्रभावामुळे ते खिलाफतच्या चळवळीत आले. एका विशिष्ट मर्यादेपर्यंतच ते खिलाफत चळवळीत राहिले. रौलॅट कायदाविरोधी गांधींची सत्याग्रहाची चळवळ सुरू झाल्यानंतर गांधी आणि काँग्रेस यांच्याबरोबरच ते शेवटपर्यंत

राहिले. मुस्लीम धर्मगुरूंचा आणि क्रांतिकारकांचा हिंसात्मक मार्ग त्यांना मान्य नव्हता. तसेच अली बंधूंचा अतिरेकी धर्मवादही मान्य नव्हता. त्यामुळे मुसलमानांच्या धार्मिक संघटना त्यांच्या विरोधात गेल्या. तुर्कस्तानमधील राष्ट्रवादाची चळवळ त्यांनी जवळून पाहिल्यामुळे ते पॅन-इस्लामवादापासून दूर झाले. मुस्लीम देशांतील राष्ट्रवादी इच्छा-आकांक्षा त्यांच्या लक्षात आल्या होत्या. म्हणून काँग्रेसप्रणीत राष्ट्रवादाच्या बाजूने ते उभे राहिले.

ते धार्मिक असले, तरी वृत्तीने 'सेक्युलर' होते. त्यामुळे हिंदू आणि मुसलमानांच्या जमातवादाला त्यांनी विरोध केला. काँग्रेस आणि गांधींवरील अविचल निष्ठा, लोकांना संघटित करण्याचे कौशल्य यांमुळे ते काँग्रेसी राजकारणाच्या अग्रभागी आले. त्यांनी हिंदू आणि मुसलमानांच्या अतिरेकी जमातवादाला विरोध केल्यामुळे ते दोन्ही गटांना अप्रिय झाले. त्यांची शोकांतिका ही सेक्युलर आणि समन्वयवादी राजकारणाची शोकांतिका आहे. भारताच्या राजकारणात विशेषतः मुस्लीम राजकारणात वरिष्ठवर्गीय आणि वर्गीय अशरफ नेत्यांचेच वर्चस्व राहिले आहे. अद्यापही त्यात फारसा फरक पडलेला नाही. डॉ. अन्सारी हे अशरफ वर्गाचे नव्हते. धर्मवाद, प्रदेशवाद यांचे राजकारण करणारे नव्हते. त्यामुळे पंजाबी, उत्तर भारतातील अशरफ नेत्यांना त्यांचे नेतृत्व कधीच मान्य झाले नाही, म्हणून फजलूल हक वगैरे नेत्यांनी गोलमेज परिषदेत त्यांना येऊ दिले नाही. बॅ. जिनांना तर काँग्रेस किंवा मुस्लीम लीगच्या राजकारणातील कोणत्याही मुस्लीम नेत्याला मोठे होऊ द्यायचे नव्हते. म्हणून डॉ. अन्सारी यांचे एवढे व्यापक, प्रभावी कार्य असून नाकारले गेले. परंतु ते जोपर्यंत राजकारणात सक्रिय होते, तोपर्यंत ते कायम नेतृत्वाच्या अग्रभागी राहिले. मौ. आझादांचे नेतृत्वदेखील अन्सारी सक्रिय असे पर्यंत झाकोळले गेलेले होते. त्यांचा मवाळ, विवेकी आणि समन्वयवादी राष्ट्रवादच त्यांच्या उपेक्षेला कारण ठरला. एवढा मोठा राष्ट्रवादी नेता दिल्ली शहरातील एका रस्त्याच्या नामनिर्देशापुरता उरलेला आहे.

संदर्भ

१) हसन मुशिरूल, ए नॅशनॅलिस्ट कॉनशन्स, एम. ए. अन्सारी, दि काँग्रेस अँड राज फाउंडेशन, दिल्ली-२००२.

२) हसन मुशिरूल, नॅशनॅलिझम अँड कम्युनल पॉलिटिक्स इन इंडिया, मनोहर, दिल्ली-१९९१

३) मिनाल्ट गेल, दि खिलाफत मूव्हमेंट, दिल्ली-१९८२.

५

मौलाना हसरत मोहानी–गझलकार आणि राष्ट्रवादी विचारवंत

विसाव्या शतकाच्या पूर्वार्धात जे राष्ट्रवादी मुस्लीम विचारवंत होऊन गेले, त्यामधील उपेक्षित विचारवंत म्हणून मौलाना फजलुल हसन म्हणजे मौलाना हसरत मोहानी यांचे नाव अग्रक्रमाने पुढे येते. हसरत मोहानी हे वादळी आणि बहुआयामी व्यक्तिमत्त्व होते. हसरत मोहानी यांचा जन्म १८८१ मध्ये झाला व त्यांचे शिक्षण अलीगढ कॉलेजमध्ये झाले. परंतु ज्यांनी सर सय्यदप्रणीत ब्रिटिशधार्जिण्या धोरणाचा अवलंब न करता कायम साम्राज्यवादविरोधी भूमिकाच सातत्याने लावून धरली, त्या हसरत मोहानींचे कार्य दुर्लक्षितच राहिलेले आहे. लोकमान्य टिळक आणि महर्षी अरविंद घोष यांच्या जहाल राष्ट्रवादी राजकारणाचा वसा घेतलेल्या हसरत मोहानी यांची उपेक्षा होणे हे एका अर्थाने अपेक्षितच होते. उर्दूमध्येदेखील त्यांच्या राजकीय कारकिर्दीवर फारसे लेखन झालेले नाही. उर्दू साहित्यात कवी आणि प्रतिभावंत गझलकार म्हणून ते ख्यातकीर्त आहेत. कम्युनिस्ट नेते म्हणून त्यांचे काही ठिकाणी नाव घेतले जाते. इंग्रजीतदेखील त्यांच्यावर फारसे लिखाण झालेले नाही. नॅशनल बुक ट्रस्टने २००४ मध्ये त्यांच्यावर एक पुस्तिका काढलेली आहे. तीदेखील एका उर्दू पुस्तिकेचा इंग्रजी अनुवाद आहे. मूळ लेखकाने वापरलेली साधनसामग्री दुय्यम स्वरूपाची आहे. परंतु त्यामध्ये हसरत मोहानींच्या राजकारणाची बऱ्यापैकी चर्चा केलेली आहे. १८८१ ते १९५१ पर्यंतच्या दीर्घ कालावधीत हसरत मोहानींचे राजकारण व्यापक होत गेलेले दिसून येते. हसरत मोहानी हे निष्ठावान स्वातंत्र्यसेनानी आणि राष्ट्रवादी राजकारणी होते. त्याचबरोबर कृतिशील समाजवादी आणि धर्मपरायण सूफी होते. निर्भय आणि धडाडीचे पत्रकार म्हणूनही ते गाजले. ख्यातकीर्त गजलकार, काव्यशास्त्राचे अभ्यासक आणि महाकवी गालीब यांच्या काव्याचे सर्वमान्य भाष्यकार म्हणूनही नावाजले गेले. त्यांचे एकेका क्षेत्रातील कार्य एका मोठ्या ग्रंथाचा विषय होईल, इतके ते व्यापक आहेत.

उत्तर प्रदेशातील लखनऊ आणि कानपूर महामार्गावरील 'मोहान' हे मौलाना हसरत मोहानी यांचे जन्मगाव. दुसऱ्या एका माहितीनुसार हे गाव सय्यद मोहम्मद निशापुरी नावाच्या सूफी संताने वसविले. हे सय्यद मोहमद इराणमधील निशापूर जवळील 'मोहान' या गावाचे होते. त्यांनी गाव वसविले म्हणून ते 'मोहान' झाले. त्यांचे कुटुंब सन १२१८ मध्ये उत्तर भारतात आले. या कुटुंबात हसरत मोहानींचा जन्म झाला. हसरत मोहानींचे घराणे हे सय्यद घराणे होते. सय्यद म्हणजे सूफी संतांशी संबंधित घराणे होय. भारतातील त्यांचे मूळ पुरुष सय्यद मुंतरवाब हे होते. सुलतानशाहीच्या काळापासून 'मोहान' हे गाव हुन्नरी कलावंत आणि निष्णात 'हकीम' (वैद्य) यांच्यासाठी नावारूपास आले. त्यांच्या कुटुंबातील अनेक व्यक्ती 'अवध'च्या शाही दरबारातील हकीम होते. हकिमीमुळे 'मोहान'ला 'मोहान ख्रित्ता ए युनान' असेही म्हटले जाऊ लागले. तसेच त्यांच्या घराण्यात हजरत शाह वजिहुद्दीन मोहम्मद हे प्रसिद्ध सूफी संत होऊन गेले. त्यांच्या सहाव्या पिढीतील सय्यद अझहर हसन हे हसरत मोहानींचे पिता. त्यांचे जन्मनाव सय्यद फजलूल असून त्यांचे पिता व्यापार आणि शेतीच्या देखभालीसाठी सदैव बाहेरगावी असत. परिणामी हसरत त्यांची आई आणि आजी यांच्या सहवासातच वाढला. हसरत यांच्यातला 'कवी' आणि त्यांचा स्त्रीविषयक उदार दृष्टिकोन हे गुण त्यांच्यावरील आई आणि आजीचा प्रभाव स्पष्ट करतात. तो काळ पुरुषी वर्चस्व आणि अहंकाराचा होता. हसरत मोहानींनी ज्या अनेक चळवळी केल्या, त्यामध्ये मुस्लीम महिलांच्या आधुनिक शिक्षणाची एक चळवळ त्यांनी सुरू केली होती. त्यांची आई आणि आजी या दोघींचे उर्दू आणि पर्शियन भाषेवर प्रभुत्व होते. त्यांच्या सहवासात हसरत मोहानींना काव्य, गझल, पर्शियन लोककथा यांचा परिचय झाला. तत्कालीन खानदानी रिवाजाप्रमाणे हसरत मोहानींच्या शिक्षणासाठी त्यांच्या घरीच येऊन त्यांना शिकविण्यासाठी 'शिक्षक' (आलिम) नेमलेला होता. त्यांचे शिक्षण त्या भागातील नावाजलेल्या 'आलिमा'कडून झाले. त्यापैकी अब्दुर रहिमान-मियांजी बलकी हे खूप प्रसिद्ध होते. हसरत मोहानींवर बालपणीच 'मियाजी बलकी' यांच्या विचारांचे प्रभाव पडलेले दिसून येतात. ज्या काळात स्वदेशी चळवळीची सुरुवातही झालेली नव्हती, त्या काळात मियाजी बलकी हातमागावर तयार केलेले स्वदेशी कापड वापरीत असत आणि परदेशी कापडाला हातही लावणे हे पाप आहे, असा प्रचार करीत असत. हसरत अशा शिक्षकांच्या सहवासात वाढले. हसरत मोहानींवर त्यांच्या आई, आजी आणि मियाजी बलकी यांच्यासारख्या व्यक्तींमुळे पौर्वात्य इस्लामी संस्कृतीचा जसा प्रभाव पडला, त्याचप्रमाणे गूढवादी सूफी तत्त्वज्ञानाचाही प्रभाव पडला. त्यामधूनच स्वतःच्या जीवननिष्ठेप्रमाणे

आपले आयुष्य जगण्याची बांधिलकी, या सर्व प्रभावांच्या परिणामातून आली असणार!

अशा प्रकारे खानदानी रिवाजातून प्राथमिक शिक्षण पूर्ण झाल्यानंतर १८९० मध्ये 'मोहान माध्यमिक प्रशालेत' त्यांचे नाव घातले गेले. शालेय जीवनापासूनच त्यांच्या विलक्षण स्मरणशक्तीची आणि बुद्धिमत्तेची झलक दिसे. पाठ्यपुस्तकातला संपूर्ण पाठ (धडा) एकदा किंवा दोनदा वाचून संपूर्ण धडा त्यांना मुखोद्गत होत असे. शाळेत अभ्यासाबरोबर व्रात्य आणि खोडकर विद्यार्थी म्हणून ते प्रसिद्ध होते. शाळेत दिवसभर त्यांच्या खोड्या चाललेल्या असत. त्या शाळेचे हेडमास्तर लक्ष्मीनारायण म्हणायचे, 'हा फजलूल हसन पुढे मोठा नेता तरी होईल किंवा तो सैतानाचा पक्ष (डेव्हील पार्टी) स्वीकारील.' हसरत मोहानींनी त्यांच्या राजकीय कारकिर्दीत ज्या बंडखोऱ्या केल्या, कोणालाही न जुमानता आपल्या मताचा हट्टाग्रह धरला; त्याचे बीज त्यांच्या या स्वभावात आढळते. तडजोड करणे त्यांना कधी जमलेच नाही. स्वभावात आणि वागण्यात एक प्रकारचा जहाल अतिरेकीपणा विकसित झाला. म्हणूनच तत्कालीन इतर मुस्लीम राकारण्यांत आपल्या वेगळेपणाने उठून दिसतात. मुळात त्यांचे व्यक्तिमत्त्व हे बहुरंगी होते. पतंग उडविण्याचा छंद, लाठी चालविण्यात पारंगत, बासरीवादन आणि सतारवादनात नैपुण्य, अभ्यासात बुद्धिमान, खोड्या करण्यात अग्रेसर, असे त्यांचे व्यक्तित्व होते. १८९४ मध्ये त्यांनी एकाच वेळी एकदा हिंदीमधून आणि एकदा उर्दूमधून परीक्षा दिली आणि दोन्हींमध्ये पहिली श्रेणी प्राप्त केली! घरातील साहित्यिक वातावरणातूनच त्यांची काव्योपासना सुरू झाली. त्यांचे हेडमास्तर लक्ष्मीनारायण यांनी भविष्य वर्तविल्याप्रमाणे ते एक प्रतिभावान गझलकार म्हणून नावारूपास आले. शालेय परीक्षा ते विशेष श्रेणीत उत्तीर्ण झाले. त्यानंतर 'शासकीय हायस्कूल' फतेहपूर येथे त्यांचे माध्यमिक शिक्षण सुरू झाले. फतेहपुरात ते पाच वर्षे राहिले. फतेहपुरातच त्यांना त्या भागातील विद्वान पंडितांचा सहवास लाभला. त्यांच्या व्यक्तिमत्त्वाच्या जडणघडणीत तेथील विद्वानांचा मोठा वाटा होता. इस्लामिक स्कूलचे संस्थापक मौलाना शाह जहुरूल इस्लाम यांचा हसरत मोहानींवर विशेष प्रभाव पडला. त्यांच्या मार्गदर्शनाखाली इंग्रजी, अरेबिक, पर्शियन या भाषांवर त्यांनी प्रभुत्व मिळविले. १८९८ मध्ये फतेहपूर कॉलेजच्या प्रदेश परीक्षेत ते साऱ्या प्रांतांत प्रथम श्रेणीत प्रथम क्रमांकाने उत्तीर्ण झाले. अरेबिक, पर्शियन, ऊर्दू, अंकगणित या विषयांत ते विशेष गुणांनी उत्तीर्ण झाले. त्यांना उच्च शिक्षणासाठी गव्हर्मेंट स्कॉलरशिप मिळाली. अलीगढच्या महाविद्यालयाचे प्राचार्य गणितज्ञ डॉ. झियाउद्दीन यांनी त्यांना आपल्या महाविद्यालयात बोलावून घेतले आणि प्रवेश दिला. अशा रीतीने ते अलीगढ महाविद्यालयात दाखल झाले.

शालेय आणि हायस्कूल पातळीवरील त्यांना शिकविणाऱ्या शिक्षकांची नावे जरी मौलाना पदवीपासून सुरुवात होणारी होती, तरी केवळ धार्मिक शिक्षण देणारे ते उलेमा म्हणजे धर्मगुरू नव्हते. त्या काळी विद्वानांना मौलाना म्हणायची पद्धत होती. हसरत मोहानींना शिकविणारे शिक्षक वेगवेगळ्या विषयांतील तज्ज्ञ होते. म्हणूनच हसरत मोहानी केवळ धार्मिक शिक्षणात म्हणजे कुरआनपठण, कुरआन भाष्य, हदीस म्हणजे पैगंबर वचनांचा अभ्यास, शरियत कायद्यांचा अभ्यास यांत गुंतून पडले नाहीत. हसरत मोहानी हे मौलाना आझादांप्रमाणे प्रकांड पंडितही नव्हते. लहानपणापासूनच त्यांच्या स्वभावात उपजत बंडखोरी आणि निडर वृत्ती होती. महत्त्वाचे म्हणजे, जरी त्यांचे घराणे 'सय्यद' घराणे म्हणेज सूफी किंवा धार्मिक पंडितांचे घराणे होते, तरी उत्तर भारतातील वरिष्ठवर्गीय सरंजामशाही अशरफ वर्गात त्यांची गणना होत नव्हती. इंटरच्या वर्गात प्रवेश घेतल्या घेतल्या त्यांचा विवाह पारंपरिक पद्धतीने झाला. त्यांच्या पत्नीचे नाव निशातुन्निसा असे होते. त्यांच्या सहचारिणीचे नोंद घेण्यासारखे वैशिष्ट्य म्हणजे हसरत मोहानींच्या सर्व प्रकारच्या चळवळीत व राजकारणात त्यांची बेगम निष्ठेने त्यांच्याबरोबर राहिली. त्यांच्या बरोबरीने चळवळीत भाग घेतला. बुरखा आणि पडद्याचा त्याग करून स्वातंत्र्य चळवळीत त्या त्यांच्याबरोबर राहिल्या. मौलाना महमद अली जोहर यांनी थोर मुस्लीम राष्ट्रवादी नेत्यांमध्ये त्यांच्या पत्नीचे स्थान गौरवास्पद असल्याचे म्हटले आहे. स्वदेशीच्या आंदोलनांत त्यांचा फार मोठा सहभाग होता. महात्मा गांधींनी १९ मे १९२० च्या 'यंग इंडिया'मधील लेखात त्यांच्या कार्याचा गौरवाने उल्लेख केलेला दिसून येतो. यामध्ये त्यांच्या पत्नीचे धाडस, राष्ट्रप्रेम आणि तत्कालीन सामाजिक बंधनांच्या पलीकडे जाण्याची वृत्ती जशी दिसून येते, तसेच हसरत मोहानींच्या व्यक्तिमत्त्वातील वेगळा पैलूही दिसतो. आपल्या बरोबरीने पत्नीला राष्ट्रीय स्वातंत्र्याच्या आंदोलनात सहभागी करून घेणारे हसरत मोहानी तत्कालीन सर्व मुस्लीम राजकीय नेत्यांत वेगळे ठरतात.

हसरत मोहानी हे उत्तर भारतातल्या वरिष्ठवर्गीय सरंजामशाही कुटुंबातील किंवा राजकीयदृष्ट्या मान्यताप्राप्त खानदानी कुटुंबातील नव्हते. उत्तर प्रदेशातील कानपूर-लखनऊ या जुन्या मार्गावरील छोट्या तहसीलातील एके काळच्या हकिमी घराण्यातील होते. त्यांच्या घराण्यास सूफी वारसा असला, तरी उत्तर मोगलकालीन मान्यवरांच्या नामावलीत त्यांचा समावेश नव्हता. परिणामी अलीगढ कॉलेजातील लब्धप्रतिष्ठित विद्यार्थी त्यांच्यापासून दूरच होते. किंबहुना रुंद चेहरा, वाजवीपेक्षा जास्त रुंद कपाळ, लांबलचक दाढी, लांब शेरवानी, डोळ्यांवर चष्मा, हातात छत्री आणि पानाचा डबा असा अवतार असल्यामुळे अलीगढ कॉलेजात प्रथम त्यांची

टिंगलच झाली. परंतु हळूहळू वर्षभरात आपली बुद्धिमत्ता आणि शेरोशायरीच्या जोरावर ते विद्यार्थीप्रिय होत गेले. ते इंटरच्या आणि बी.ए.च्या परीक्षेत प्रथम श्रेणीतच उत्तीर्ण झाले. बी.ए.ची पदवी प्राप्त केल्यानंतर एल.एल.बी. करण्याकरिता त्यांनी लॉ फॅकल्टीला स्कॉलरशिपसाठी अर्ज केला. त्या काळात मॉरिसन हे प्राचार्य होते. ब्रिटिशधार्जिणे नसणाऱ्या आणि स्वतंत्र वृत्तीच्या विद्यार्थ्यांना त्यांचा विरोध असे. हसरत मोहानी कॉलेजच्या विविध कार्यक्रमांत भाग घेत असत. कॉलेजच्या विद्यार्थी संघटनेत त्यांचा नेहमीच पुढाकार असे. कवी आणि वक्ता म्हणून त्यांनी अनेक पुरस्कार मिळविले होते. कॉलेजच्या कार्यक्रमातील त्यांची देशभक्तीविषयक भाषणे आणि वसाहतवादविरोध यांमुळे कॉलेजच्या ब्रिटिश प्राध्यापकांत त्यांच्याविषयी नाराजी होती. परिणामी प्राचार्य मॉरिसन यांनी कायद्याच्या अभ्यासासाठी त्यांना स्कॉलरशिप दिली नाही. बी.ए.च्या वर्गात असताना त्यांनी ऊर्दू वाङ्मय मंडळाचा सचिव या नात्याने एक मोठा 'मुशायरा' (कवि संमेलन) आयोजित केला होता. त्या मुशायरात मोठमोठे शायर सामील झाले होते. सुप्रसिद्ध उर्दू शायर महाकवी अल्ताफ हुसेन हाली हेदेखील उपस्थित होते. एवढा मोठा आणि प्रतिष्ठित मुशायरा यशस्वी केल्यामुळे काही विद्यार्थ्यांच्या मनात राग व असूया निर्माण झाली. विद्यार्थ्यांनी हसरत मोहानांनी मुशायरात म्हटलेली गझल 'अश्लील' होती, अशी तक्रार प्राचार्यांकडे केली होती. प्रा. मॉरिसन यांनी त्याबद्दल मोहानींना जाब विचारला. हसरत मोहानींनी त्यांचे शेर अश्लील नाहीत हे दाखवून देण्याचा आटोकाट प्रयत्न केला. मात्र प्रा. मारिसन अशा संधीची वाटच पाहात होते. त्यांनी कॉलेजच्या सेक्रेटरीकडे त्यांना कॉलेजातून काढण्याची शिफारस केली. सेक्रेटरींनी हसरत मोहानींना काढून न टाकता, परीक्षेस बसण्याची परवानगी दिली. तेव्हा प्रा. मॉरिसन त्यांना एल.एल.बी. करू देणे शक्यच नव्हते. कॉलेजात असतानाच त्यांनी उर्दू मासिके, नियमकालिके यांत जशी लिहायला सुरुवात केलेली होती, तसेच ते अलीगढ शहरातील सार्वजनिक कार्यक्रमांतही भाग घेऊ लागले होते. एक प्रकारे विद्यार्थीदशेपासूनच त्यांचे राजकारण आणि त्यांची समाजसेवा सुरू झालेली होती.

अलीगढ कॉलेजातील पदवीधारकांना सरकारी नोकऱ्या विनासायास मिळत असत. प्राचार्य थियोडोर बेक आणि प्राचार्य मॉरिसन यांनी राजनिष्ठ मुस्लीम पदवीधर तयार करण्याचा दूरगामी प्रकल्पच हाती घेतला होता. संस्थेचे संस्थापक सर सय्यद अहमद यांचे धोरणही काँग्रेसविरोधी आणि ब्रिटिशधार्जिणे होते. यावरून एक गोष्ट स्पष्ट होते की, अलीगढच्या तत्कालीन उच्चशिक्षित पदवीधारक मुसलमानांना राष्ट्रीय स्वातंत्र्याच्या चळवळीपासून दूर ठेवण्यासाठी ब्रिटिश राज्यकर्ते वेगवेगळ्या मार्गांचा

कसा अवलंब करीत होते. सरंजामदार, जमीनदार आणि नवाबांचा वर्ग सोडला तर नव्याने आधुनिक शिक्षणाकडे वळणाऱ्या मुसलमान तरुणांना सरकारी नोकरी हे उदरनिर्वाहाचे आणि समाजात प्रतिष्ठा मिळविण्याचे मुख्य साधन होते. या परिस्थितीचा फायदा घेऊन ब्रिटिश राज्यकर्ते मुस्लीम मानस कसे घडवित होते, याचे हे एक उदाहरण आहे.

हसरत मोहानींनादेखील ग्वाल्हेरच्या व्हिक्टोरिया कॉलेजात अरबी भाषा आणि गणिताच्या शिक्षकाची नोकरी प्रस्तावित करण्यात आली होती. मोहानींनी कोणतीही सरकारी नोकरी न करण्याचा निर्णय घेतला होता. त्यांनी त्या नोकरीचा प्रस्ताव नाकारला. बी.ए.च्या वर्गात असतानाच त्यांनी 'ऊर्दू-ए मुआवला' या मासिकाची नोंदणी करून ते काढायला सुरुवात केली होती. हेच मासिक पूर्ण स्वरूपात चालविण्याचा त्यांनी निर्णय घेतला व ते अलीगढहून नियमितपणे प्रसिद्ध करू लागले. त्या वेळी अनेक मासिके निघत होती. हसरत मोहानींनी त्यामध्ये निरनिराळ्या प्रकारचे लिखाणही केले होते. परंतु हसरत मोहानींना वाटत होते की, ही अलीगढ, लाहोर, मीरत वगैरे शहरांतून निघणारी नियकालिके समाजापुढील आणि देशापुढील महत्त्वाचे प्रश्न हाताळीत नाहीत. राष्ट्रीय प्रश्नाकडे दुर्लक्ष करतात. बोटचेपे धोरण स्वीकारतात, किंबहुना राजकीय लिखाणच छापत नाहीत. मोहानींनी सामाजिक आणि राजकीय प्रश्न समाजापुढे मांडण्याचा निर्णय घेतला. उर्दू काव्यसाहित्याबरोबर राजकीय लेख त्यांच्या मासिकांतून प्रसिद्ध होऊ लागले. राजकीय लेख ते स्वतःच लिहीत असत. सर्वसामान्य जनतेमध्ये राजकीय जागृती निर्माण करण्याचे आणि विशेष करून वसाहतवादी राजवटीसंबंधाने मुसलमानांत राजकीय जाणिवा निर्माण करण्याचे प्रयत्न त्यांनी सुरू केले. त्या काळी अलीगढ चळवळीच्या प्रभावामुळे कर्मठ मुसलमानांप्रमाणेच सुशिक्षित मुसलमान हे काँग्रेसी राजकारणाला विरोध करीत होते. मोहानींनी आपल्या लेखांतून काँग्रेसचा प्रचार करायला सुरुवात केली. अलीगढ चळवळीच्या दृष्टिकोनांवर टीका सुरू केली. हसरत मोहानींचे प्रतिपादन होते की, सुशिक्षित मुसलमानांच्या वैचारिक आणि राजकीय गोंधळामुळे व राजकीय मतभेदामुळे ब्रिटिश राज्यकर्त्यांचा फायदा होतो आहे. ब्रिटिश सत्ताधाऱ्यांचा अनुनय करणाऱ्या विद्वानांवर कडक टीका त्यांनी सुरू केली. राष्ट्रीय काँग्रेसबद्दलचा जो पूर्वग्रह मुसलमानांच्या मनात आहे, तो टाकून देण्याचे आवाहन करणारे लेख त्यांच्या मासिकातून प्रसिद्ध होऊ लागले. अलीगढ कॉलेजच्या प्राचार्य आणि व्यवस्थापक मंडळाने अलीगढच्या विद्यार्थ्यांनी हसरत मोहानींशी संपर्क ठेवू नये आणि त्यांचे मासिक वाचू नये, असे आदेश कढले. इतकेच नव्हे, तर त्यांचे मासिक बंद पाडण्याचे प्रयत्न सुरू केले. त्यांचे वर्गणीदारही तोडण्याचे प्रयत्न झाले.

हसरत मोहानींनी या विरोधाला आणि अडचणींना न डगमगता आपले मासिक अपार कष्टाने चालू ठेवले. मासिकाचे छपाईकाम स्वतःच करणे, इतकेच नव्हे तर सायकलवरून फिरून स्वतःच अंक लोकापर्यंत पोहोचविणे, ही कामे करीत राहिले. आर्थिक अडचणीमुळे किंवा ब्रिटिश सरकारच्या बंदीमुळे किंवा कडक लेखनाबद्दल त्यांना शिक्षा झाल्यामुळे, काही काळ मासिक बंद ठेवावे लागे. संधी मिळताच ते मासिक पुन्हा चालू करीत. अशा प्रकारे जुलै १९०३ ते १९१३, शेवटी जून १९२५ ते १९४३ या कालखंडांत त्यांनी मोठ्या अटीतटीने मासिक चालविले. कायद्याच्या कचाट्यातून सुटण्यासाठी ते नवनवीन नावाने नियतकालिक काढीत असत. 'तजकीरे शूरा' हे त्रैमासिक, तसेच 'मुस्तकबिल' नावाचे दैनिकदेखील त्यांनी चालविले. आपल्या मासिक आणि नियतकालिकांतून मुसलमानांनी राष्ट्रीय काँग्रेसमध्ये सहभागी होणे ही काळाची कशी गरज आहे. याचा प्रचार त्यांनी सातत्याने केला. त्यांच्या मासिकातून शेख अब्दुल्ला यांनी 'मुसलमान आणि राजकारण' हा लेख लिहून मुसलमानांना राष्ट्रीय काँग्रेसमध्ये सामील होण्याचे आवाहन केले होते. हसरत मोहानी यांनी कायम मुसलमानांनी हिंदूबद्दलचे आपले मतभेद आणि पूर्वग्रह सोडून द्यावेत, हिंदूंच्या बरोबरीने काँग्रेसमध्ये सामील होऊन राष्ट्रीय स्वातंत्र्याच्या चळवळीला शक्ती द्यावी, ब्रिटिश वसाहतवादी सत्ता मुसलमानांसाठी तेवढीच वाईट आहे, अशा अर्थाचे लेख लिहिले. ते काँग्रेसचा प्रचार करीत राहिले. स्वदेशीच्या चळवळीत तर साऱ्या उत्तर भारतात त्यांनी हिरिरीने भाग घेतला व प्रचार केला. ते स्वदेशीचे जहाल समर्थक होते. कोणतेही परदेशी कापड किंवा वस्तू वापरता कामा नये, याबद्दलची त्यांची भूमिका टोकाची राहिली. त्याबाबत कोणत्याही प्रकारची तडजोड ते करायला तयार नव्हते.

हसरत मोहानींच्या बाबतीत दोन–तीन घटक लक्षात घेण्यासारखे आहेत. सर्व प्रथम, पारंपारिक सय्यद घराण्यात (सूफी संतांचा धार्मिक आध्यात्मिक वारसा असलेले घराणे) जन्म घेऊनदेखील ते पारंपरिक मदरसा पद्धतीच्या धर्मपीठात (रिलिजस सेमिनारी) शिक्षणासाठी गेले नाहीत. घरी आणि शालेय शिक्षणात त्यांनी धर्मशास्त्राचा जरूर अभ्यास केला. ते स्वतः खूप धार्मिक होते. असे असले, तरी ते तत्कालीन इंग्रजी शिक्षणाकडेही वळले. गणित आणि भाषाशास्त्रात प्राविण्य मिळविले. त्या काळात सय्यद महमद बरेलवीप्रणीत वहाबी विचारांचा मोठा प्रभाव मुसलमानांवर होता. सय्यद घराणे धार्मिक असूनही हसरत मोहानी वहाबी राजकारणाकडे वळले नाहीत. मौलाना महंमद अली जोहर जसे सतत धर्मवादाचा वापर करीत राहिले, तसा प्रकार हसरत मोहानींनी केला नाही. दुसरी गोष्ट म्हणजे अगदी सुरुवातीपासून ते काँग्रेसी राजकारणाचा पाठपुरावा करीत राहिले. खिलाफतच्या अपयशानंतरदेखील धर्मवादी

राजकारण्यांची त्यांनी बाजू घेतली नाही. विशेष म्हणजे ते टिळकपंथीय जहाल काँग्रेसच्या बाजूचे होते. लो. टिळक आणि अरविंद घोष हे त्यांचे आदर्श होते. साहजिकच ते जहाल ब्रिटिश विरोधक होते. काँग्रेसमधील टिळकपंथीयांच्या 'गरम दला'चे त्यांना आकर्षण राहिले. मवाळ राजकारणाने स्वातंत्र्य मिळविणे कठीण आहे, असे त्यांचे मत होते. म्हणूनच त्यांचा कल ना. गोखले, मोतीलाल नेहरू किंवा म. गांधी यांच्या राजकारणाकडे फारसा नव्हता; तर टिळक आणि अरविंद घोषप्रणीत जहाल राजकारणाकडे जास्त होता. विद्यार्थी असताना झालेल्या एका चर्चेत मोहानींनी दादाभाई नौरोजी किंवा सुरेंद्रनाथ बॅनर्जी यांच्याऐवजी लो. टिळकांचा गौरवपूर्ण उल्लेख करून टिळकच त्यांचे आदर्श आणि मार्गदर्शक असल्याचे जाहीरपणे घोषित केले होते.

या काळात रासबिहारी घोष, मौ. ओबेदुल्लाह सिंधी, मौ बरकतुल्लाह वगैरे मंडळी क्रांतिकारक लढा देऊन ब्रिटिश सत्ता उलथून टाकण्याचा डाव रचत होती. त्यांनी काबूल येथे हंगामी सरकारही स्थापन केले होते. त्या हंगामी क्रांतिकारक सरकारचे प्रधानमंत्री मौ. बरकतुल्लाह यांना हसरत मोहानींचा पाठिंबाही होता. हसरत मोहानींनी त्यांच्याशी सुरू असलेला पत्रव्यवहार आपल्या मासिकातून प्रसिद्ध केला. साहजिकच त्यामुळे सरकार दरबारी अस्वस्थता निर्माण झाली. याचा त्यांना खूप त्रास सहन करावा लागला. त्यावरून त्यांचा जहाल क्रांतिकारक राजकारणाला असलेला पाठिंबा लक्षात येतो. डिसेंबर १९०४ मध्ये हसरत मोहानी काँग्रेसच्या २०व्या अधिवेशनाला हजर राहिले होते. १९०५ मध्ये मुंबई येथे झालेल्या अखिल भारतीय औद्योगिक परिषदेला प्रतिनिधी म्हणून ते हजर राहिले. तेव्हापासून त्यांनी स्वदेशीचा जोरदार प्रचार सुरू केला. स्वदेशीच्या बाबतीत त्यांची भूमिका थोडी वेगळी होती. अगदीच जाडेभरडे हातमाग वापरण्याऐवजी हिंदुस्थानातल्या कापडगिरण्यांचे कापड वापरायला काही हरकत नाही, अशी त्यांची भूमिका होती. त्यांच्या मते हातमागाचे कापड सर्वांना पुरविणे व्यावहारिकदृष्ट्या शक्य नव्हते, म्हणून स्वदेशी गिरण्यांचे कापड वापरणे अयोग्य नाही. पुढे खिलाफतीच्या प्रश्नाच्या वेळी ब्रिटिशांची कोंडी करण्यासाठी स्वदेशीचा पुरस्कार करून त्यांची आर्थिक नाकेबंदी करावी, याबद्दल महात्मा गांधी आणि हसरत मोहानी यांच्यात मतभेद झाले. त्यांच्या मतभेदांची चर्चा पुढे यथावकाश दिली जाईल. परंतु १९०५ च्या सुमारास हसरत मोहानींनी त्यांच्या मासिकातून 'स्वदेशी चळवळ आणि बहिष्कार' असा एक खळबळजनक लेख लिहिला होता. त्या लेखात त्यांनी म्हटले होते की, 'सत्ताधाऱ्यांपासून हक्क मिळविण्याचे तीन मार्ग आहेत. पहिला मार्ग हातात भिकेचा वाडगा घेऊन दयेची याचना करण्याचा आहे. तो मार्ग व्यर्थ असल्याचे सिद्ध झाले आहे. दुसरा मार्ग सशस्त्र लढ्याचा आणि

क्रांतीचा आहे. तोही निष्फळ ठरला आहे. तिसरा मधला मार्ग जोरदार प्रतिकाराचा असू शकतो. त्याचा परिणाम होण्याची शक्यता आहे.' लो. टिळक आणि अरविंद घोष यांच्या प्रभावामुळे मधला मार्ग म्हणून हसरत मोहानी वेगळ्या शब्दांत निःशस्त्र प्रतिकाराची कल्पना मांडताना दिसतात. म्हणूनच जरी त्यांनी मौ. बरकतुल्लाह यांची बाजू घेतली होती, तरी पॅन-इस्लामवादी चळवळीच्या मार्गाने ते गेले नाहीत. खिलाफत चळवळीला जरी त्यांनी पुढे पाठिंबा दिला, तरी ते मौ. महंमद अलींप्रमाणे पॅन-इस्लामवादाने वाहवत गेले नाहीत. पुढे जसे डॉ. इकबाल पॅन-इस्लामी राज्याच्या स्वप्नात राष्ट्रवाद विसरले, तसे हसरत मोहानींचे झाले नाही. सुरुवातीपासून शेवटपर्यंत ते राष्ट्रवादीच राहिले.

पुढे १९०५ पासून हसरत मोहानी राष्ट्रीय काँग्रेसचे सक्रिय प्रतिनिधीच झाले. १९०७च्या सुरत काँग्रेसमध्ये मवाळ आणि जहालांतील संघर्षाला तोंड फुटले. जहालांचे नेते लो. टिळकांच्या गटात हसरत मोहानी सामील झाले. त्या काळात मुस्लीम लीग सक्रिय झाली होती. पंजाबमध्ये हिंदू महासभेचेही राजकारण सुरू झाले होते. हसरत मोहानी टिळकपक्षातच राहिले. रामप्रसाद बिस्मिल या क्रांतिकारक नेत्याच्या संपर्कात राहिले. परिणामी अलीगढ कॉलेजच्या परिसरात त्यांना येण्यास बंदी घातली गेली. हसरत मोहानींच्या जहाल ब्रिटिशविरोधी लेखनामुळे सरकार त्यांना अटक करण्याची संधीच शोधत होते. त्यांच्या मासिकात 'इजिप्तमधील ब्रिटिशांचे शैक्षणिक धोरण' नावाचा एक खळबळजनक लेख प्रसिद्ध झाला. मोहानींनी लेखकाचे नाव सरकारला सांगण्यास नकार दिला आणि त्या लेखकाची जबाबदारी स्वतःच स्वीकारली. परिणामी २२ जून १९०८ रोजी सरकारने त्यांच्यावर सरकारविरुद्ध बंडखोरीचा आरोप करणारा खटला भरला. दोन वर्ष सक्तमजुरी आणि पाचशे रुपये दंड अशी शिक्षा सुनावली. सरकारला माहीत होते की, मोहानींची दंड भरण्याची ऐपत नाही. त्यांची मालमत्ता म्हणजे पुस्तके आणि छापखाना जप्त करण्यासाठीच त्यांच्या कुवतीबाहेर असलेल्या दंडाची शिक्षा त्यांना सुनावली. सरकारने त्यांचे निवासस्थान आणि छापखान्यावर छापा मारून त्यांनी जमा करून ठेवलेली महत्त्वाची कागदपत्रे, कात्रणे, पुस्तके जप्त केली आणि नष्ट करून टाकली. मोहानींनी मोठ्या कष्टाने तयार केलेला त्यांचा व्यक्तिगत ग्रंथसंग्रह फक्त साठ रुपयांत लिलाव करून विकून टाकला! मोहानी या धक्क्यातून बाहेर आले नाहीत. त्या काळात राजकीय तुरुंगवासाला प्रतिष्ठा प्राप्त झालेली नव्हती. परिणामी मोहानींना सक्तमजुरीची शिक्षा झाल्यामुळे अलीगढमधील सगळ्या प्रतिष्ठित मंडळींनी त्यांच्यावर बहिष्कार टाकला. अलीगढ कॉलेजचे सचिव नवाब विकार-उल-मुल्क यांनी तर न्यायालयात त्यांच्याविरुद्ध साक्ष नोंदविली.

मोहानी अपिलात गेले. न्यायालयाने त्यांची शिक्षा सहा महिन्यांनी वाढविली. मोहानींच्या वडिलांना आपल्या मुलाला शिक्षा झाल्याचे ऐकून जबरदस्त धक्का बसला. सरकारने त्यांना आपल्या मुलाला तुरुंगात भेट घेण्याची विनंती नाकारली. त्यातच त्यांचा अंत झाला. मोहानींचे मोठे बंधूंनी जे हैदराबाद येथे वकिली करीत होते, त्यांनी दंडाची रक्कम भरल्यामुळे मोहानींची सहा महिन्यांची वाढीव शिक्षा कमी करण्यात आली. बुद्धिपुरस्सर त्यांना राजकीय कैदी असूनही 'क' वर्ग देण्यात आला होता आणि दर दिवशी ४० किलो धान्य दळून देण्याची सक्ती करण्यात आली होती. निर्ढावलेले गुन्हेगार कैदी ते काम करताना हैराण होत असत, पण मोहानी ते काम मुकाट्याने करीत राहिले. एका तुरुगांतून दुसऱ्या तुरुंगात त्यांना सातत्याने सरकार फिरवित राहिले. तरी ४० किलो धान्य दळून देण्याचे काम चालूच राहिले.

नैनीच्या तुरुंगात मोहानींची अमरावतीचे प्रसिद्ध क्रांतिकारक 'शिवानंद' यांच्याशी भेट झाली. शिवानंददेखील जहाल टिळकभक्त होते. नैनीच्या तुरुंगात या दोघांची दाट मैत्री झाली. ब्राह्मण शिवानंद आणि मुसलमान मोहानी एकत्रित आले. जात-पात, ओवळं-सोवळं न मानता दोघे एकत्रित जेवत असत. सकाळी न्याहरीसाठी मूठभर डाळ, दुपारी उकडलेली डाळ आणि अर्ध्याकच्च्या भाकऱ्या एवढ्यावर ह्या दोघांनी तुरुंगवास सहन केला. विशेष करून मोहानींवर तुरुंगातील अधिकाऱ्यांची करडी नजर असे. त्यांना जास्तीत जास्त त्रास देण्याचा ते प्रयत्न करीत. त्यांच्या व्यक्तिमत्त्वामुळे तुरुंगातील गुन्हेगार कैदी अधिकाऱ्यांची नजर चुकवून त्यांना मदत करीत असत. मोहानींनी लिहिले आहे की, शिवानंदांच्या मैत्री आणि सहवासामुळे त्यांची सक्तमजुरीची शिक्षा, तुरुंगातील खडतर काम हे सुसह्य झाले. शेवटी दीड वर्षांच्या शिक्षेनंतर ते तुरुंगातून सुटून बाहेर आले.

१९०९ मध्ये सुटका झाल्यानंतर मोहानी पुन्हा अलीगढलाच गेले. त्या वेळी मुस्लीम लीगचे राजकारण जोरात सुरू झाले होते. ब्रिटिश सत्ताधाऱ्यांनी अलीगढ कॉलेजच्या प्रा. मॉरिसनना धरून मुसलमानांच्या राखीव जागा आणि स्वतंत्र मतदारसंघांची मागणी करण्यासाठी व्हाईसरॉयकडे वरिष्ठवर्गीय मुस्लीम अभिजनांचे शिष्टमंडळ पाठवायला भाग पाडले होते. अलीगढ आणि उत्तर भारतात मुस्लीम लीगची हवा निर्माण झाली होती. हसरत मोहानी मुस्लीम लीगच्या राजकारणाला बळी पडले नाहीत. त्यांनी राष्ट्रीय काँग्रेसच्या बाजूने आपला प्रचार चालू ठेवला. अलीगढमध्ये त्यांनी आपले मासिक 'उर्दू ए मुआवला' चालू करण्याचा अर्ज दिला. अलीगढच्या प्रिंटिंग प्रेसवाल्यांनी राजकीयदृष्ट्या धोकादायक असणाऱ्या मोहानींचे मासिक छापायला नकार दिला. यामुळे मोहानींनी स्वतःच प्रिंटींग प्रेस काढला.

त्यांच्या मासिकाचा पहिला अंक हातोहात खपल्यामुळे त्याची ताबडतोब दुसरी आवृत्ती काढावी लागली. यावरून एक गोष्ट सूचित होते. ती म्हणजे, हसरत मोहानींचे ब्रिटिशविरोधी लिखाण सर्वसामान्य जनतेत लोकप्रिय होते. सर्वसामान्य जनतेचा लीगच्या राजकारणाला पाठिंबा नव्हता, परंतु ब्रिटिश सरकारच मुस्लीम लीगला मुसलमानांचे प्रतिनिधी ठरवून काँग्रेस विरोधाचे राजकारण पुढे रेटत होते. त्यामुळे सर्व जनता मुस्लीम लीगच्या बाजूने आहे, असा भ्रम तयार होत होता.

मौ. आझाद यांनी हसरत मोहानींबद्दल लिहिले आहे की, हसरत जेव्हा तुरुंगातून सुटले, तेव्हा त्यांच्यापाशी काहीही नव्हते. दरमहा दोन रुपये भाड्याने घेतलेले एक जुनाट पडके घर आणि हातावर चालणारे लाकडी छपाई यंत्र त्यांनी कसेबसे मिळविले. त्यांच्या मित्रांचे म्हणणे होते की, हसरत मोहानींनी मवाळ धोरण स्वीकारले. हसरत मोहानींनी उत्तर म्हणून जाहीरपणे लिहिले की, राष्ट्रभक्तांचे नेते लो. टिळक, अरविंद घोष आणि अहारार गटाचे नेते यांचा देशभक्तीचा मार्ग अवलंब करण्यास मी बांधील आहे. इतर मार्ग मला मान्य नाहीत. त्यांच्या जहाल लेखनामुळे त्यांचे मासिक घ्यायला लोक भिऊ लागले. परिणामी मासिकाचा खप कमी झाला. वर्षाकाठी पाचशे रुपये एवढेच त्यांचे उत्पन्न होते. त्यांच्या कुटुंबाच्या चरितार्थासाठी अगदी तुटपुंजी रक्कम राहात असे. मोहानींनी आपल्या आर्थिक परिस्थितीबद्दल कधीही तक्रार केली नाही. उलट कुणाचीही तमा न बाळगता जहाल क्रांतिकारकांची भाषणे आणि लेख ते उर्दूत अनुवाद करून छापत राहिले. उदाहरणार्थ त्यांनी महर्षी अरविंदांचे 'अरविंद घोष आणि त्यांची शिकवणूक' (डिसेंबर १९०९), त्यांचे 'माझ्या देशबांधवांनो' (जानेवारी १९१०) तसेच 'संन्यास आणि राजकारण' (फेब्रुवारी १९१०) या लेखांचा अनुवाद प्रसिद्ध केला. तसेच स्वामी शिवानंद यांचे समर्थन करणारा लेख लिहिला.

अरविंद घोष त्या काळात '१९१०चा प्रेस कायदा' धुडकावून लावून जहाल लेखन करीत होते. सरकारची अटक चुकविण्यासाठी ते भूमीगतही झाले होते. शासनाचा अनुनय करणारी वर्तमानपत्रे बाबू अरविंदांबद्दल उलटसुलट बातम्या छापून अफवा पसरवित होती आणि हसरत मोहानी निडरपणे त्यांचे लेख अनुवादित करून छापत होते. इतकेच नव्हे तर, जुलै १९१० मध्ये त्यांनी आपल्या मासिकातून त्यांचे समर्थन करणारा 'बाबू अरविंद घोष' हा लेख लिहिला. अरविंदांवर टीका करणाऱ्या वर्तमानपत्रांचा समाचार घेतला. तसेच त्यांनी हिंदू-मुस्लीम ऐक्याचा प्रचार करणारे लिखाण सातत्याने प्रसिद्ध केले. मुसलमानांनी आपल्या मातृभूमीच्या मुक्ततेसाठी स्वातंत्र्यलढ्यात उतरण्याचे आवाहन करणारे लेख मोठ्या प्रमाणात लिहिले. 'दुनियाई-इस्लाम और दोगला युरोप' हा लेख लिहून मुसलमानांवर आक्रमण करणाऱ्या युरोपियन राष्ट्रांवर हल्ला

चढविला. त्याचबरोबर मोहानींनी स्वदेशाची मोहीम तीव्र केली. शेवटी १९१३ मध्ये ते सरकारच्या कचाट्यात सापडले. प्रेस कायद्याचा भंग केल्याचा आरोप ठेवून सरकारने त्यांना तीन हजार रुपये दंड ठोठावला. हसरत मोहानींना एवढी मोठी दंडाची रक्कम भरणे शक्य नव्हते. त्यांना आपले मासिक बंद करणे भाग पडले. त्यांनी शेवटच्या लेखात लिहिले, 'मी माझ्या अंत:करणापासून शपथ घेतली आहे की, स्वदेशी, बहिष्कार आणि 'अंजुमन-ई खुद्दम काबा' या चळवळीचा प्रचार करीन. माझ्या लेखणीवर बंदी घातली गेली, तर वक्तृत्त्वाचा वापर करीन; भाषण-स्वातंत्र्य हिरावून घेतले गेले, तर प्रत्यक्ष कार्यरूपाने योगदान देईन.'

मासिक बंद पडल्यानंतर हसरत मोहानीं प्रत्यक्ष राजकीय कार्यात उतरले. १९१३ मध्ये त्यांनी अलीगढच्या रसूल गंज भागात 'मोहानी स्वदेशी स्टोअर' नावाचे दुकान सुरू केले. अलीगढमधील सुप्रसिद्ध पंडित आणि विचारवंत मौलाना शिबली नोमानी यांनी मोहानींबद्दल कौतुकमिश्रित विनोदाने व्यक्त केलेले मत लक्षात घेण्यासारखे आहे. मौ. नुमानी म्हणाले, 'तुम्ही माणूस आहात की 'जिन'? (इस्लाम धर्मशास्त्रात 'जिन' ही दैवी शक्ती असलेले अमानवी अस्तित्व असते) तुम्ही तुमच्या कारकिर्दीची सुरुवात पत्रकार म्हणून केलीत. नंतर राजकारणी झालात आणि आता व्यापारी म्हणून उभे राहिलात.' स्वदेशी स्टोअर सुरू करण्यात मोहानींची कल्पकता, व्यावहारिक चातुर्य आणि ध्येयवाद दिसून येतात. जनतेत प्रत्यक्ष वावरून स्वदेशीचा प्रचार आणि स्वदेशी वस्तूंची विक्री करीत असताना राजकीय प्रबोधन आणि राष्ट्रीय विचारांचा प्रसार या सर्व गोष्टी एकाच वेळी साध्य करण्याचा प्रयोग या दुकानाच्या निमित्ताने त्यांनी सुरू केला. अलीगढमधील मोहल्ल्यांतून हिंडून ते स्वदेशीचा प्रसार करीत, स्वदेशी वस्तूच वापरण्याचा आणि परदेशी मालांवर पूर्ण बहिष्कार टाकण्याचा आग्रह धरीत असत. इतकेच नव्हे, तर जागोजागी लोकांनी स्वदेशी मालाची दुकाने उघडावीत, असा प्रचार करीत असत. आपला प्रचार केवळ अलीगढ शहरापुरता मर्यादित न ठेवता टोंकसारख्या दूरवरच्या प्रदेशापर्यंत ते आपल्या स्वदेशी वस्तूंच्या विक्रीच्या रूपाने आपल्या विचारांचा प्रसार करण्याकरिता दौरे काढत राहिले. त्यांच्या प्रचाराचा झंझावात एवढा प्रभावी होता की, लोकांनी अनेक ठिकाणी स्वदेशी दुकाने सुरू केली. ही दुकाने एक प्रकारे राष्ट्रीय विचारांची केंद्रे बनली. स्वातंत्र्य, स्वदेशी, हिंदू-मुस्लीम ऐक्य याविषयींची चर्चा दुकानांच्या माध्यमातून सुरू करण्यात त्यांना यश मिळाले. इतकेच नव्हे, तर दुकानांच्या माध्यमातून क्रांतिकारी चळवळींची माहिती लोकांपर्यंत पोहोचविण्यात येत असे. तसेच भूमिगत असलेल्या राजकीय व्यक्तींना गुप्त संदेश आणि माहिती पुरविण्याचे कार्यही मोहानी करीत असत. मोहानी केवळ

स्वदेशीचे दुकान टाकून एका ठिकाणी बसले नाहीत, तर त्यांनी त्या निमित्ताने आपल्या विचारांचा प्रसार करण्यासाठी क्रय-विक्रय पद्धतीचा अतिशय कल्पक वापर केला. हसरत मोहानी हे उर्दू साहित्यातील उच्च दर्जाचे प्रतिभावंत शायर होते, राजकीय विचारवंत होते. सभा-संमेलनांतून भाषण देणे या तत्कालीन राजकीय अभिजनवादी पद्धतीऐवजी, प्रत्यक्षात लोकापर्यंत जाऊन राष्ट्रीय विचारांचा प्रसार करण्याची मोहानींनी ही शोधून काढलेली रणनीती अत्यंत वैशिष्ट्यपूर्ण होती. भारतातल्या राजकीय चळवळीच्या इतिहासात हसरत मोहानी हे आगळ्या व्यक्तिमत्त्वाचे जनवादी राजकारणी होऊन गेले.

स्वदेशी भांडारच्या माध्यमातून मोहानींनी राजकीय जागृतीचे कार्य चालू ठेवले, तरी त्यांचे तेवढ्याने समाधान होणार नव्हते. त्यांच्यातील साहित्यिक उर्मी त्यांना गप्प बसू देणार नव्हती. मासिक बंद पडल्यानंतर एका वर्षाच्या आतच त्यांनी 'तजकीरातुल शूरा' या नावाने साहित्यिक त्रैमासिक सुरू केले. परंतु आर्थिक अडचणीमुळे पाच अंक निघाल्यानंतर ते त्रैमासिक त्यांना बंद करणे भाग पडले. त्यांचे स्वदेशी भांडारदेखील यथातथाच चालत होते. कारण शासकीय अधिकारी आणि अलीगढ कॉलेजचे पदाधिकारी यांच्या विरोधामुळे स्वदेशी भांडारच्या विक्रीला लोकांचा योग्य प्रतिसाद मिळत नव्हता. पण हसरत मोहानी मोठ्या जिद्दीने आपले काम करीत राहिले. त्यांच्या वेगवेगळ्या क्षेत्रांतील प्रचार कार्य, लिखाण यांमुळे ते उत्तर भारतात सर्वांना परिचित झाले. क्रांतिकारी जहाल राजकारणी म्हणून ते सर्वत्र ओळखले जाऊ लागले होते. काँग्रेसमधील जहाल नेत्यांत त्यांची गणना होऊ लागली. १९१३ मध्ये कानपूर शहरात मछली बाजारमधील मस्जिदीच्या विध्वंसाचे प्रकरण घडले. या प्रकरणाने निर्माण झालेला वाद आणि संघर्ष मिटविण्यासाठी तत्कालीन व्हाईसरॉय लॉर्ड हार्डींग यांनी कानपूरला भेट देऊन तो संघर्ष शमविण्याचा प्रयत्न केला होता. मुस्लीम लीगचे मान्यवर नेते प्रिन्स आगाखान यांनी मुस्लीम लीगच्या अधिवेशनात व्हाईसरॉय यांचे अभिनंदन करणारा ठराव मांडला. आगाखान हे केवळ ब्रिटिशधार्जिणे नव्हते, तर एक प्रकारे ब्रिटिश साम्राज्याचे हस्तकच होते. ते हिंदुस्थानात राहत नसत. परंतु ब्रिटिशांच्या वरदहस्ताने भारतीय मुसलमानांचे नेतृत्व करीत असत. मुस्लीम लीगमधील नवाबांचा आणि सरंजामदार, तालुकदारांचा त्यांना पाठिंबा असे, तेव्हा त्यांनी हा अभिनंदनाचा ठराव मांडणे हे अपेक्षितच होते. त्या काळात मुस्लीम लीगच्या सभा-संमेलनांत सर्व सुशिक्षित मुसलमान नेत्यांची हजेरी असे. पक्षाचे पाणीबंद कप्पे अद्याप तयार झालेले नव्हते. मुस्लीम सदस्यांची दोन्हीकडे मुक्त जा-ये असायची. आगाखान यांनी व्हाईसरॉयच्या अभिनंदनाचा ठराव मांडला. त्या ठरावाला विरोध करण्यात हसरत

मोहानी हे अग्रेसर होते. त्यांनी त्या ठरावाला त्यांच्या राजकीय शैलीप्रमाणे कडाडून विरोध केला. मौ. महंमद अली आणि शौकत अलीदेखील या विरोधात सामील झाले.

डिसेंबर १९१५ मध्ये मुस्लीम लीग आणि काँग्रेस यांची अधिवेशने एकाच वेळी मुंबई शहरात भरली. त्या वेळी वातावरणात हिंदू-मुस्लीम ऐक्याची चर्चा चाललेली होती. हसरत मोहानी त्यासाठी जोरदार प्रयत्न करीत होते. त्यांनी प्रयत्नपूर्वक राष्ट्रीय काँग्रेसमधील नेत्यांना मुस्लीम ऐक्याच्या अधिवेशनात आणले होते. हिंदू-मुस्लीम ऐक्याच्या प्रश्नाला १९११ पासूनच राष्ट्रवादी नेत्यांनी जोर लावला होता. तसा प्रयत्न अनेक जण करीत होते. डिसेंबर १९१५च्या मुंबई अधिवेशनात त्या प्रयत्नाला बऱ्यापैकी यश आले होते. त्या अधिवेशनाला सुरेंद्रनाथ बॅनर्जी, पं. मालवीय, वाच्छा, ॲनी बेझंट, हार्नीमन, सरोजिनी नायडू, म. गांधी हे बडे नेते हजर होते.[१] यासंबंधी तुफेल अहमद मंगलोरी यांनी दिलेली माहिती चिंतनीय आहे.

मुंबईमधील मुस्लीम लीगच्या अधिवेशनात सकाळच्या सत्रात मुंबई प्रांताचे गव्हर्नर हजर होते. त्या वेळी निमंत्रण समितीतर्फे फक्त अध्यक्षीय आवाहन वाचून दाखविण्यात आले. दुपारच्या सत्रात हॉलच्या बाहेर पोलीस कमिशनर, डी.एस.पी. आणि ५० पोलीस कॉन्स्टेबल यांनी प्रवेश पत्रिका मिळवून सभागृहात घुसखोरी केलेली होती. कार्यक्रमाबद्दलचे ठराव मांडले गेल्यानंतर, अध्यक्षांच्या वतीने बॅ. जिनांना त्यांचा ठराव मांडण्यास सांगण्यात आले. हसरत मोहानीनी या प्रक्रियेला हरकत नोंदविली आणि जोरदार मागणी केली की, अधिवेशनाची बैठक पुढे ढकलण्याचा त्यांचा ठराव प्रथम चर्चेस घ्यावा. अध्यक्षांनी त्यांना परवानगी नाकारली. तेव्हा अंजुमन इस्लामचे सचिव मौलवी अब्दुल रऊफ खान यांनी अध्यक्षांना विरोध करून हसरत मोहानींना ठराव मांडू देण्याचा आग्रह धरला. त्यांनी अध्यक्षांना मोहानींना बोलू देण्यास भाग पाडले. हसरत मोहानींनी लीगच्या त्या अधिवेशनांत इंग्रजीतून भाषण देणाऱ्या सभासदांवर टीका केली, इंग्रजी भाषेवर आक्षेप घेतला. ते बोलत असतानाच सभागृहात गोंधळ माजला आणि सभा तहकूब झाली. परिणामी अधिवेशनाचे शेवटचे सत्र ताजमहाल हॉटेलच्या सभागृहात घेण्यात आले.[२] तुफेल अहमद यांनी एवढीच माहिती दिली आहे. मुज्जफर हनाफी लिखित मोहानींच्या इंग्रजी चरित्रात त्या अधिवेशनात काँग्रेसचे वरील नेते आमंत्रित केले गेल्याचे म्हटले आहे.[३] डी. जी. तेंडुलकर लिखित 'महात्मा'मध्ये देखील हजर असलेल्या काँग्रेसच्या नेत्यांची सविस्तर यादीच दिली आहे. तेंडुलकर, तुफेल अहमद आणि चरित्रकार मुजफ्फर हनाफी यांनी त्या अधिवेशनातील हसरत मोहानींच्या कामगिरीबद्दल स्तुती केली आहे. परंतु मुस्लीम

लीगच्या कोणत्या सत्रात काँग्रेसमधील वरिष्ठ मान्यवर नेते हजर होते, याबद्दल स्पष्टता नाही. काँग्रेसमधील उपरीनिर्दिष्ट नेते हे ताजमहाल हॉटेलात घेतल्या गेलेल्या बैठकीस हजर राहिले असले पाहिजेत, असे वाटते. मुजफ्फर हनाफींनी लिहिले आहे की, काँग्रेसशी विचारविनिमय करून हिंदू-मुस्लीम ऐक्याचा सविस्तर कार्यक्रम तयार करण्यासाठी एक संयुक्त समितीदेखील गठित करण्यात आलेली होती. काँग्रेस अधिवेशनातील आपल्या अध्यक्षीय भाषणात मौ. महंमद अली जोहर यांनी हसरत मोहानींनी ऐक्यासाठी केलेल्या प्रयत्नांची जाहीर प्रशंसा केली होती.

मुंबई येथे एकाच वेळी घेण्यात आलेल्या काँग्रेस आणि मुस्लीम लीगप्रणीत अधिवेशनाच्या वृत्ताकडे पाहता त्यामधून दोन गोष्टी स्पष्ट होतात. मुस्लीम लीगच्या अधिवेशनांवर ब्रिटिश सरकारचा असलेला दबाव दिसून येतो. सकाळच्या सभेला प्रत्यक्ष गव्हर्नरने हजर राहणे, दुपारच्या सत्राच्या वेळी पोलीस अधिकाऱ्यांचा वावर, हसरत मोहानींना ठराव मांडू न देण्याचा प्रयत्न करणे; यावरून मुस्लीम लीगच्या कामावर सरकारचे असलेले नियंत्रण स्पष्ट होते. दुसरी गोष्ट म्हणजे मुस्लीम लीगच्या वरिष्ठवर्णीय अशरफ नेत्यांची सरकारशी असलेली जवळीकही दिसते. अधिवेशनात काँग्रेसशी सहकार्य करण्याची भाषा सुरू झाल्यामुळे प्रिन्स आगाखान यांनी मुस्लीम लीगचा राजीनामाच तिथल्या तिथे दिला. त्यामुळे लगेच राजा महमुदाबाद यांची मुस्लीम लीगचे स्थायी अध्यक्ष म्हणून निवड करण्यात आली. मुस्लीम लीगचे वरिष्ठवर्णीय अशरफ नेते आणि सरकारच्या दबावाला दाद न देता आपला राष्ट्रवादी अजेंडा पुढे रेटण्याचे हसरत मोहानींचे धाडसदेखील येथे दिसून येते. ते खऱ्या अर्थाने टिळकपंथीय राजकारणाचे अनुयायी होते, असे म्हणणे हे अतिशयोक्तीचे होणार नाही. इतिहासाच्या त्या टप्प्यावर बॅ. जिना हे पूर्णपणे लीगप्रणीत झालेले नव्हते. काँग्रेसमध्ये राहून मुस्लीम लीगचे राजकारण करीत होते, तर हसरत मोहानी काँग्रेसमध्येच होते आणि मुस्लीम लीगचे राजकारण करीत होते, व मुस्लीम लीगचे ब्रिटिशधार्जिणे धोरण आणि अशरफी राजकारणाला विरोध करीत होते. बॅ. जिनांचे राजकारण हे प्रतिनिधित्वाच्या राजकारणात गुंतलेले नव्हते, तर मुस्लीम लीगमधील काँग्रेसविरोध कमी करण्याचा, हिंदू-मुस्लीम ऐक्याचा प्रयत्न करीत होते. ते मौ. महमद अली जोहर यांच्याप्रमाणे राजकारणाचा धार्मिक दृष्टीकोनातून किंवा पॅन इस्लामवादी भूमिकेतून विचार करीत नव्हते.

पहिले महायुद्ध सुरू झाले होते. सरकारने 'भारत संरक्षण कायदा' करून जाचक बंधने जनतेवर घातली होती. अशा वेळी १९१६ मध्ये बनारस हिंदू विद्यापीठाच्या कार्यक्रमाचे आमंत्रण गांधीजींनी स्वीकारले. कार्यक्रमास आलेल्या राजे-रजवाडे,

सरंजामदार यांना गांधीजींनी उद्देशून केलेले भाषण खळबळजनक होते. त्यात त्यांनी मुंबईसारख्या बिगर हिंदी भाषिक प्रदेशात झालेल्या अधिवेशनात हिंदुस्थानीचा वापर होतो आणि बनारससारख्या हिंदी भाषिक प्रदेशात प्रतिनिधी इंग्रजीचा वापर करीत असल्याबद्दल कडक टीका केली होती. मुंबई येथे हसरत मोहानी यांनी हिंदी आणि भारतीय भाषांचा आग्रह धरलेला होता. मुंबईत उर्दू आणि भारतीय भाषेत भाषणेही झाली होती. त्या घटनेचा उल्लेख गांधीजींनी बनारसमध्ये केला.

हसरत मोहानींच्या जहाल भूमिकेमुळे सरकार 'भारत संरक्षण कायद्या'खाली त्यांना अटक करण्याची वाटच पाहत होते. त्याच सुमारास 'मुस्लीम विद्यापीठ' स्थापन करावे याची चळवळही जोरात सुरू झाली होती. अलीगढला विद्यापीठ स्थापन करून त्याला स्वायत्त दर्जा द्यावा, त्या भागातील महाविद्यालये सलंग्नित करावी, अशी मागणी होती. हसरत मोहानी मुस्लीम विद्यापीठाला स्वतंत्र विद्यापीठाचा दर्जा असावा याचा झंझावाती प्रचार करीत होते. मौ. आझाद आणि मौ. महमद अली, मोहानी यांच्याप्रमाणेच विद्यापीठाच्या स्वतंत्र दर्जाची मागणी करीत होते. त्यासाठी लखनऊ येथे फाउंडेशन समिती स्थापन करण्यात आली होती. विद्यापीठाचा प्रश्न ऐरणीवर आला असताना सरकारने मौलाना आझाद आणि मौलाना महंमद अली यांना संरक्षण कायद्याखाली अटक केली आणि हसरत मोहानींच्या घरावर धाड घातली. मोहानींच्या घरी काहीही आक्षेपार्ह सापडले नाही, मात्र मौ. आझाद, मौ. महंमद अली यांचे फोटो आणि त्यांना लिहिलेली काही पत्रे सापडली, हे कारण दाखवून त्यांच्याविरुद्ध अटकेचे वॉरंट काढले. झांसी जिल्ह्यातील ललितपूर तुरुंगात त्यांची रवानगी केली. त्या वेळी मोहानींची पत्नी आणि मुलगी दोघीही गंभीर आजारी होत्या. मोहानींनी आपल्याकडे सरकारविरुद्ध कोणतीही कागदपत्रे सापडली नसताना सरकारने दुष्ट हेतूने ही कृती केली आहे, म्हणून ही अटक रद्द करावी, असे केलेले सर्व अर्ज आणि अपीले नाकारण्यात आली. १९०८च्या वेळी मोहानी जनतेला तेवढे परिचित नव्हते. १९१६ची गोष्ट वेगळी होती. १९१६ मध्ये त्यांची लोकप्रियता सर्वदूर पसरली होती.

परिणामी समाजाच्या सर्व स्तरांतून त्यांच्या सुटकेच्या मागणीने जोर धरला. आंदोलने सुरू झाली. सरकारने त्यांना ललितपूर येथून हलवून झांसीच्या तुरुंगात आणि नंतर अलाहाबादमध्ये पाठवले. तुरुंगात त्यांचा छळ करण्यास सुरुवात केली. मोहानींनी या जुलमाविरुद्ध उपोषण सुरू केले. यु.पी. असेंब्लीच्या हिंदू आणि मुस्लीम सभासदांनी सरकारला त्यांची सुटका करण्याबद्दल अर्ज केले, तरी ब्रिटिश सरकारने दाद दिली नाही. सर चिंतामणींनीदेखील सरकारकडे त्यांच्या सुटकेची मागणी केली

होती. सरकारचे उत्तर होते की, सरकारने त्यांना राजकीय वृत्तीसाठी अटक केलेली नसून ते सरकारच्या विरुद्ध कट-कारस्थाने करीत होते, म्हणून अटक केली आहे. त्यांची सुटका केली जाणार नाही. मोहानींना जनतेचा वाढता पाठिंबा पाहून सरकार नरमले आणि मेरठ जिल्ह्यातील काठोर गावाच्या सीमेतच राहण्याची अट घालून त्यांना सोडले. अर्थातच मोहानी ही अट मान्य करणे शक्यच नव्हते. परिणामी त्यांची सुटका झाली नाही. त्यांच्या शिक्षेचा दोन वर्षांचा कालावधी संपण्याची वेळ आलेली असताना सरकार पुन्हा अशा अटी लादेल आणि मोहानी नकार देतील, या भीतीने त्यांच्या मित्रमंडळींनी सरकारच्या अटी स्वीकारण्याचा आग्रह धरला. लोकक्षोभ होण्याच्या भीतीने शासनानेदेखील अटी शिथिल केल्या. मोहानींचा अलीगढला जाण्याचा आग्रह होता. शेवटी अनेकांच्या प्रयत्नांनंतर मोहानींची सुटका झाली. अलीगढला भेट देण्याची परवानगी मिळाली. तडजोड म्हणून ते त्यांच्या जन्मगावी मोहान येथे तीन महिने राहिले. ११ एप्रिल १९१८ रोजी त्यांच्यावर लादलेल्या सर्व अटी शासनाने मागे घेतल्या. सरकारने मोहानींना १९१६ साली सतत कोणत्या ना कोणत्या कारणास्तव तुरुंगात डांबून ठेवले होते. कारण मोहानी जहाल राष्ट्रवादी होते. तळागाळातील जनसामान्यांपर्यंत आपला विचार निरनिराळ्या मार्गाने पोहोचविण्याचा प्रयत्न करीत होते.

काँग्रेस आणि मुस्लीम लीगमधील प्रतिनिधित्त्वाच्या वाटपाबद्दल १९१६मध्ये लखनऊ करार झाला होता. सहा महिन्यांनी मोहानींना शिक्षा झालेली होती. काँग्रेस आणि मुस्लीम लीग यांना एकत्रित आणण्याचा प्रयत्न करणाऱ्या नेत्यांत मोहानींचा वाटा महत्त्वाचा होता. त्यासाठी लेख, भाषणे, वाटाघाटी यांच्या माध्यमातून मोहानींनी खूप प्रयत्न केले होते. लखनऊ करार संमत करण्यामागे लो. टिळकांची भूमिका महत्त्वाची होती. परंतु करारानंतर सहा महिन्यांनी मोहानींना अटक झाली आणि पुढे लखनऊ करारदेखील थोड्या काळासाठीच टिकला. करारातील अनेक तरतुदी पं. मालवीय यांच्यासारख्या नेत्यांना मान्य झाल्या नाहीत.

१९१८ मध्ये मोहानी तुरुंगातून बाहेर आले, त्या वेळी परिस्थिती बदललेली होती. लीग आणि काँग्रेसमधील तणाव वाढलेला होता. तुर्कस्तानच्या प्रश्नांतून खिलाफत प्रश्नाने गंभीर स्वरूप धारण केले होते. ब्रिटिश सरकार तुर्कस्तानच्या पाडावानंतर इस्लाम धर्मियांचे आदराचे पद म्हणजेच खलिफाचे पद बरखास्त करायला निघाले होते. खलिफाचे पद इस्लामधर्माचा केंद्रबिंदू मानला जात असे. खलिफाचे पद बरखास्त करणे म्हणजे इस्लामच्या अस्तित्वाला धोका, असा एक समज त्या काळात होता. त्यामुळे हिंदुस्थानातील मुसलमानांच्या दृष्टीने खलिफाचे पद हे महत्त्वाचे पद होते. ते

पद तुर्कस्तानच्या सुलतानाकडे होते. पहिल्या महायुद्धात तुर्कस्तान दोस्त राष्ट्रांच्या विरुद्ध होते. तुर्की साम्राज्य बरखास्त करून त्याच्या ताब्यातील देश स्वतंत्र करायचे व त्या देशांवर आपले नियंत्रण ठेवायचे, हा ब्रिटिशांचा डाव होता. त्यामुळे भारतात उत्तर भारतातील मुस्लीम जनसमूह ब्रिटिशविरोधी झालेला होता. खलिफा पदाच्या बरखास्तीबरोबर इस्लामची पवित्र शहरे मक्का आणि मदिना यांवर आक्रमण करण्याचा प्रयत्न होता, त्यामुळे भारतीय मुसलमानांत खळबळ उडाली होती. १९१६ पासूनच खिलाफत आंदोलन सुरू झाले होते.

या प्रश्नाचे महत्व ओळखून लो. टिळक आणि पं. मालवीय यांनी खिलाफत आंदोलनाला पाठिंबा दिला होता. मौ. महंमद अली, शौकत अली, डॉ. अन्सारी वगैरे मोठे नेते खिलाफतच्या आंदोलनात उतरले होते. सरकारने त्यांना अटक केलेली होती. हा प्रश्न निर्माण झाल्याबरोबर 'खिलाफत कॉन्फरन्स'सारख्या संघटना स्थापन झाल्या होत्या. हे ब्रिटिशविरोधी आंदोलन असल्यामुळे १९१६ मध्येच मोहानींनी या संघटनांच्या स्थापनेत पुढाकार घेतला होता. १९१९ मध्ये या खिलाफत चळवळीत म. गांधीदेखील सामील झाले. नोव्हेंबर १९१९ मध्ये दिल्ली येथे या खिलाफत कॉन्फरन्सची एक मोठी सभा झाली. म. गांधींनी आपल्या आत्मकथेत त्याबद्दल विस्ताराने लिहिले आहे. त्या सभेच्या निमंत्रण पत्रिकेत खिलाफतचा प्रश्न, गोवधबंदी आणि पंजाबचा प्रश्न हा अजेंडा होता. म. गांधींचे म्हणणे पडले की, खिलाफत आणि गोवधबंदी एकत्रित करून परस्परांतील 'सौद्याचे' स्वरूप त्या प्रश्नांना देऊ नये. या प्रत्येक प्रश्नाचा विचार स्वतंत्रपणे त्या प्रश्नांच्या गुणदोषानुसार व्हावा. हिंदूंनी गोवधबंदीची अट घालून पाठिंब्याचा विचार करू नये आणि मुसलमानांनी आपल्या धार्मिक प्रश्नाला हिंदूंचा पाठिंबा मिळविण्यासाठी असा सौदा करू नये. हिंदूंच्या भावनांना मान देण्यासाठी त्यांनी स्वतंत्रपणे गोवधबंदीचा निर्णय घेतला पाहिजे. परिणामी गोवधबंदीचा प्रश्न त्या सभेत चर्चेला निघाला नाही. परंतु त्या सभेत मुसलमानांचे एक मोठे मान्यवर नेते मौ. अब्दुल बारी यांनी 'मुसलमानांनी खिलाफतीचा विचार न करता गोवधबंदीचा निर्णय घेतला पाहिजे', असे जाहीर करून टाकले.

गांधीजीनी लिहिले आहे की, त्या सभेला मौ. हसरत मोहानी हजर होते. त्यांची ओळख तत्पूर्वी झाली होती. याबद्दल गांधींजी आपल्या आत्मचरित्रात लिहतात, 'या सभेत ते कसलेले लढवय्ये आहेत हे माझ्या लक्षात आले होते. तेथूनच आमच्यात मतभेद होण्यास सुरुवात झाली. ते मतभेद अनेक बाबतीत कायम राहिले. त्या सभेत हसरत मोहानींनी एक जहाल ठराव मांडला. तो असा की, हिंदू-मुसलमानांनी सर्वार्थाने स्वदेशीचे पालन करावे. परदेशी मालावर कडक बहिष्कार टाकावा.' गांधीजी लिहितात

की, 'हा ठराव त्यांना मान्य होण्यासारखा नव्हता.'[४]

कारण खादीचा जन्म झालेला नव्हता. परदेशी मालाला पर्याय निर्माण झालेला नव्हता. एकाएकी असा सर्वंकष बहिष्कार अमलात आणणेही कठीण होते, म्हणून गांधीजींनी त्या ठरावाला विरोध केला. गांधींचे याबाबतीतील प्रतिपादन व्यवहारी होते. हसरत मोहानी सदैव टोकाची भूमिका घेत असत ही गोष्ट खरी आहे. गांधींनी आत्मचरित्रात लिहिले आहे की, 'मोहानींच्या बहिष्काराची भूमिका इतकी टोकाची होती, कारण इंग्रजी साम्राज्याने खिलाफतीच्या बाबतीत न्याय दिली नाही, तर त्यांना त्याबद्दल सूड उगवायचा होता.' गांधींचे हे म्हणणे मोहानींवर अन्याय करणारे आहे. कारण मोहानी स्वदेशीचा आणि परदेशी मालावरील बहिष्काराचा विचार खिलाफतीच्या चळवळीच्या अनुषंगाने मांडत नव्हते, तर १९०५ पासून ज्या वेळी खिलाफतची चळवळ सुरू झालेली नव्हती, त्या वेळेपासून मोहानी हे स्वदेशीचा प्रसार करीत होते. त्यांनी सुरू केलेल्या स्वदेशी भांडाराचा उल्लेख मागे आलेलाच आहे. परदेशी कापडांवर बहिष्कार टाकून हातमाग कापड वापरावे किंवा ते कमी पडल्यास भारतीय गिरण्यांतील कापड वापरावे, असा प्रचार ते करीत राहिले होते. गांधी भारतात येऊन चळवळ सुरू करण्याआधीपासून मोहानी हे स्वदेशीच्या चळवळीत सक्रीय होते. कारण लो. टिळक हे त्यांचा आदर्श होते. टिळकांचा स्वदेशीचा प्रचार ते करीत होते. १९०५ साली 'स्वदेशी चळवळ आणि बहिष्कार' या लेखात त्यांनी सशस्त्र लढ्याऐवजी 'जोरदार प्रतिकारा'चा मार्ग म्हणून ब्रिटिश मालावर सर्वंकष बहिष्कार टाकावा, असे म्हटले होते. त्याचा संदर्भ मागे आलाच आहे. लो. टिळकप्रणीत निःशस्त्र प्रतिकाराचे प्रतीक म्हणून ते सर्वंकष बहिष्काराकडे पाहत होते, असे म्हणावे लागले. त्या सभेत आत्मचरित्रातील गांधींच्या प्रतिपादनांतून आणखी एक मुद्दा आलेला आहे. गांधींचे म्हणणे होते की, सर्व परदेशी मालावर बहिष्कार टाकणे अव्यवहारी ठरेल. कारण हिंदुस्थानात सर्व प्रकारचा स्वदेशी माल तयार होत नाही. परदेशी कापडांवरदेखील पर्याय पाहून बहिष्कार टाकावा. त्याला उत्तर म्हणून मोहानींनी विचारले की, 'आम्हांला पाहिजे तेवढे कापड आम्ही केव्हा निर्माण करणार आणि विदेशी बहिष्कार केव्हा साध्य होणार? आम्हाला असे काहीतरी पाहिजे की, ब्रिटिश लोकांवर त्याचा ताबडतोब परिणाम झाला पाहिजे.' गांधीजी लिहितात की, बहिष्कारापेक्षा काहीतरी अधिक करणे जरुरीचे आहे, असे मला वाटत होते. त्यांचे भाषण ऐकताना मला वाटत होते की, विरोधाची भाषा बोलत असताना (सर्व वस्तू वापरून) ते सरकारशी (एका अर्थाने) हर प्रकारे असहकार्य करीत आहेत. आणि त्याचबरोबर तलवारीने विरोध करायचा नाही (असे म्हणत आहेत). त्या अर्थी सहकार्य न करणे हाच खरा विरोध

आहे, असे माझ्या मनाने घेतले. त्यावरून मला 'नॉन कोऑपरेशन' हा शब्द सापडला!

गांधींचे हे म्हणणे दोन प्रकारे महत्त्वाचे आहे. एक, मोहानींचा आग्रह होता की, सरकारवर दडपण आणण्यासाठी बहिष्काराचे शस्त्र फार प्रभावी ठरणार नाही. देशातील सर्व लोकांना बहिष्कार पटवून द्यावा लागेल. ते काम प्रचंड मोठे आहे. दुसरे म्हणजे परदेशी कापड आणि माल यांना पुरेसा पर्याय देशात निर्माण झालेला नाही, तर आपण सर्वंकष बहिष्कार टाकून सरकारची आर्थिक कोंडी करणार कसे? या विचाराच्या मागे १९०५ पासूनच मोहानींचा प्रयत्न होता. तलवारीने विरोध करायचा नाही, कारण १८५७ आणि क्रांतिकारकांचे सशस्त्र लढ्यांचे प्रयत्न फसलेले होते. म्हणून मोहानी परिणामकारक अन्य उपायाचा मार्ग शोधावा असे म्हणत होते. मोहानी उर्दूमधून आपले विचार मांडत होते. सरकारशी निःशस्त्र प्रतिकार करण्याचा विचार मोहानींनी त्यांच्या पद्धतीने मांडला. मोहानीं भाषण करत असाताना गांधींना 'नॉन कोऑपरेशन'चा पर्याय सुचला. स्वतः गांधीनींच हे स्पष्ट लिहिले आहे. म्हणजे मोहानींच्या वैचारिक धडपडीच्या परिणामातून गांधीना 'नॉन कोऑपरेशन' म्हणजे असहकाराचा मार्ग सापडला. हे एक प्रकारे मोहानींचे राष्ट्रीय स्वातंत्र्याच्या लढ्यातील योगदानच होते, असे म्हणणे अतिशयोक्तीचे होणार नाही.

दुसरी गोष्ट म्हणजे मोहानींचा ब्रिटिशांना विरोध फक्त खिलाफतीच्या संदर्भात नव्हता. ते टिळक-अरविंद घोष यांच्या प्रभावामुळे ब्रिटिश साम्राज्यविरोधी होते. मौ. बरकतुल्लाह, ओबेदुल्ला सिंधी, रासबिहारी बोस यांच्या क्रांतीच्या प्रयत्नांना त्यांनी पाठिंबाही दिला होता. मुसलमानांनी काँग्रेसशी सहकार्य करून स्वातंत्र्य आंदोलनाचा लढा वाढवावा, असा प्रचार ते सातत्याने करीत राहिले होते. म्हणून गांधीजींप्रमाणे त्यांनाही वाटत होते की, खिलाफतीच्या निमित्ताने मुसलमान काँग्रेसबरोबर स्वातंत्र्यलढ्यात सर्वार्थांने सामील होतील. ते धर्मवादी नेते मौ. अब्दुल बारी किंवा महमद अली जोहर यांच्याप्रमाणे धार्मिक चष्म्यातून ब्रिटिशविरोधी आंदोलनाकडे पाहत नव्हते. ते खिलाफतच्या प्रश्नाकडे ब्रिटिशविरोधी आंदोलनाचे एक प्रभावी साधन म्हणून बघत होते. म्हणून पुढे खिलाफत आंदोलन फसल्यानंतर, इतर धार्मिक नेत्यांप्रमाणे मोहानी हे काँग्रेसच्या विरोधात गेले नाहीत. जहाल ब्रिटिशविरोध आणि पूर्ण स्वातंत्र्य हा त्यांचा राजकीय पिंडच बनला होता. म्हणूनच आपल्या भाषणात मोहानींनी म्हटले होते की, सरकार आपले ऐकत नसेल, तर आपण सरकारला साहाय्य कसे करावे? त्यांच्या या बोलण्यावरून गांधींनी 'असहकाराची' रणनीती शोधून काढली.

गांधींनी असहकाराची घोषणा केल्यानंतर देशभर असहकाराचे आंदोलन

जोरदारपणे सुरू झाले. त्यामध्ये खिलाफत चळवळीचे सर्व जण सामील झाले. सत्याग्रहाचा जोर चढला. ८ जुलै १९२१ ला खिलाफत समितीने घोषणा केली की, ब्रिटिश हे मुसलमानांच्या विरोधी गेल्यामुळे इस्लामी कायद्याप्रमाणे ब्रिटिश सैन्यात नोकरी करणे हे धर्मबाह्य आहे. हकीम अजमल खान यांच्या निवासस्थानी सर्व महत्त्वाच्या सदस्यांची बैठक बोलविली गेली. कारण अलीबंधूंनी मुसलमान सैनिकांना ब्रिटिश सेनाधिकाऱ्यांचे हुकूम न मानण्याचा दिलेला आदेश हा साम्राज्यविरुद्ध बंडखोरीचा आदेश होता. त्यासाठी ब्रिटिश कायद्याप्रमाणे अलीबंधूंना देहान्ताची शिक्षा ठोठावली जाऊ शकत होती. त्यांना वाचविण्यासाठी ही बैठक बोलविण्यात आलेली होती. त्या बैठकीत मोहानींनी एक जहाल विचार प्रस्तावरूपाने मांडला. ते म्हणाले, ''मी आपणा सर्वांना तत्पूर्वी कानपूर येथे झालेल्या बैठकीत जो ठराव मांडला होता, त्याची आठवण करून देतो. अलीबंधूंच्या अटकेच्या अनुषंगाने मी तो ठराव मांडला होता आणि माझ्या पत्नीने त्या ठरावाला अनुमोदन दिलेले होते. त्या ठरावाच्या मसुद्यात अलीबंधूंना पाठिंबा आणि असहकार हे मुद्दे होते. हा ठराव मोठ्याने सर्वांनी वाचून त्याला पाठिंबा जाहीर करायचा आणि सर्वांनी अटक करून घ्यायची, असा प्रस्ताव होता. तीच गोष्ट आता आपण सर्वांनी करावी आणि सर्वांनी स्वतःला अटक करवून घ्यावी.'' मोहानी पुढे असे म्हणाले की, 'सरकारला सर्वांना अटक करून, देशद्रोहाबद्दल सर्वांना फाशीची शिक्षा द्यावी लागेल. असे ठराव जागोजागी झाले, तर सरकारला लाखो लोकांना पकडावे लागेल. फाशीची शिक्षा ठोठवावी लागेल! सरकार हे करू शकणार नाही. परिणामी अलीबंधूंना सोडणे सरकारला भाग पडेल.' मोहानींचे हे भाषण गांधींशी मतभेद असूनही गांधींचा विचार त्यांनी किती नेमकेपणाने मांडला होता, हे स्पष्ट करते.

जेव्हा ५ ऑक्टोबर १९२१ रोजी 'काँग्रेस वर्कींग कमिटी'ची बैठक झाली, त्या बैठकीत हसरत मोहानींनी २१ सप्टेंबरला मांडलेल्या ठरावासारखा ठराव काँग्रेस समितीने स्वीकारला आणि १६ ऑक्टोबर रोजी सर्व देशभर बैठका झाल्या आणि हजारो लोकांनी मोहानींनी म्हटल्याप्रमाणे महंमद अलींच्या भाषणांचे जाहीर वाचन केले. त्या सर्वांना पकडून फाशीची शिक्षा सुनावणे शक्य नव्हते आणि लोकांचा क्षोभ पाहून सरकारने अलीबंधूंना फक्त दोन वर्षांची शिक्षा सुनावली.

त्याच सुमारास प्रिन्स ऑफ वेल्सचा भारतभेट दौरा सुरू होणार होता. काँग्रेसने त्या दौऱ्यावर बहिष्कार घातला. निदर्शने सुरू केली. जनतेला हिंसा आवरता आली नाही. गांधीजींनी सत्याग्रह मागे घेऊन शांततेसाठी उपोषण सुरू केले. आंदोलनात गोंधळ उडाला. तो सर्व इतिहास येथे देण्याचे कारण नाही. मोहानींना गांधींचा

अहिंसेबद्दलचा टोकाचा आग्रह रुचलेला नव्हता. जहाल मोहानींना ते पटणे कठीण होते. सत्याग्रहाचे आंदोलन एक प्रकारे खंडित झाले होते. पुन्हा काँग्रेस आणि मुस्लीम लीगमधील मतभेद वाढू लागले होते.

अशा तणावाच्या परिस्थितीत अहमदाबादेत काँग्रेसचे अधिवेशन झाले. विशेष म्हणजे, त्याच वेळी मुस्लीम लीगचेही अधिवेशन अहमदाबादेत आयोजित करण्यात आले होते. त्याबद्दल तुफेल अहमद यांनी लिहिले आहे की, 'अहमदाबादेतील काँग्रेस आणि मुस्लीम लीगचे एकाच वेळी घेण्यात आलेले अधिवेशन हे शेवटचे होते. त्यानंतर ते कधीच एकत्र आले नाहीत. चित्तरंजन दास हे तुरुंगात असल्याने त्यांच्या जागी काँग्रेसचे नेते हकीम अजमल खान यांना अधिवेशनाचे हंगामी मध्यस्थ करण्यात आले होते. काँग्रेसने 'सिव्हील डिसओबिडियन्स'चा म्हणजे 'अहिंसात्मक सत्याग्रहा'चा ठराव त्या अधिवेशनात मांडला. विशेष म्हणजे, त्याच ठिकाणी मुस्लीम लीगचेही अधिवेशन घेण्यात आले. त्या बैठकीत म. गांधी, वल्लभभाई पटेल, अजमलखान, डॉ. अन्सारी वगैरे प्रमुख मंडळी हजर होती. सत्राध्यक्ष हसरत मोहानी होते. त्यांचे अध्यक्षीय भाषण खळबळजनक होते. ते म्हणाले, "१ जानेवारी १९२२ रोजी भारताचे संयुक्त राज्यांचे प्रजासत्ताक म्हणून घोषणा करावी. मुस्लीम लीग (काँग्रेसच्या तुलनेने) दुबळी आहे, परंतु काँग्रेस आणि खिलाफत समितीची उद्दिष्टे मुस्लीम लीगप्रमाणेच आहेत. (एका अर्थाने) मुसलमानांच्या हक्कांचे संरक्षण करण्याची जबाबदारी मुस्लीम लीगचीच आहे. (असे लीगचे म्हणणे होते) परंतु त्यासाठी प्रथम स्वराज्य मिळविणे आवश्यक आहे. परंतु लीगच्या सदस्यांचे म्हणणे याउलट आहे. (म्हणजे त्यांना प्रथम मुसलमानांच्या हक्कांची शाश्वती पाहिजे आहे.) लीगच्या सभासदांचे सभासद शुल्क कमी करून सदस्यसंख्या वाढवावी. सरकारकडून खिलाफतचा प्रश्न समाधानकारकपणे मिटविला गेला नाही, तर लीगने संपूर्ण स्वातंत्र्याचा ठराव मांडावा." अर्थातच त्यांचे म्हणणे लीगला मान्य होणे शक्यच नव्हते. लीगच्या 'विषय नियामक समिती'ने मोहानींचा ठराव नाकारला. मोहानींच्या आग्रहामुळे त्यांचा तो ठराव लीगच्या खुल्या अधिवेशनात मांडला गेला, तरी तिथेही असंमत झाला.

तुफेत महमदींनी लिहिले आहे की, ब्रिटिशांच्या राजकारणामुळे सारा मुस्लीम समाज अस्वस्थ होता. जमियत ए उलेमा आणि खिलाफत समितीकडून फतवे निघाले होते की, मुसलमानांनी ब्रिटिश सैन्यातून बाहेर निघावे. पोलीस खात्यात काम करू नये. असहकाराच्या आंदोलनात सामील व्हावे. या दोन्ही संघटनांपेक्षा अनुभवी असलेली आणि पंधरा वर्षांपासून राजकारण करणारी मुस्लीम लीग मात्र गप्प होती. परिणामी मोहानींचे भाषण आणि ठराव तेथे एवढे प्रभावी झाले होते की, लीगने

नाकारल्यानंतर लीगचे नंतरचे सर्व कामकाज निर्जीव आणि औपचारिकच ठरले. मोहानींना लीगच्या अधिवेशनात ठराव मांडताना लीगमधील वरिष्ठवर्गीय सभासद आपल्या ठरावाला मान्यता देणार नाही याची जाणीव असावी, असे दिसते. म्हणूनच त्यांनी त्या ठरावात लीगची सभासद फी कमी करून सदस्यसंख्या वाढविण्याचा विचार मांडला होता. ते जर मान्य झाले असते, तर सर्वसामान्य मुसलमानांची सदस्यसंख्या लीगमध्ये वाढली असती. यातून लीगच्या वरिष्ठवर्गीय सदस्यांचे जमातवादी राजकारण संपुष्टात आले असते. यात मोहानींनी लीगच्या वरिष्ठवर्गीय राजकारणाला शह देण्याचा केलेला प्रयत्नही स्पष्ट होतो.[५]

काँग्रेसच्या अधिवेशनातदेखील मोहानींनी खळबळ उडवून दिली होती. तेथेही त्यांनी १ जानेवारी १९२२ हा प्रजासत्ताक दिन म्हणून घोषित करावा आणि संपूर्ण स्वातंत्र्याचा ठराव करावा व 'हिंदुस्थान संयुक्त राज्यांचे प्रजासत्ताक' झाले ही घोषणा करावी, असा ठराव मांडला होता. म. गांधींसहित सर्व जण त्यांच्या ठरावाने चकित झाले होते. त्या ठरावामुळे काँग्रेसच्या सर्व सभासदांत विजिगीषू वातावरण निर्माण झाले होते. परंतु गांधींनी त्या ठरावाला विरोध केला. गांधींचे म्हणणे होते की, संपूर्ण स्वातंत्र्याची घोषणा करण्यास त्या वेळी अनुकूल वातावरण नव्हते. ती सत्याग्रहाची सुरुवात होती. राजकीयदृष्ट्या सारा देश स्वातंत्र्यासाठी तयार करणे आवश्यक होते. परिणामी तिथेही मोहानींचा ठराव असंमत झाला. अशा प्रकारे अहमदाबादेतील काँग्रेस आणि मुस्लीम लीगची अधिवेशने मोहानींच्या जहाल ठरावांनी गाजली. यानंतर काँग्रेस आणि मुस्लीम लीगची अधिवेशने नंतर कधीच एकत्रित घेतली गेली नाहीत. सत्याग्रहाचे आंदोलनदेखील गांधीजींनी चौरीचौरा प्रकारणामुळे मागे घेतले. पुढचा सर्व इतिहास ज्ञातच आहे.[६] या सर्व घडामोडींतून हसरत मोहानींची प्रखर राष्ट्रनिष्ठा स्पष्ट होते. गांधीजींच्या म्हणण्याप्रमाणे संपूर्ण स्वातंत्र्याची घोषणा करावयाची परिस्थिती तेवढी अनुकूल नव्हती. हे जरी खरे असले, तरी संपूर्ण स्वातंत्र्याचा लढा उभा करणे हा ब्रिटिशांना हटविण्याचा मार्ग आहे, हे मोहानींचे म्हणणे बरोबर होते. पुढे सर्व उपाय थकल्यानंतर गांधीजीना 'चले-जाव' आंदोलन उभे करावेच लागेल, हे विसरता कामा नये.

अहिंसात्मक लढ्याबद्दल गांधी आणि मोहानी यांच्यांत मतभेद होते. मोहानींचे म्हणणे होते की, अहिंसात्मक सत्याग्रह हा प्रभावी मार्ग आहे; यात काही शंका नाही. ब्रिटिश सत्तेशी युद्ध करणे शक्य नाही, हेही बरोबर आहे. परंतु ब्रिटिशांनी हिंसेचा वापर करून निरपराध माणसे मारली, तर हाती शस्त्र घ्यावेच लागेल. अर्थातच गांधींना ते मान्य झाले नाही. गांधींशी मतभेद झाले, तरी मोहानींनी काँग्रेस सोडली

नाही. ते लीगबरोबरही गेले नाहीत. ते टिळकांप्रमाणे निशःस्त्र प्रतिकाराचे पुरस्कर्ते होते. ते फक्त ब्रिटिशांनी हेतुपुरस्सर हिंसेचा वापर केला तर सशस्त्र प्रतिकार करावा, असे म्हणत होते. हे म्हणणे त्यांच्या जहाल स्वभावाला अनुसरून होते. परिस्थिती अशी होती की, मोहानींच्या उर्दू भाषणांतूनच म. गांधींना 'नॉन कोऑपरेशन'ची संकल्पना सुचली होती. सशस्त्र प्रतिकार करता आला नाही तरी केवळ बहिष्काराचे तंत्र वापरण्याऐवजी ब्रिटिशांची सर्व बाजूंनी कोंडी करावी, या त्यांच्या प्रतिपादनातूनच अहिंसात्मक सत्याग्रहाची संकल्पना पुढे आलेली होती.

सुप्रसिद्ध इतिहासकार डॉ. मुशिरूल हसन यांनी यासंबंधी पुढीलप्रमाणे लिहिले आहे. ते म्हणतात की, 'हसरत मोहानींनी अहमदाबादेत असा जाहीर प्रस्ताव मांडला की, काँग्रेस आणि मुस्लीम लीगने मिळून एकत्रितपणे, 'संपूर्ण स्वातंत्र्यासाठी' प्रयत्न करावेत आणि मोहानींनी अशी घोषणा केली की, 'जर सरकारने 'मॉर्शल लॉ' पुकारला, तर मुस्लिमांना सत्याग्रहाचा त्याग तरी करावा लागेल किंवा बंदुकीच्या गोळ्यांना सामोरे जावे लागेल. अशा परिस्थितीत स्वसंरक्षणासाठी हिंसात्मक प्रतिकाराचा मार्ग स्वीकारावा लागेल.'[७] मुशिरूल हसन यांच्या मते, ब्रिटिशांना विरोध करताना कोणती रणनीती स्वीकारावी याबद्दल गांधीजी आणि खिलाफत नेत्यांमध्ये कायमचा तणाव होता. त्याचा हा परिणाम होता. खिलाफत चळवळीला पाठिंबा देण्यासाठी अहिंसात्मक सत्याग्रहाची अट गांधीजींनी घातलेली होती. त्यामुळे हा तणाव निर्माण झालेला होता. परिणामी, पॅन इस्लामच्या चळवळीचे राष्ट्रीय चळवळीमध्ये रूपांतर करण्याच्या गांधींच्या प्रयत्नांना यश मिळू शकले नाही. गांधीजींनी मोहानींच्या भाषणाविषयी म्हटले की, जोपर्यंत हिंदू-मुस्लीम एकता पूर्णपणे प्रस्थापित होत नाही, तोपर्यंत पूर्ण स्वराज्याचा प्रस्ताव काँग्रेसच्या ध्येय-धोरणात समाविष्ट करता येणार नाही. मुशिरूल हसन लिहितात की, इतिहासाच्या त्या टप्प्यावर पूर्ण स्वराज्याची मागणी अपरिपक्व (प्रिमॅच्युअर) होती, असे गांधीजी सुचवित होते. कारण काँग्रेसच्या एका गटाचे पूर्ण स्वातंत्र्याच्या मागणीबद्दल अनुकूल मत नव्हते. काँग्रेसने मोहानींच्या प्रस्तावाला विरोध करून गांधींना पाठिंबा दिला. (उपरोक्त)

मुस्लीम लीगच्या अधिवेशनात मोहानींनी दिलेले भाषण ब्रिटिशांच्या दृष्टीने अर्थातच आक्षेपार्ह होते. ब्रिटिश सरकारने मोहानींचे भाषण सरकारविरोधी ठरवून १५ एप्रिल १९२२ रोजी त्यांना देशद्रोही कृत्याबद्दल अटक केली. त्यांची काँग्रेस, मुस्लीम लीग आणि खिलाफत समितीसमोरील भाषणे देशद्रोही म्हणून जाहीर करण्यात आली. त्यांच्या भाषणाच्या प्रती जप्त करण्यात आल्या. त्यांना वीस वर्षांची शिक्षा ठोठावली गेली. अपिलात त्यांची शिक्षा कमी करण्यात येऊन ती दोन वर्षे करण्यात आली.

त्यांची रवानगी पुण्यातील येरवडा तुरुंगात जिथे म. गांधीना ठेवण्यात आले होते, तिथे करण्यात आली. देशाविरुध्द बंडाची चिथावणी दिल्याचा त्यांच्यावर आरोप असल्याने त्यांना तुरुंगात 'क' दर्जा देण्यात आलेला होता. परिणामी त्यांना अट्टल गुन्हेगारांबरोबर ठेवण्यात आले. इतर राजकीय कैद्यांबरोबर ठेवले गेले नाही. पूर्ण स्वराज्याची मागणी करणाऱ्या मोहानींना अशी भयंकर शिक्षा ठोठावली गेली होती. 'क' दर्जामुळे त्यांना अतिशय वाईट वागणूक तुरुंगात मिळत होती. म. गांधींबरोबर असणाऱ्या इंदुलाल याज्ञिक यांनी आपल्या 'कारावास' या गुजराथी पुस्तकात मोहानींबद्दल पुढीलप्रमाणे लिहिले आहे. ''सुप्रसिद्ध उर्दू कवी हसरत मोहानी हे मला मधून मधून वर्तमानपत्रे वगैरे कागदांचे बंडल त्यांच्या 'क' विभागातून युक्ती-प्रयुक्तीने पाठवित असत. असे राजकीय साहित्य पाठविल्याबद्दल तुरुंगातील अधिकारी त्यांना कडक शिक्षा करीत असत. अत्यंत कडक बंदोबस्त असतानादेखील ते असे लिखित साहित्य मिळवित असत. ते वाचून, महत्त्वाच्या ओळींवर खुणा करून ती वर्तमानपत्रे आमच्याकडे पोहचवित असत. ही वर्तमानपत्रे म. गांधींपर्यंत पोहचविण्याचा निरोप देत असत. म. गांधींना त्यांच्या धाडसाचे कौतुक असे आणि त्यांनी पाठविलेले साहित्य गांधीजी काळजीपूर्वक वाचत असत. त्यांच्याशी मतभेद असूनही गांधीजी त्यांच्या धाडसाची स्तुती करीत असत.'' शेवटी १ ऑक्टोबर १९२३ रोजी बेकायदेशीररित्या प्रक्षोभक कागदपत्रे तुरुंगात प्राप्त करून घेण्याच्या त्यांच्या कृत्याबद्दल त्यांच्यावर खटला चालविण्यात आला व त्यांना ६ महिन्यांची जादा शिक्षा देण्यात आली.

या वेळी तुरुंगवासात मोहानींनी पूर्वीप्रमाणे राजकीय लिखाण केले नाही. त्याऐवजी गझला आणि गीते लिहिली. ते दिवस हे हिंदू-मुस्लिमांधील तणावांचे आणि दंगलीचे होते. त्यांना तुरुंगाबाहेरून नियमितपणे वर्तमानपत्रे गुपचूपपणे प्राप्त होत असल्याने, देशातील प्रक्षोभक परिस्थितीची पूर्ण कल्पना होती. कदाचित त्यामुळेच की काय ते गझल व गीते लिहीत राहिले. भगवान श्रीकृष्णांची प्रेमगीते त्यांनी लिहिली. त्यांना होणाऱ्या वेदना त्यांच्या गझलांमधून व्यक्त झालेल्या आहेत. तसेच आपल्या गीतांमधून भांडवलशाही कारस्थाने, समाजवादाची गरज, समतेचे तत्त्वज्ञान यांबद्दलचे विचार प्रकटलेले दिसतात. देशातली परिस्थिती चिघळत गेली. दंगलींच्या लाटा सुरू झाल्या. १२ ऑगस्ट १९२४ रोजी अचानक सरकारने त्यांची सुटका केली. मोहानी हे स्वभावाने जहाल होते. ते दंगलीमुळे चिडून जाऊन मुस्लीम लीगच्या बाजूने जातील या अंदाजाने सरकारने त्यांना सोडले असावे, परंतु घडले उलटेच!

सुटल्याबरोबर हसरत मोहानी हे कानपूरला आले. त्यांनी आपले 'स्वदेशी स्टोअर्स' पुन्हा सुरू केले आणि त्यांचे प्रसिद्ध मासिक 'ऊर्दू ए मोआला' सुरू केले.

जानेवारी १९२५ पासून ते १९४२ पर्यंत त्यांचे मासिक नियमितपणे प्रसिद्ध होत राहिले. आपल्या मासिकातून त्यांनी हिंदू-मुस्लीम ऐक्य, राजकीय-सामाजिक प्रश्न यांवर सातत्याने लेखन केलेले दिसून येते. त्याचबरोबर गझल, काव्य, ललित लेखनही ते करीत राहिले. परंतु जमातवादी लिखाणाकडे ते वळले नाहीत. ३ मार्च १९४२ ला भारतातील मुसलमानांना धक्का देणारी घटना घडली. तुर्कस्थानमध्ये केमाल पाशाने खिलाफत बरखास्त केली! परिणामी मौ. महंमद अलीसारख्या नेत्यांचे राजकारणच कोसळले. खिलाफत आंदोलनातील सर्व हवाच गेली. कानपूर येथे २५ डिसेंबर १९२५ रोजी भरलेल्या खिलाफत कॉन्फरन्सच्या बैठकीत हसरत मोहानींनी त्यांच्या जहाल विचारसरणीप्रमाणे काही प्रक्षोभक मुद्दे मांडलेले होते. मौ. महंमद अलींनी अधिवेशनाच्या अजेंड्यातून त्यांचे भाषण काढून टाकल्याची नोंद आहे. हसरत मोहानींनी काय म्हटले होते, याची माहिती इंग्रजीतून दिलेली नाही. त्यांचे तेथील उर्दू भाषण, प्रस्तुत लेखकाला हे प्रकरण लिहीत असताना उपलब्ध होऊ शकले नाही.

त्याच वेळी सौदी अरेबियाचे राजे इब्ज सौद यांनी मक्का-मदिनेतील अनेक मस्जिदी प्रेषित महंमद (स) साहेबांच्या अनेक सहकाऱ्यांच्या कबरी (समाध्या) असलेल्या वास्तू उद्ध्वस्त करून टाकल्या. इब्ज सौद हे कडवे वहाबी होते. वहाबी पंथानुसार समाध्या, दर्गे ठेवणे म्हणजे मूर्तिपूजेचा प्रकार मानला जातो. मूर्तिपूजेचे अवशेष म्हणून राजे इब्ज सौद यांनी इस्लामच्या ऐतिहासिक वास्तूच नष्ट केल्याने भारतातील मुसलमानांना हे धक्कादायक होते. हसरत मोहानी या घटनेने क्षुब्ध झाले. त्यांनी सौदी अरेबियातल्या त्या अविवेकी कृत्यावर हल्ला चढविला. फिरंगी महालपीठाचे मौ. अब्दुला बारी यांच्या प्रभावाखाली हसरत मोहानी होते. त्यांनी या वास्तूंचे संरक्षण करण्याकरिता 'अजुमने-खुद्दमुल-अहरामिन' या नावाची संघटना स्थापन केली. हसरत मोहानींनी त्या संघटनेच्या माध्यमातून इब्ज सौदचा निषेध करणारे अनेक लेख लिहिले. इब्ज सौदचा निषेध करण्यापलीकडे त्यांना काही करता येणे शक्य नव्हते. यावरून असे दिसते की, हसरत मोहानी हे कडवे पोथीनिष्ठ वहाबी नव्हते.

मौलाना हसरत मोहानी हे जहाल वृत्तीचे असल्याने त्यांनी आपल्या राजकीय कारकिर्दीत अनेक उलट-सुलट कृती केलेल्या दिसून येतात. मुळात ते टिळकपंथीयांच्या प्रभावाखाली असल्याने आणि नवाब, सरंजामदार, तालुकदार यांच्या विरोधी असल्याने मुस्लीम लीगप्रणीत राजकारणात फार वाहवत गेले नाहीत. ते मुस्लीम लीगच्या मुख्य नेत्यांपैकीही नव्हते. ते मुस्लीम राजकारणातच होते. परंतु त्यांच्या एकूण कारकिर्दीवरून असे दिसते की, पॅन-इस्लामी चळवळीचा आणि पॅन-इस्लामवादी नेत्यांचा उदा. महमुदुल हसन, बरकतुल्लाह आणि मौ. ओबेदुल्लाह सिंधी इ. नेत्यांचा त्यांच्यावर

फार मोठा प्रभाव होता. पॅन-इस्लामी चळवळीचे स्वरूप गुंतागुंतीचे होते. कारण त्यामध्ये जमालुद्दीन अफगाणीपासून ते मौ. अबुलबारी किंवा मौ. महंमद अली पर्यंतच्या वेगवेगळ्या प्रवृत्तींच्या विचारांचे धर्मपंडित सामील झाले होते. त्यांच्यात साम्राज्यवादासंबंधीचे, हिंदुस्थानातील इस्लाम धर्माचे आणि हिंदू-मुस्लीम संबंधांचे स्वरूप काय असावे; याबद्दल मतभिन्नता होती, वैचारिक गोंधळ होता. राष्ट्रवादासंबंधीच्या त्यांच्या संकल्पना वेगवेगळ्या होत्या. काही उलेमा अतिशय जमातवादी (कम्युनल) होते, तर काही सहिष्णू होते. अनेक उलेमा (धर्मपंडित) पॅन इस्लामवादी चळवळीत यासाठी सामील झाले होते की, ब्रिटिशांनी इजिप्तपासून ते हिंदुस्थानपर्यंतच्या मुस्लीम राजवटी बुडविल्या होत्या किंवा आपल्या ताब्यात ठेवल्या होत्या. मुसलमानांचे शेवटचे साम्राज्य म्हणजे तुर्कस्तानचे ऑटोमन साम्राज्यही पाश्चात्त्यांच्या ख्रिस्ती शक्तीपुढे पराजित झालेले होते आणि इस्लामचे प्रतीक असणाऱ्या 'खलिफाचे पद' खालसा करण्याचा प्रयत्न ब्रिटिशांनी सुरू केलेला होता. जमालुद्दीन अफगाणीप्रणीत साम्राज्यवादविरोधी लढ्यासाठी त्या-त्या देशातील मुस्लिमांनी, संबंधित देशातील बिगर मुसलमानांना घेऊन राष्ट्रवादी युक्त्या कराव्यात आणि लढा द्यावा, हा विचार किती उलेमांनी स्वीकारला होता, हे स्पष्ट नव्हते. भारतात आर्य समाजाची चळवळ, गोहत्याबंदीचे लढे, हिंदी विरुद्ध उर्दू, बंगाली-भद्र लोकांचा मुसलमानांना असणारा राजकीय विरोध, हिंदू आणि मुसलमानांच्या वरिष्ठवर्गीय घटकांची हितसंबंधांसाठी चाललेली स्पर्धा, सर सय्यदप्रणीत अलगतेचे राजकारण यांमुळे हिंदू-मुस्लीम संबंधांत ताणतणाव होते. अनेक उलेमा खिलाफतच्या आंदोलनात हिंदूंचा पाठिंबा मिळतो आहे म्हणून म. गांधींच्या सत्याग्रहाच्या चळवळीत आलेले होते. बहिष्काराचा मार्ग त्यांनी आधीपासूनच स्वीकारला होता. खिलाफतच्या प्रश्नात ब्रिटिशांची कोंडी करणे हे त्यांच्या दृष्टीने महत्त्वाचे होते. ब्रिटिश सत्तेचा पराभव झाला, तर तुर्कस्तानचे ऑटोमन साम्राज्य वाचेल, असे त्यांना वाटत होते. महमुदुल हसन, बरकतुल्लाह, ओबेदुल्लाह सिंधी, हुसेन अहमद मदनी, मौ. आझाद आणि डॉ. एम. ए. अन्सारी इ. यांसारखे नेते पॅन इस्लामवाद म्हणजे ब्रिटिश साम्राज्यविरोधी व्यापक असा राष्ट्रवादी लढा या भूमिकेने या लढ्यात उतरले होते.

पॅन इस्लामच्या चळवळीतले परस्परविरोधी प्रवाहांचे नेते, तसेच त्यात वेगवेगळ्या हेतूंनी सामील झालेले नेते; यांतील बारकावे आणि फरक जाणून न घेता, सर्वांना एकत्रितपणे गुंफल्याने भारताच्या स्वातंत्र्यलढ्याचे चित्र भ्रामक झाले आहे. एवढ्या वर्षांनंतर पॅन इस्लामच्या चळवळीकडे वस्तुनिष्ठपणे पाहिल्यास पॅन-इस्लामवादामुळे हिंदूंचे गैरसमजच जास्त झाले आणि त्याचे दुष्परिणाम भारताच्या

राजकारणात झाले, असे म्हणावे लागते. विशेषतः ओबेदुल्लाह सिंधी यांना जर्मनी आणि तुर्कस्तानच्या मदतीने भारतातले ब्रिटिशांचे राज्य उलथवून टाकता येईल, असे वाटत होते. तुर्कस्तानला पाठिंबा देण्याचे तेही एक कारण होते. काही लोकांचा अफगाणिस्तानच्या अमिरावर विश्वास होता. अफगाणिस्तानला भारतावर स्वारी करायला लावायची आणि ब्रिटिशांचे राज्य उलथून टाकायचे, हीही काहींची बावळट कल्पना होती. तिसऱ्या पानिपतच्या लढाईच्या स्मृतीचा हा परिणाम होता. मुस्लीम राजवट पुन्हा स्थापन करण्याचे काही जमातवादी पोथीनिष्ठ उलेमांचे स्वप्न होते. त्या अर्थाची प्रक्षोभक भाषणे देणारे अनेक उलेमा होते. त्यामुळे आर्य समाजनिष्ठ नेते, पं. मालवीयांसारखे, डॉ. मुंजे आणि हेगडेवारांसारखे हिंदुत्ववाद्यांचे मत तयार झाले की, पॅन इस्लामवादाची चळवळ ही भारतात इस्लामी राजवट पुन्हा स्थापन करण्याची चळवळ आहे. परिणामी भारतात हिंदू-जमातवाद बळकट होत गेला.

परंतु, बरकतुल्लाह, ओबेदुल्लाह सिंधी, मौ. मदनी, हसरत मोहानी, मौ. आझाद किंवा डॉ. अन्सारी यांचा अफगाणिस्तान किंवा तुर्कस्तानची मदत फक्त ब्रिटिश सत्ता उलथून टाकण्यासाठी घेण्याचा विचार होता. या नेत्यांनी संयुक्त किंवा संमिश्र राष्ट्रवादाचा विचार मांडलेला होता. भारतात मुसलमानांची राजवट आणणे हे त्यांचे उद्दिष्ट नव्हते. तसेच भारताच्या राजकारणावर मौ. महंमद अलीसारख्या धर्मवादी नेत्याने मांडलेल्या धर्माधिष्ठित आणि टोकाच्या धर्मवादाचेही फार मोठे दुष्परिणाम झाले. मौ. हसरत मोहानी हे टिळकप्रणीत राजकारणाचे प्रवक्ते होते. मुसलमान आणि हिंदूंनी मिळून एकत्रित लढा द्यावा या विचारांना ते शेवटपर्यंत बांधील राहिले. मौ. बरकतुल्लाह किंवा मौ. सिंधी यांसारख्या पॅन-इस्लामवादी क्रांतिकारकांचे ते जोरदार समर्थन करत होते, तरी त्यांचा 'रेशमी पत्राचा कट' जेव्हा उधळला गेला व मक्केचा अमीर आणि अफगाणिस्तानचा अमीर यांनी त्या क्रांतिकारकांचा जेव्हा विश्वासघात केला, तेव्हाच हसरत मोहानींना कळून चुकले होते की, सशस्त्र लढा किंवा परकीयांची मदत घेऊन क्रांती करणे शक्य नाही. त्यांना बहिष्काराच्या आणि स्वदेशीच्या चळवळीचा मार्ग जास्त परिणामकारक वाटू लागला होता. म. गांधींचा असहकाराचा लढा खिलाफतच्या चळवळीस पूर्ण जोडला, तर हिंदू मुसलमानांच्या एकजुटीने ब्रिटिश सत्तेला शह बसेल, असेही त्यांना वाटू लागले होते. ही एकजूट पाहून त्यांना आणि त्यांच्या विचारांच्या मुस्लीम नेत्यांना वाटू लागले होते की, पूर्ण स्वातंत्र्यांची मागणी पुढे रेटावी आणि ब्रिटिशांना घालवून द्यावे. म्हणून हसरत मोहानी पूर्ण स्वातंत्र्याचा आग्रह धरत होते. त्यांनी कधीही मुसलमानांच्या राजवटीचा पुरस्कार केला नाही. हसरत मोहानी हे मुळात कवी, पत्रकार आणि साहित्यिक होते. त्यामुळे भावनेच्या

भरात त्यांनी अनेक उलटसुलट गोष्टी केल्या, तरी ते फुटीरतेकडे वळले नाही. काही काळ मुस्लीम लीगच्या राजकारणाला पाठिंबा दिला, तरी बॅ. जिनांबरोबर गेले नाहीत. खिलाफतच्या लढ्याच्या वेळी ते एवढे जहाल झाले होते की, अलीबंधू त्यांना 'मॅड मुल्ला' (म्हणजे वेडा धर्मगुरू) असे म्हणत होते. भावनेच्या भरातील त्यांच्या उतावळेपणामुळे, 'मॅड मुल्ला' असे त्यांना असे म्हटले गेले, तरी ते अलीबंधूंप्रमाणे किंवा मौ. अब्दुल बारी यांच्याप्रमाणे धर्मवादी धर्मगुरू नव्हते. दिल्ली येथे २३ नोव्हेंबर १९१९ रोजी झालेल्या खिलाफत कॉन्फरन्समध्ये गांधींप्रमाणे असहकाराला पाठिंबा देण्याचा आणि गांधींच्या चळवळीत सामील होण्याचा ठराव हसरत मोहानींनीच मांडला होता आणि संमत करून घेतला होता.

हसरत मोहानी एकाच वेळी समांतरपणे अनेक राजकीय प्रवाहांचा विचार करीत होते. समांतरपणे कांग्रेस, खिलाफत चळवळ, मुस्लीम लीगचे राजकारण यांत हिरिरीने भाग घेत राहिले होते. आपले विचार मांडण्यासाठी मिळेल त्या राजकीय पक्षांचा वापर करीत होते. त्यांच्या राजकीय कारकिर्दीकडे पाहिल्यास असे दिसते की, १९१७च्या रशियन क्रांतीचा त्यांच्या विचारांवर खूप प्रभाव पडलेला होता. मुळात ते नवाब, संस्थानिक, सरंजामदार, तालुकदार यांच्या वर्गातील नव्हते. सुरुवातीपासून मुस्लीम लीगच्या वरिष्ठवर्गीय राजकारणाला ते विरोध करीत राहिले होते. ते सदैव जनसामान्यांचा विचार करत होते. त्यामुळे सोव्हीएत क्रांतीचा प्रभाव त्यांच्यावर पडणे साहजिकच होते. किंबहुना लो. टिळक इंग्लडला जाऊन आल्यानंतर कामगार क्रांतीबद्दल बोलू लागले होते. हसरत मोहानींच्या दृष्टीने ते खूप महत्त्वाचे होते. त्याचे समर्थन करणारे काव्यलेखन त्यांनी केले होते. १९२५ला त्यांनी कानपूर येथे ऑल इंडिया कम्युनिस्ट परिषद घेतली होती. त्यात भाषण करताना जमीनदारीच्या आणि भांडवलशाहीच्या विरोधात आणि साम्राज्यवादाच्या विरोधात विचार मांडले होते. कामगार आणि शेतकऱ्यांची बाजू घेतली होती. त्यांनी आपल्या भाषणात म्हटले होते की, 'इस्लामची शिकवणूक ही समतावादी असून इस्लामची विचारप्रणाली भांडवलशाही आणि साम्राज्यवादाविरोधी आहे आणि समाजवादी विचारप्रणाली ही लोकशाहीवादी असून इस्लामच्या तत्त्वाविरोधी नाही.' १९२५ मध्ये त्यांनी स्वतःला 'मुस्लीम कम्युनिस्ट' असल्याचे घोषित केले होते. कानपूरमध्ये 'कानपूर मिल मजदूर युनियन'चे काम ते अनेक वर्षे करत होते.

१९३० नंतर मोहानी कम्युनिस्ट विचारप्रणालीकडे जास्त झुकत गेले. खिलाफतची चळवळ तर संपलेली होती. खिलाफत चळवळीत अनेक उलेमा जमातवादी राजकारणाकडे वळले होते. मुस्लीम लीगमध्ये वरिष्ठवर्गीय पंजाबी नेत्यांचे वर्चस्व

प्रस्थापित झाले होते. काँग्रेसच्या नेतृत्वपदी म. गांधी असले, तरी वरिष्ठवर्गीय घटकांचे वर्चस्व काँग्रेसवर होते. त्यामुळे हसरत मोहानींच्या साम्यवादी भूमिकेमुळे ते काँग्रेस आणि मुस्लीम लीगच्या राजकारणापासून दूर फेकले गेले. त्यांच्या मताकडे आणि भाषणाकडे दुर्लक्ष होऊ लागले. परंतु संपूर्ण स्वातंत्र्याचा आग्रह त्यांनी शेवटपर्यंत सोडला नाही. हसरत मोहानी हे पक्षीय राजकारणाच्या चौकटीत बंदिस्त राहणारे व्यक्तिमत्त्व नव्हते. ते कोणाचाही विचार न करता आपल्या मताला चिकटून राहणारे होते. जेव्हा काँग्रेस आणि मुस्लीम लीगने सायमन कमिशनवर बहिष्कार टाकण्याचा निर्णय घेतला, त्या वेळी मोहानी त्यांच्याबरोबर गेले नाहीत. सायमन कमिशनशी चर्चा करावी असा विचार ते मांडत राहिले. म. गांधींच्या विरोधी भाषणे दिली. काँग्रेस कार्यकर्त्यांच्या रोषापासून गाधीजींनीच त्यांचे संरक्षण केले. सायमन कमिशनच्या वेळी जशी हसरत मोहानींनी वेगळी भूमिका घेतलेली होती, तशीच वेगळी भूमिका त्यांनी १९२८च्या नेहरू रिपोर्टच्या (मोतीलाल नेहरू आणि बॅ. सप्रू यांनी तयार केलेला) वेळी घेतली. त्यांनी नेहरू रिपोर्टमधील 'डोमिनियन स्टेटस'च्या आणि 'केंद्रीय शासन पद्धती'च्या तरतुदींना हरकत घेतली होती. त्यांनी स्पष्टपणे म्हटले होते की, मी संपूर्ण स्वातंत्र्याच्या बाजूने आहे, म्हणून 'डोमिनियन स्टेटस'च्या मान्यतेला माझा विरोध आहे. तसेच हिंदुस्थानात प्रांतांना संपूर्ण स्वायत्तता असलेले संघशासन (फेडरल गव्हर्नमेंट) असावे हे माझे मत असल्याने नेहरू रिपोर्टला माझा विरोध आहे. अर्थात नेहमीप्रमाणे ते अल्पमतात गेले. त्यांनी १९२८ मध्ये कानपूर मधूनच 'मुस्तकबिल' या नावाचे दैनिक सुरू केले. संपूर्ण स्वातंत्र्याच्या मागणीचा प्रचार करणे आणि हिंदू-मुस्लीम ऐक्याचा प्रचार करणे ही त्या दैनिकाची प्रमुख उद्दिष्टे होती. व्यक्तिगत समस्या आणि आर्थिक अडचणी यांमुळे हे दैनिक नियमितपणे प्रकाशित करणे त्यांना अवघड गेले, तरी १९३६ पर्यंत ते चालू राहिले.

हसरत मोहानी हे जमियतुल-उलेमा-ए-हिंद या राष्ट्रवादी उलेमांच्या संघटनेच्या संस्थापकांपैकी एक होते. परंतु १९३० मध्ये या संघटनेत मतभेद निर्माण होऊन त्यांच्यात 'जमियतुल-उलेमा-ए-हिंद' आणि जमियतुल उलेमा-ए-कानपूर असे दोन गट पडले. आणि हसरत मोहानींना कानपूर गटाचे अध्यक्ष करण्यात आले. अलाहाबाद येथे झालेल्या त्या गटाच्या अधिवेशनात भाषण देत असताना मोहानींनी आपली राजकीय भूमिका पुन्हा एकदा आग्रहाने मांडली. त्यांनी म्हटले की, 'पूर्ण स्वातंत्र्याच्या मागणीशिवाय अन्य कोणत्याही प्रकारचे स्वातंत्र्य मला मान्य नाही. युनायटेड स्टेट्स ऑफ अमेरिका किंवा सोव्हिएत रशियाच्या संविधानाप्रमाणे स्वतंत्र भारताची राज्यघटना असावी आणि ती राज्यघटना लोकसत्ताक आणि संघराज्यात्मक असून मुस्लीम

अल्पसंख्याकांना पूर्ण संरक्षण देणारी असावी, अशी माझी जाहीर भूमिका आहे.'

साम्यवादाचा पुरस्कार करणारे मोहानी हे वृत्तीने धार्मिक होते. त्यांची इस्लामप्रती निष्ठा होती. परंतु ते धर्मवादी नव्हते. १९३० पासून ते १९५० पर्यंत त्यांनी एकूण तेरा वेळा 'हज यात्रा' केली. १९३५ मध्ये हसरत मोहानींनी मुशिर हसन गिडवाई, आझाद सुभानी, झाकिर अली, हसनेरियाज या नेत्यांना घेऊन एक पक्ष-संघटना स्थापन केली होती. राष्ट्रीय एकात्मता आणि पूर्ण स्वराज्याची मागणी हे त्या पक्षाचे उद्दिष्ट होते. अर्थातच काँग्रेस आणि मुस्लीम लीगच्या राजकारणापुढे या नवीन संघटनेचा काही प्रभाव पडला नाही. १९३६ मध्ये लखनऊ येथे मुन्शी प्रेमचंद यांच्या अध्यक्षतेखाली झालेल्या 'प्रोग्रेसिव्ह राईटर्स असोसिएशन'च्या परिषदेत मोहानींनी साम्यवादी विचारांच्या नवोदित तरुण लेखकांना संघटित केले होते. आपल्या भाषणात त्यांच्या विचारांना चालना देणाऱ्या सूचना केल्या. १९३६ मध्ये यू.पी.च्या मुसलमानांनी मुस्लीम लीगची नवीन शाखा स्थापन केली होती. त्यांनी मोहानींना त्या शाखेत सदस्यत्व दिले. त्या शाखेच्या व्यासपीठावरदेखील मोहानींनी आपल्या भूमिका मांडण्याचेच प्रयत्न केलेले दिसतात. लखनऊ येथे झालेल्या मुस्लीम लीगच्या अधिवेशनात मोहानीनी संपूर्ण स्वातंत्र्याच्या मागणीचा ठराव आणि स्वातंत्र्यानंतर संघशासनाची निर्मिती आणि राज्यांची संपूर्ण स्वायत्तता हे ठराव मांडले होते. या ठरावाच्या समर्थनासाठी जोरदार भाषणही दिले होते. मोहानींच्या या सर्व प्रयत्न आणि धडपडीतून त्यांचे राष्ट्रवादी व्यक्तिमत्व व्यक्त होते. आपल्या विचारांच्या समर्थनासाठी ते मिळेल त्या संधीचा आणि संघटनांचा वापर करीत राहिले. १९३८ मध्ये ते पुन्हा एकदा हज यात्रेला गेले. आणि इराण, इराक, इजिप्त इत्यादी देशांचा दौरा केला. मोहानींची त्या दौऱ्यात प्रसिद्ध क्रांतिकारक मौलाना ओबदुल्लाह सिंधी यांच्याशी भेट झाली. ओबेदुल्लाह सिंधी मोहानींचे मुस्लीम लीगशी असणारे संबंध आणि कम्युनिझमच्या विचारांमुळे भयंकर संतापले होते. रागावलेल्या मौ. सिंधींना मोहानींनी दिलेले उत्तर त्यांची भूमिका आणि ध्येयवाद स्पष्ट करणारे होते. ते त्यांना त्यांच्या रागालोभाची पर्वा न करता म्हणाले, ''मौलानासाहेब, (शेर) सिंह आपल्या मार्गाने चालला आहे. ज्यांना तो मार्ग चांगला वाटतो, त्यांनी त्याचे स्वागत करावे आणि त्या मार्गाने जावे किंवा त्याला त्याच्या मार्गाने जाऊ द्यावे. सिंह आपला मार्ग सोडणार नाही किंवा कोणालाही त्याचा मार्ग अडविता येणार नाही.'' मौलाना सिंधी कोणी साधारण व्यक्ती नव्हते. अमेरिकेपासून ते युरोप, अफगाणिस्तानपर्यंत क्रांतिकारक म्हणून त्यांचा मोठा दरारा होता. अफगाणिस्तानमध्ये राजा महेंद्रप्रताप यांच्या अध्यक्षतेखाली स्थापन करण्यात आलेल्या हंगामी भारत सरकारचे ते संरक्षणमंत्री होते. परंतु हसरत मोहानींच्या स्वभावातच

कोणालाही न घाबरता आपला विचार मांडण्याचा आणि त्यासाठी वाटेल ती किंमत देण्याचा गुणधर्म होता. तो याही प्रसंगात व्यक्त झाला आहे.

प्राप्त होईल त्या संघटनेचा आणि व्यासपीठांचा वापर करण्याच्या त्यांच्या स्वभावामुळे ते मुस्लीम लीग, फॉरवर्ड ब्लॉक, कम्युनिस्ट पक्ष या तिन्ही पक्षांशी संबंधित होते. एकाच वेळी वेगवेगळ्या प्रश्नांना ते हात घालीत असत. पॅलेस्टाईन परिषदेला भारतातून पाठविण्यात आलेल्या चार सदस्य शिष्टमंडळापैकी ते एक होते. इजिप्तच्या कैरो येथे घेण्यात आलेल्या चार सदस्य शिष्टमंडळापैकी ते एक होते. त्या परिषदेत त्यांनी त्यांच्या स्वभावानुसार पॅलेस्टिनी अरबांच्या स्वातंत्र्याचा प्रश्न हिरिरीने मांडला होता. त्यांच्या चळवळीचे समर्थन केले होते. १९३६ मध्ये ते युरोपच्या दौऱ्यावर गेले. त्याच वेळी दुसरे महायुद्ध सुरू झाल्याने दमास्कसपासून ते इंग्लडपर्यंतचे सर्व मार्ग रोखण्यात आले. तशाही परिस्थितीत ते बेरुतपर्यंत पोहोचले आणि पुढे इंग्लंडला जाण्याचा प्रयत्न केला. परंतु त्यांनी पॅलेस्टिनी अरबांच्या स्वातंत्र्याच्या बाजूने आणि भारताच्या पूर्ण स्वातंत्र्याच्या बाजूने घेतलेल्या जहाल आणि स्पष्ट भूमिकेमुळे त्यांना अडविण्यात आले. तेव्हा मला जर आगबोट मिळाली नाही, तर मी इंग्लंडपर्यंत पोहत जाईन अशी घोषणा त्यांनी केली. ग्रीसला जाणाऱ्या जहाजात त्यांनी प्रवेश मिळविला. अडथळ्यांची शर्यत पार करीत मोठ्या कष्टाने इंग्लंडला पोहोचण्यात यशस्वी झाले. इंग्लंडमध्ये त्यांनी लॉर्ड झेटलँड, मॅक्डोनाल्ड, कर्नल मेजरहेड वगैरे राजकीय नेत्यांच्या भेटीगाठी घेतल्या. भारतीय जनतेवर होणारे अत्याचार, त्यांची दयनीय स्थिती यांबद्दलची चर्चा त्यांच्याशी केली. लॉर्ड झेटलँड यांनी आपल्या आठवणीत त्यांच्याबद्दल लिहिले आहे. 'मागील आठवड्यात माझी मोहानींशी चर्चा झाली. किंबहुना मला हसरत मोहानींचे एकतर्फी प्रतिपादन ऐकणे भाग पडले.' हिंदुस्थानात परतल्यानंतर पुन्हा त्यांचे राजकारण सुरू झाले.

शेवटच्या टप्प्यात त्यांनी मुस्लीम लीगच्या राजकारणात सक्रिय भाग घेऊन बॅ. जिनांच्या राजकारणाला शह देण्याचे प्रयत्न केलेले दिसून येतात. बॅ. जिना हे हसरत मोहानींच्या तुलनेने खूप ज्युनियर होते. ते लीगमधील कोणाचेही ऐकायला तयार नव्हते. परंतु मोहानी त्यांच्या दडपणाखाली न येता त्यांना विरोध करीत राहिले. जिनांच्या द्विराष्ट्राचा सिद्धांत आणि स्वतंत्र राज्याच्या मागणीला त्यांनी शेवटपर्यंत कडाडून विरोध केला. सन १९४२मध्ये स्टॅफर्ड क्रीप्स हे भारतीय नेत्यांशी चर्चा करण्यासाठी आले होते. त्या वेळी मोहानींनी बॅ. जिना आणि इतर लीगी पुढाऱ्यांशी चर्चा करून स्वातंत्र्याविषयी त्यांचा मसुदा तयार केला आणि म. गांधी, राजगोपालचारी यांच्याशी चर्चा केली. त्यांनी आपल्या मसुद्यात भारताची फाळणी होऊ न देता

काँग्रेस आणि मुस्लीम लीग यांच्यामधील मतभेद मिटविण्याचे मुद्दे मांडले होते. मोहानींना भीती होती की, बॅ. जिना पूर्ण स्वातंत्र्याऐवजी 'डोमीनियन स्टेट्स'सारख्या एखाद्या प्रस्तावाला मान्यता देतील. म्हणून त्यांनी लीगच्या विषय समितीपुढे आपली योजना ठेवली. परंतु बॅ. जिनांनी मुस्लीम लीगच्या साधारण सभेसमोर मोहानींची योजना मांडू दिली नाही. त्याऐवजी जिनांना सरकारशी वाटाघाटी करण्याचे संपूर्ण अधिकार देणारा ठराव संमत करून घेतला. परंतु एवढ्याने थांबणारे मोहानी हे लेचेपेचे व्यक्ती नव्हते. त्यांनी जिनांच्या दडपेगिरीला दाद न देता, नेता कितीही मोठा असला, तरी लोकशाही तत्त्वानुसार एखाद्या नेत्याला एवढे सर्वंकष अधिकार देणे अयोग्य आहे, अशी त्या ठरावात दुरुस्ती सुचविली. सर्वसाधारण सभेसमोर मोहानी खंबीरपणे उभे राहिले आणि त्यांनी आपल्या दुरुस्ती-ठरावाचे जोरदार समर्थन केले! ५० हजार लीगच्या सदस्यांसमोर ते एकटे जिनांच्या विरोधात उभे राहिले होते! अर्थात जिनांनी मांडलेला ठरावच संमत झाला! पुन्हा मोहानींचा ठराव फेटाळला गेला. अशा प्रकारे मोहानी लीगच्या अधिवेशनातून, काँग्रेसच्या सभांमधून सातत्याने आपले विचार मांडत राहिले. जिनांच्या हुकूमशाही राजकारणाला विरोध करीत राहिले. हा प्रयत्न चिघळलेल्या परिस्थितीतदेखील न सोडता, १९४३ ते १९४६ पर्यंत ते आपले कार्य करीत राहिले. त्यांच्या फारवर्ड ब्लॉकच्या सदस्यत्वामुळे आणि कम्युनिझमच्या विचारांमुळे काँग्रेस नेतेही त्यांच्यावर नाराज होते. परंतु ते कोणालाही दाद न देता आपले म्हणणे मांडत राहिले. हिरोशिमावर अमेरिकेने अणुबॉम्ब टाकल्यानंतर त्यांनी निषेधपर लिखाण केले.

१९४६ मध्ये ते उत्तर प्रदेशच्या असेंब्लीचे आणि घटना समितीचे सभासद म्हणून निवडले गेले. असेंब्लीचे सदस्य म्हणून आणि घटना समितीतून ते जनसामान्यांच्या सुखदुःखाचे प्रश्न उपस्थित करीत राहिले. फाळणीनंतर मुस्लीम लीगचे बहुसंख्य नेते पाकिस्तानात गेले. हसरत मोहानी पाकिस्तानात जाण्याचा प्रश्नच नव्हता. कारण शेवटपर्यंत त्यांनी पाकिस्तानच्या निर्मितीला विरोध केला होता. भारताच्या फाळणीचे दुःख घेऊन ते कानपूरला राहिले. त्याही परिस्थितीत त्यांनी स्वातंत्र्यानंतर गव्हर्नर जनरलचे पद शिल्लक राहिल्याबद्दल विरोधाचा आवाज उठविला. ते पद बरखास्त केल्याशिवाय भारताच्या स्वातंत्र्याला अर्थ राहणार नाही, असे ते सांगत राहिले.

मोहानींच्या स्वभावाचे वैशिष्ट्य होते की, समोरची व्यक्ती कितीही मोठी असो किंवा मेळावा त्यांच्या विरोधी असो; ते आपला मतभेद दबावाला बळी न पडता व्यक्त करीत असत. मौ. आझादांचे म्हणणे होते की, लहानमोठ्या संघटना बरखास्त करून सर्वांनी काँग्रेसमध्ये विलीन व्हावे. मोहानींनी त्यांना विरोध केला

होता. फाळणीनंतर झालेल्या दंगलीत स्वतःच्या जिवाची पर्वा न करता ते दंगलग्रस्त भागात हिंडून शांतता प्रस्थापित करण्याचा प्रयत्न करीत राहिले होते. स्वातंत्र्यानंतर भारताने नेहरूंच्या नेतृत्वाखाली 'कॉमन वेल्थ' चे सदस्यत्व स्वीकारले होते. मोहानींनी त्या कृतीला विरोध केला होता. भारताने अमेरिकेच्या ऐवजी सेव्हिएत रशियाशी जवळीक ठेवावी, असा त्यांचा आग्रह होता. घटना समितीबद्दलदेखील त्यांची तात्त्विक भूमिका ही वेगळी होती. स्वातंत्र्यप्राप्तीपूर्वी घटना समितीचे गठन झालेले होते आणि घटना समितीचे सदस्य हे जातवार तत्त्वानुसार मर्यादित मताधिकाराने निवडले गेले होते. म्हणून या घटना समितीचे स्वरूप लोकसत्ताक नाही, असे म्हणत त्यांनी घटना समितीने तयार केलेल्या संविधानाच्या मसुद्यावर स्वाक्षरी करण्याला नकार दिला. तसेच देशातील गोरगरिब जनता दारिद्र्यात असताना खासदारांनी दरमहा रु. ७५/- मानवेतन घेणे हा गुन्हा आहे, अशी भूमिका त्यांनी घेतली होती. त्यांनी स्वतः कोणत्याही प्रकारचे मानवेतन घेतले नाही.

स्वातंत्र्यानंतर ते जास्तच एककल्ली होत गेले. आपल्या तत्त्वासाठी कोणाशीही तडजोड न करण्याच्या वृत्तीमुळे ते राष्ट्रीय काँग्रेस, मुस्लीम लीग आणि कम्युनिस्ट पक्षांपासून दूर गेले. किंबहुना त्यांनी त्यांची दखल घेणे बंद केले, असे म्हणावे लागते. एवढी प्रदीर्घ राजकीय कारकिर्द आणि बहिष्कार, स्वदेशीपासून ते पूर्ण स्वातंत्र्याचा शेवटपर्यंत पुरस्कार करणारे मोहानी; म. गांधी, मौ. ओबेदुल्लाह सिंधी, बॅ. जिना, मौ. आझाद यांच्याशी आपल्या तत्त्वाच्या समर्थनार्थ दोन हात करणारे मोहानी; त्यांच्या आयुष्याच्या शेवटच्या टप्प्यात खूप एकाकी पडले. सुभाषचंद्र बोस परत भारतात येतील याची ते त्यांच्या मृत्यूच्या बातमीवर विश्वास न ठेवता, वाट पाहात राहिले! १९४९ पासूनच पोटाच्या विकारामुळे त्यांची प्रकृती खूप खालावत गेली होती. त्याही परिस्थितीत त्यांनी शेवटची तेरावी हज यात्रा केली. शेवटच्या काळात ते लखनऊ येथील 'फिरंगी महाल' या सुप्रसिद्ध इस्लामी संस्थेच्या परिसरात येऊन राहिले. त्यांना आपला शेवट नजीक आला आहे, याची कल्पना आलेली असणार. त्यांनी शेवटी शेवटी वैद्यकीय उपचार घ्यायला नकार दिला. इंजेक्शन घेण्यास नकार देताना ते म्हणाले की, 'आता या उपायांचा काही उपयोग नाही.' परंतु वृत्तीने ते निश्चिंत होते. मृत्यूची चाहूल लागली तरी स्थिर होते. त्यांच्या शेवटच्या आजारात ते लिहीत आणि वाचत राहिले. 'दिवान-ए-हसरत' या नावाने प्रसिद्ध होणाऱ्या त्यांच्या समग्र साहित्य संग्रहाची प्रुफे तपासून झाली होती. त्यांचे चाहते मित्र आणि फिरंगी महाल संस्थेचे प्रमुख यांनी त्यांच्या उपचारांकरिता देऊ केलेले सहाय्य त्यांनी नम्रपणाने नाकारले. किंबहुना त्यांच्या मदतीचा हात येण्यापूर्वी, गुपचूपपणे ते आपल्या उपचारांची

रक्कम स्वतः भरत राहिले होते.

शेवटी १३ मे १९५१ रोजी दुपारी साडे बारा वाजता, आयुष्यभर अस्वस्थ असलेले आणि आपल्या विचारांसाठी सर्वांशी झगडत राहिलेले मौलाना हसरत मोहानी मृत्यूला मात्र शांतपणे सामोरे गेले. लखनऊ येथील मौलाना अनवर बागेत त्यांचा पार्थिव देह इस्लामच्या तत्त्वानुसार कयामतच्या दिवसापर्यंत चिरनिद्रेत गेला आहे!

भारताच्या फाळणीमुळे १९व्या शतकापासून ब्रिटिश साम्राज्याशी दोन हात करणाऱ्या आणि भारताला परकीय जोखडापासून स्वंतत्र करण्याच्या प्रयत्नात हौतात्म्य पत्करणाऱ्या मुस्लीम क्रांतिकारक धर्मगुरू, विचारवंत यांची दखल घेणे थांबले. किंबहुना मुसलमानांच्या स्वातंत्र्यलढ्याचा इतिहास हा मुशिरूल हसन यांनी म्हटल्याप्रमाणे 'फॉरबिड्न' इतिहास झाला! त्यामुळे मौलाना हसरत मोहानींसारख्या टिळकपंथीय राष्ट्रवादी विचारवंतांकडे दुर्लक्ष होणे साहजिकच होते. त्याचबरोबर त्यांच्या कारकिर्दीचा, त्यांनी उभ्या केलेल्या चळवळींचा, त्यांनी त्यांच्या क्षमतेनुसार केलेल्या प्रयत्नांचा विचार केल्यास, त्यांच्या व्यक्तिमत्त्वाचे काही घटक लक्षात येतात. वास्तविक डॉ. एम. ए. अन्सारी, मौ. आझाद, हकीम अजमल खान, डॉ. किचलू, मौ. महंमद अली यांचे ते समकालीन. त्यांच्या बरोबरीनेच त्यांनी पॅन-इस्लामचा लढा, खिलाफतचा लढा, काँग्रेस आणि मुस्लीम लीगचे राजकारण यांमध्ये महत्त्वाची भूमिका बजावली होती. तर मग त्यांचे नाव बाजूला का पडले? याचे एक कारण हे असावे की, ते सर सय्यद किंवा अलीबंधूंप्रमाणे किंवा मौ. आझादांप्रमाणे अशरफ नेते नव्हते. जरी ते सूफी घराण्यातले असले, तरी वरिष्ठवर्गीय समाज घटकांपैकी नव्हते. दुसरे एक कारण हे असावे की, वायव्य प्रांत, सिंध, पंजाब, किंवा यु.पी. म्हणजे उत्तर प्रदेश या प्रांतांच्या प्रदेशनिहाय राजकारणाचे ते कधीच घटक झाले नाहीत. उत्तर प्रदेशात राहिले, तरी यु.पी. मुस्लीम नेतृत्वाची त्यांनी बाजू घेतली नाही. तिसरे कारण म्हणजे मौ. महंमद अलींप्रमाणे ते धार्मिक असूनही धर्मवादी झाले नाहीत. तसे झंझावाती वक्तेही ते नव्हते. धर्मवादाच्या झंझावातात संपूर्ण स्वातंत्र्याचा मुद्दा लावून धरणारे, हिंदू-मुस्लीम ऐक्यासाठी प्रतिकूल परिस्थितीतही प्रयत्न करीत राहिलेले मोहानी हे परिघाबाहेर फेकले जाणे क्रमप्राप्त होते.

तसेच खिलाफत कॉन्फरन्स, काँग्रेस, मुस्लीम लीग या सर्व ठिकाणी ते असले तरी पक्षशिस्त त्यांनी कधीच पाळली नाही. अलीबंधू, मौ. आझाद, म. गांधी, बॅ. जिना यांच्या नेतृत्वाचे बंधन स्वीकारले नाही. ते वृत्तीने कवी, पत्रकार आणि कार्यकर्तेच राहिले. महत्त्वाचे म्हणजे त्यांच्या कम्युनिस्ट विचारप्रणालीमुळे वरिष्ठवर्गीय काँग्रेस

संघटना आणि मुस्लीम नेत्यांमधून ते बाजूला फेकले जाणे अपरिहार्य होते. लो. टिळक, अरविंद घोष आणि सुभाषचंद्र बोस यांचे नेतृत्व मानणारे मोहानी मुख्यप्रवाहातील नेत्यांना कसे चालणार होते? प्रख्यात गझलगायक गुलाम अली यांच्या गायन-शैलीमुळे 'चुपके-चुपके' ही गझल भारतात अलीकडच्या काळात अतिशय लोकप्रिय झाली होती. ही गझल हसरत मोहानींनी लिहिली आहे.

संदर्भ

१) तेंडुलकर डी. जी., महात्मा - भाग पहिला-१९५१

२) तुफेल अहमद, टूवर्ड्स ए कॉमन डेस्टिनी, (इंग्रजी अनुवाद) पीपल्स पब्लिशिंग हाउस, दिल्ली-१९९४

३) मुज्जफर धनाकी, हसरत मोहानी, नॅशनल बुक ट्रस्ट ऑफ इंडिया-२००६

४) गांधी महात्मा, मेरे सत्य के प्रयोग, नवजीवन ट्रस्ट, अहमदबाद

५) तुफेल अहमद, टूवर्ड्स ए कॉमन डेस्टिनी, (इंग्रजी अनुवाद) पीपल्स पब्लिशिंग हाउस, दिल्ली-१९९४

६) तेंडुलकर डी. जी., महात्मा, भाग दहा-१९५१

७) हसन मुशिरूल, नॅशनॅलिझम अँड कम्युनल पॉलिटिक्स इन इंडिया, मनोहर, दिल्ली-१९९१

६

डॉ. कुँवर महमद अशरफ–परखड आणि धर्मनिरपेक्ष विचारवंत

आधुनिक भारताच्या राजकारणात कुँवर महमद अशरफ यांचे स्थान वैशिष्ट्यपूर्ण आहे. ते के. एम. अशरफ याच नावाने ओळखले जातात. राजकारणी, राजकीय विचारवंत, इतिहासाचे गाढे अभ्यासक आणि इस्लामी संस्कृती आणि इतिहास यांमधील तज्ज्ञ आणि त्याचबरोबर क्रियाशील राजकीय नेते आणि कार्यकर्ते म्हणून त्यांची ओळख आहे. भारताच्या राजकारणात मौलाना आझादांसारखे नेते जनतेच्या मनासमोर असतात. कारण स्वातंत्र्य आंदोलनातील मुख्य नेते म्हणून त्यांच्यावरच प्रकाशझोत होता. तुलनेने के. एम. अशरफ फारसे परिचित नाहीत. कदाचित आणखीन एका कारणामुळे त्यांच्या कार्याकडे दुर्लक्ष झाले असावे. ते म्हणजे, ते काँग्रेसच्या राजकारणात स्वातंत्र्य आंदोलनाच्या वेळी सक्रिय असले, तरी त्यांच्यावर मार्क्सवादाचा फार मोठा प्रभाव होता. त्यांनी भारतीय कम्युनिस्ट पक्षाचे सदस्यत्व स्वीकारले आणि भारतीय कम्युनिस्ट पक्षाचे कायदेविषयक सल्लागार म्हणून काम केले. त्यांच्या लिखाणावर मार्क्सवादाचा प्रभाव असून त्यांची विश्लेषणाची पद्धत मार्क्सप्रणीतच आहे.

के. एम. अशरफ हे 'मलकाना राजपूत' वंशाचे होते. त्यांचे प्राथमिक शिक्षण मुरादाबाद येथे झाले. उच्च शिक्षण 'अलीगढ मुस्लीम विद्यापीठ' आणि दिल्लीच्या 'जामिया मिल्लिया इस्लामिया विद्यापीठा'त झाले. म्हणजे त्यांच्यात अलीगढ विद्यापीठातील आधुनिकवाद आणि इतिहास संशोधन; तसेच जामिया मिल्लियातील राष्ट्रवाद, समन्वयावाद आणि इस्लामबद्दलचा उदारमतवादी दृष्टिकोन या दोन्ही प्रवाहांचा समन्वय होता. 'लंडन स्कूल ऑफ ओरिएन्टल स्टडीज', लंडन येथे मध्ययुगीन भारतीय इतिहासावर डॉक्टरेट करण्यासाठी ते इंग्लंडला गेले. 'लाईफ अँड कंडिशन्स ऑफ दी पिपल ऑफ हिंदुस्थान' हा त्यांचा ग्रंथ त्यांच्या डॉक्टरेटच्या प्रबंधावर आधारित आहे. १९३४ ते १९४५ या कालावधीत ते ए.आय.सी.सी.चे सदस्य म्हणून निवडून आले. मौलाना आझाद व पंडित नेहरू काँग्रेसचे अध्यक्ष असताना त्यांचे

सचिव म्हणून त्यांनी काम केले. १९३६ मध्ये काँग्रेसने मुस्लीम समुदायांच्या संपर्कासाठी जी अखिल भारतीय पातळीवरील मोहीम सुरू केली होती, त्या मोहिमेचे अध्यक्षपद त्यांना देण्यात आलेले होते. १९४१ ते १९४३ या कालावधीत त्यांना अटक करून देवळाली कँपमध्ये ठेवण्यात आलेले होते. १९४३ ते १९४६ च्या कालावधीत त्यांनी भारतीय कम्युनिस्ट पक्षाबरोबर काम केले. त्याच वेळी 'हिंदू-मुस्लीम क्वेश्चन अँण्ड फ्रीडम स्ट्रगल' व 'अॅन ओव्हर व्ह्यू ऑफ इंडियन मुस्लीम पॉलिटिक्स' हे दोन अभ्यासपूर्ण ग्रंथ लिहिले. अशरफ अरबी आणि पर्शियन या दोन्ही भाषांचे अभ्यासक होते. १९४९-१९५४ या काळात ते इंग्लंडमध्ये हद्दपारीच्या अवस्थेत राहिले. भारतात परत आल्यानंतर १९५४ पासून काश्मीर विद्यापीठ आणि दिल्ली विद्यापीठात ते प्राध्यापक म्हणून कार्यरत होते. त्यांतर १९६२ पर्यंत ते बर्लीन विद्यापीठाचे अतिथी प्राध्यापक होते. त्यांचे लिखाण फारसे प्रसिद्ध झाले नाही. दिल्लीच्या नेहरू म्यूझियममध्ये अशरफ यांचे संशोधित साहित्य ठेवण्यात आले आहे. तसेच बडोदा विद्यापीठाच्या संशोधन विभागातदेखील त्यांचे साहित्य अभ्यासासाठी उपलब्ध आहे.

जानेवारी २०११ मध्ये 'मानक प्रकाशन', नवी दिल्ली तर्फे 'अॅन ओव्हर व्ह्यू ऑफ इंडियन मुस्लीम पॉलिटिक्स'-१९२०-१९४७ हे त्यांच्या लेखांचे एक पुस्तक प्रकाशित झाले. आयुष्याच्या शेवटच्या टप्प्यात के. एम. अशरफ यांनी 'भारताचा सांस्कृतिक इतिहास' या ग्रंथाच्या लेखनास सुरुवात केली होती. १९६१ साली त्यांची सईद सज्जाद झहीर यांच्यासोबत मास्कोमध्ये भेट झाली. त्यानंतर दीड वर्षांत त्यांचे पुस्तक पूर्ण होईल, असे त्यांनी सांगितले होते. पण पुढच्याच वर्षी त्यांचे निधन झाले. त्यांच्या मृत्यूनंतर तब्बल ५० वर्षांनंतर त्यांची पुस्तके प्रकाशित झाली. त्यांनी खिलाफत आंदोलन आणि सत्याग्रहात भाग घेतला होता. विशेष म्हणजे त्यांचे संशोधन कार्य आणि क्रांतिकारी चळवळी या दोन्हींचा समन्वय त्यांच्यात दिसून येतो. १९६२ मध्ये त्यांचा मृत्यू झाला नसता, तर त्यांच्याकडून मूलभूत संशोधनाचे फार मोठे कार्य झाले असते.

के. एम. अशरफ यांनी भारताच्या राजकारणाचा विचार करीत असताना मुस्लीम राजकारणावर अत्यंत महत्त्वाचे असे मूलगामी स्वरूपाचे लेखन केले आहे. विशेषतः त्यांनी मध्ययुगातील व आधुनिक काळातील मुस्लीम विद्वान, त्यांच्याबद्दलचे केलेले विश्लेषण अतिशय महत्त्वाचे आहे. अर्थात त्यांची विश्लेषण पद्धती ही मार्क्सवादी आहे. त्यांचे प्रतिपादन आहे की, भारतातील मुस्लीम राजकारणाचे आकलन करून घ्यावयाचे असेल, तर एक हजार वर्षांच्या कालखंडात मुस्लीम सरंजामशाही आणि साम्राज्यवाद यांनी मुस्लिमांच्या मानसिकतेवर जे प्रभाव टाकलेले आहेत, परिणाम

केलेले आहेत; ते जाणून घेणे महत्वाचे आहे. त्यांच्या सामाजिक, राजकीय आणि धार्मिक दृष्टिकोनांवर त्याचे परिणाम झालेले आहेत. या परिणामांचे अतिशय प्रत्यकारी विवेचन अशरफ यांनी केलेले आहे. विशेषतः जमाते इस्लामीच्या विचारप्रणालीशी प्रतिवाद करीत असताना त्यांनी हे मुद्दे मांडलेले दिसून येतात. पॅन-इस्लामची चळवळ, धार्मिक मूलतत्ववाद, उलेमांचा प्रभाव आणि इस्लामी अस्मिता व त्यामधून निर्माण होणारी अलगतेची भावना यांबद्दलची त्यांनी केलेली मीमांसा मुस्लीम राजकारणाची उकल करणारी आहे.[१]

अशरफ हे आधुनिक विद्यापीठीय शिक्षण पद्धतीतील अभ्यासातून विकसित झालेले व्यक्तिमत्त्व होते. ते मार्क्सवादी विचारांच्या पठडीतून तयार झालेले होते, तरी त्यांचा इस्लाम आणि भारतातील मुसलमानांसंबंधीच्या अभ्यासाचा पाया अरबी, पर्शियन आणि ऊर्दू भाषांमधील इस्लाम संबंधाने आणि राजसत्ताक राजवटीसंबंधाने मुळातून केलेल्या अभ्यासावर आधारलेला होता. तसे पाहिल्यास सर सय्यद किंवा डॉ. महंमद इकबाल हेही पाश्चात्त्य अभ्यासपद्धतीच्या मुशीतून तयार झालेले होते. परंतु पैगंबर (स) साहेबांच्या महानिर्वाणानंतर जी खिलाफत आणि खिलाफतीमधून जी राजेशाही-सुलतानशाही उदयास आलेली होती, त्याचे मुस्लीम मानसिकतेवर झालेले परिणाम यांची वस्तुनिष्ठ चिकित्सा त्यांच्या लिखाणात नाही. सर सय्यद यांनी जरी इस्लामी धर्मशास्त्राची कालसापेक्ष मांडणी करण्याचा प्रयत्न केलेला होता, आधुनिक दृष्टिकोनातून इस्लामी धर्मशास्त्राची पुनर्रचना करण्याचा प्रयत्न केलेला असला; तरी मध्ययुगातील सरंजामशाही आणि राजेशाहीच्या साम्राज्यतृष्णेची चिकित्सा त्यांनी केलेली नाही.[२] किंबहुना खुद्द सर सय्यद हे पुरुष-वर्चस्ववाद आणि सरंजामशाहीची मानसिकता-वर्णश्रेष्ठत्व म्हणजे अशरफ मानसिकता व वरिष्ठवर्गीय जाणिवा यांतून मुक्त झालेले नव्हते. डॉ. इकबाल तर इस्लामी राजवटीच्या स्मृतीरंजनात (नॉस्टॅल्जिया) हरवलेले होते. त्यांनी इस्लामचा उदय व त्यानंतरच्या पहिल्या शतकापासून ते नवव्या शतकापर्यंत, अरब प्रदेशापासून ते स्पेनपर्यंत जे इस्लामी साम्राज्य निर्माण झाले होते आणि त्या साम्राज्याचा जो ऱ्हास झाला होता; त्यांच्यावर बरेचसे भाष्ये केलेले आहे. त्यामुळे सुलतानशाहीच्या काळात इस्लामी धर्मशास्त्रातील झालेले फेरबदल त्यांनी लक्षात घेतलेले नाहीत. उलट जर्मनीत विद्यापीठीय संशोधन करीत असताना हेगेल, बर्गसाँसारख्या जर्मन तत्त्वज्ञानाच्या अभ्यासाच्या परिप्रेक्ष्यात इस्लामी तत्त्वज्ञानाची पुर्नमांडणी करण्याचा प्रयत्न त्यांनी केलेला होता.

अशरफ हे 'मलकाना राजपूत' वंशांतील धर्मांतरित जमातीचे होते. ते वरिष्ठवर्गीय अशरफ नव्हते. मार्क्सवादी परिप्रेक्ष्यामुळे सरंजामशाही, राजेशाही, सुलतानशाही, त्यामधून

उदयास आलेल्या उलेमांचे (धर्मशास्त्री) वर्ग यांचे परिणाम मुस्लीम राजवटीतील सत्तासंबंधावर कसे झाले, सुलतानशाहीबरोबर उलेमाशाही कशी वाढली, या उलेमांनी जे धर्मशास्त्र निर्माण केले त्याचे परिणाम मुस्लीम मानसिकतेवर आणि मुस्लीम राजकारणावर कसे झालेले आहेत; याची चिकित्सा करणारे ते एक विचारवंत होते. 'लाईफ अँड कंडिशन्स ऑफ दी पिपल ऑफ हिंदुस्थान' हा त्यांचा डॉक्टरेटचा प्रबंध त्यांच्या अभ्यासपद्धतीवर प्रकाश टाकणारा महत्त्वाचा ग्रंथ आहे.[३] किंबहुना प्रा. एम. मुजीब यांच्या 'दी इंडियन मुस्लीम्स' या बृहद संशोधन ग्रंथाइतकाच महत्वाचा आहे. मुजीब यांच्याप्रमाणेच भारतातील मुस्लीम राजवटींची, सरंजामशाही, उलेमाशाही, व्यापार आणि उद्योग, त्या-त्या काळात निर्माण झालेले वर्ग, समाजशास्त्र यांची मूलभूत चिकित्सा त्यांनी केलेली आहे.

अशरफ यांनी भारतातील मुसलमानांची जीवन पद्धती आणि परिस्थिती यांचे जे राजकीय, आर्थिक, सामाजिक दृष्टिकोनातून संशोधन केले, त्यामधून त्यांचे राजकीय विचार विकसित झालेले आहेत. असा दृष्टिकोन डॉ. एम. ए. अन्सारी किंवा मौलाना आझाद यांच्या लिखाणातून स्पष्ट होत नाही. डॉ. अन्सारी आणि मौ. आझाद यांनी संमिश्र राष्ट्रवादाची मांडणी करण्याचा प्रयत्न केलेला दिसून येतो. डॉ. रफिक झकेरिया, के. एम. अशरफ यांच्याप्रमाणेच आधुनिक शिक्षणपद्धतीतून घडविले गेलेले विचारवंत होते. परंतु त्यांची विश्लेषणपद्धती उदारमतवादी राष्ट्रवादाची होती. त्यांनीही डॉ. अशरफ यांच्याप्रमाणे भारतातील मुस्लीम राजकारणाची चर्चा केली आहे. कुरआनभाष्य आणि इस्लामी धर्मशास्त्रांवरही लिहिले आहे. परंतु सरंजामशाही आणि पुरुषवर्चस्ववादी मानसिकतेने मुस्लीम मनांवर केलेल्या परिणामांचा परिप्रेक्ष्य त्यांच्या मांडणीत फारसा नाही. या दृष्टीने विचार केल्यास के. एम. अशरफ यांचे मुस्लीम विचारवंतांतील वैशिष्ट्यपूर्ण स्थान स्पष्ट होते. अर्थात प्रारंभी म्हटल्याप्रमाणे सारा प्रकाशझोत डॉ. अन्सारी, मौ. आझाद, बॅ. जिना यांच्यावरच पडल्याने डॉ. अशरफसारख्या मूलभूत विचार करणाऱ्या विचारवंताकडे अभ्यासकांचे दुर्लक्ष झालेले दिसते. मुळात भारतातल्या अभ्यासकांनी मुस्लीम राजकारणी आणि विचारवंतांचा अभ्यास पठडीबद्ध पद्धतीने केल्याने अशा विचारवंतांचा पुरेसा अभ्यास झालेला नाही, असे म्हणावे लागते. दुसरे एक कारण दिसते की, अभ्यासकांनी काँग्रेसमधील दुय्यम नेते म्हणून त्यांच्याकडे दुर्लक्ष केले असावे. जेथे डॉ. अन्सारींसारख्या १९२८ पर्यंत अखिल भारतीय पातळीवर राष्ट्रवादी चळवळीचे नेतृत्व करणाऱ्या नेत्यांची उपेक्षा झाली, तेथे अशरफ यासारख्यांच्याकडे कोण लक्ष देणार? भारतातल्या राष्ट्रवादी आणि हिंदुत्ववादी इतिहासकारांनी केवळ बॅ. जिना आणि मुस्लीम लीग यांच्या चष्म्यांतूनच मुस्लीम

राजकारणाचा विचार प्रामुख्याने केलेला दिसून येतो. अभ्यासकांनी त्यांच्याकडे 'कम्युनिस्ट' म्हणूनही पाहिले असावे. आणखी एक घटक असावा. डॉ. अशरफ यांचे सर्व लिखाण प्रसिद्ध झालेले नाही. दिल्लीच्या नेहरू म्यूझियममध्ये त्यांचे बरेच साहित्य पडून आहे.

मानक प्रकाशनाने प्रसिद्ध केलेला वर उल्लेखिलेला त्यांचा लेखसंग्रह वैशिष्ट्यपूर्ण आहे. त्या लेखसंग्रहाचे संपादन शिस्तबद्ध पद्धतीने केले गेलेले नाही. प्रस्तावना जावेद अशरफ यांनी लिहिली आहे. ते बहुतेक के. एम. अशरफ यांचे चिरंजीव असावेत. त्यांच्या प्रस्तावनेवरून त्यांचे मर्यादित आकलनही लक्षात येते. असो. लेखांचा क्रम लावत असताना पहिल्या पाच प्रकरणांची सुरुवात १८५७ च्या राजकारणापासून करून पाकिस्तानच्या मागणीपर्यंतचे राजकारण असणारे लेख दिले आहेत. नंतर पहिल्या खलिफापासून उदयास आलेली राज्यपद्धती, जिचा मुस्लीम विचारवंत गौरवशाली आणि खरीखुरी लोकशाही म्हणून उल्लेख करतात, त्यावरील के. एम. अशरफ यांचा टीकात्मक लेख दिला आहे. त्यानंतर इस्लामी राजेशाही, साम्राज्यवादी आणि इस्लाममधील पुनरुज्जीवनवादी चळवळीवरील लेख आणि नंतर आपल्या मागासलेपणाची कारणमीमांसा आणि पुरोगामी मुस्लीम विचार यांतील लेख दिले आहेत. वास्तविक भारतातील मुस्लिमांच्या राजकारणावर आणि मुस्लीम राजकीय विचारांवर सरंजामशाहीच्या काळातील राजकीय सिद्धांतांचा आणि मुस्लीम पुनरुज्जीवनवादाचा फार मोठा प्रभाव पडलेला आहे. त्या संदर्भाचे लेख प्रथम द्यायला हवे होते आणि नंतर भारतातील १८५७ नंतरच्या मुस्लीम राजकारणावरील प्रकरण द्यायला पाहिजे होते. कारण स्वतः के. एम. अशरफ यांनी मध्ययुगातील सरंजामशाही आणि सुलतानशाहीच्या कालखंडात उलेमांनी जे धर्मशास्त्र निर्माण केले, त्याचे प्रभाव भारतातील मुस्लीम राजकारणावर कसे पडले आहेत, याची चर्चा केली आहे.

अशरफ हे जरी काँग्रेसच्या बरोबर होते, तरी त्यांनी डॉ. रफिक झकेरिया यांच्या प्रमाणे बॅ. जिना आणि मुस्लीम लीगच्या राजकारणाभोवतीच आपले लक्ष केंद्रित केलेले नाही. ते राष्ट्रवादाच्या सिद्धांताकडेही वळलेले नाहीत. ते मार्क्सवादी असल्याने उदारमतवादी राष्ट्रवाद, संमिश्र बहुसांस्कृतिक राष्ट्रवाद, धर्माधिष्ठित राष्ट्रवाद याबद्दलच्या वादंगात त्यांना रस दिसत नाही. हिंदुस्थानात सुलतानशाहीच्या काळापासून राजकीय विचार आणि राजकारणाचे चर्चाविश्व मुस्लीम मानसिकतेत रुजले. मुस्लीम नेते, राजकारणी आणि विचारवंत यांच्यावर त्याचा जो प्रभाव पडलेला आहे, त्याचे विश्लेषण करण्याचा त्यांचा प्रयत्न दिसून येतो. त्यांची सर्व मांडणी टीकात्मक विश्लेषणाची आहे. आताही एकविसाव्या शतकात मूलतत्त्ववाद किंवा नव-मूलतत्त्ववाद, जागतिक इस्लामवाद

किंवा राजकीय (लढाऊ किंवा जिहादी इस्लाम) इस्लाम, इस्लामीझम या संदर्भाचे जे विचार मूलतत्त्ववादी, जिहादी दहशतवादी किंवा तालिबान्यांकडून मांडले जात आहेत; त्यावर इस्लामी राज्याचे स्वरूप काय असावे, याचा प्रभाव पडलेला दिसतो.[४] सर सय्यद, डॉ. इकबाल किंवा मौ. मौदुदी यांनी इस्लामी राज्य किंवा कुरआनप्रणीत राज्यपद्धतीच्या दृष्टिकोनातून आपल्या राजकीय विचारांची मांडणी करण्याचा प्रयत्न केलेला दिसून येतो.

डॉ. अशरफ यांनी कुरआनातील प्रतिपादनाचा जो अर्थ या इस्लामी विचारवंतांनी लावला, त्याचे टीकात्मक परीक्षण केलेले आहे. त्यांचे म्हणणे असे आहे की, या इस्लामी विचारवंतांच्या विचारात प्रचंड गोंधळ आणि परस्परविरोधी अन्वयार्थ आहे. त्यामध्ये हुकूमशाहीच्या समर्थनापासून ते समाजवाद, अराज्यवादापर्यंतचे सिद्धांत त्यांनी कुरआनाच्या आधारे मांडलेले दिसतात.

डॉ. अशरफ यांचे म्हणणे आहे की, विशेष करून जमाते इस्लामीचे मौ. मौदुदी आणि अल्लामा मशरिकी यांनी हुकूमशाहीच्या समर्थनासाठी कुरआनचा अन्वयार्थ लावण्याचे तंत्र अत्यंत समर्थपणे वापरलेले दिसून येते. याउलट सर सय्यदकालीन इस्लामी धर्मपंडित मौ. शिबली नोमानी आणि अलीकडील विचारवंत मोहम्मद सरबर यांच्या मते कुरआनात आधुनिक लोकशाहीच्या विचारप्रणालीची सूत्रे आढळतात. याउलट मौ. हसरत मोहानी किंवा मौलाना आझाद सुभानी (हे मार्क्सवादी विचारवंत होते) यांच्या मते कुरआनात साम्यवाद आणि समाजवादाची सूत्रे आहेत. दुसऱ्या एका संदर्भात मौ. मौदुदींनी म्हटले होते की, 'अल्लाह + कम्युनिझम' म्हणजे इस्लाम होय. डॉ.अशरफ म्हणतात की, इस्लामी विचारवंतांतच कुरआनातील आशयासंबंधी एवढी परस्परविरोधी मते असतील, तर सर्वसामान्य मुसलमान माणसांच्या मनातील गोंधळ आपण समजू शकतो.

हा वैचारिक गोंधळ निर्माण होण्याचे कारण म्हणजे अशरफ यांच्या मते कुरआनाच्या ग्रांथिक अर्थ लावण्याची पद्धती होय (बुकीश इस्लाम). कारण कुरआनचा ग्रांथिक अर्थ लावताना प्रत्येक विचारवंत आपआपल्या आकलन आणि विचारप्रणाली आणि राजकीय हितसंबंधांनुसार त्याचा तो लावत असतो. असा गोंधळ टाळावयाचा असेल, तर प्रत्येक काळाच्या टप्प्यात इस्लामी राज्याची संकल्पना कशी उत्क्रांत झाली आणि तत्कालीन राज्यकर्ते आणि उलेमा यांनी कुरआनातील संदर्भाचा सोयीस्कर अर्थ लावल्यामुळे त्यात कसकसे बदल होत गेले आहेत, याचा शोध घ्यावा लागेल. तसा प्रयत्न के. एम. अशरफ यांनी केला आहे. विशेष म्हणजे, त्यांच्यावर मार्क्सवादाचा प्रभाव असला, तरी मौ. हसरत मोहानींप्रमाणे कुरआनच्या श्लोकांचा आधार घेऊन

पैगंबरकालीन राज्यपद्धती ही साम्यवादी कशी होती, असे दाखविण्याचा प्रयत्न ते करीत नाहीत; तर प्रत्येक बाबतीत कुरआनचा आधार घेण्याचा किंवा आधार शोधण्याचा प्रयत्न केल्यामुळे भारतातल्या मुस्लिमांच्या राजकारणावर त्याचे कोणते परिणाम झालेले आहेत, याच्याकडे ते आपले लक्ष वेधतात. ते स्वतः धर्मनिरपेक्ष राष्ट्रवादाचे पुरस्कर्ते होते. म्हणून तर पंडित नेहरूप्रणीत राजकीय प्रक्रियेत सामील झालेले होते. आणि आझाद आणि नेहरूंचे राजकीय सचिव म्हणून त्यांनी काम पाहिलेले होते. तत्कालीन अनेक कम्युनिस्ट नेत्यांप्रमाणे स्वातंत्र्य चळवळीच्या वेळी ते नेहरू-आझादांबरोबर होते. काँग्रेस किंवा भारतीय कम्युनिस्ट पक्षाचे पक्षकारण चालविण्याऐवजी स्वातंत्र्यानंतर त्यांनी आपले लक्ष इतिहासाचा अभ्यास आणि अध्यापनावर केंद्रित केल्याचे दिसून येते. काँग्रेसचे सचिव म्हणून काम करीत असताना, नेहरूप्रणीत 'मुस्लीम मास कॉन्टॅक्ट' कार्यक्रम राबविताना त्यांना काँग्रेसमधील नेत्यांत असणारा जमातवाद आणि हिंदुत्ववादी दृष्टिकोन यांचा जो अनुभव आलेला होता, त्याचा हा परिणाम असू शकतो. ते राजपूत असल्याने त्या जमातीची पोथीनिष्ठता आणि मलकाना राजपूत यांच्या बाबतीत जे धर्मांतराचे राजकारण झाले, ज्या दंगली झाल्या; त्याचाही त्यांनी अनुभव घेतला होता. म्हणून ते काँग्रेसप्रणीत पक्षकारणापासून बाजूला गेले असावेत आणि तत्कालीन कम्युनिस्ट पक्षाची हिंदू-मुस्लीम प्रश्नांकडे पाहण्याची जी साचेबंद पुस्तकी भूमिका होती, त्यामुळे कम्युनिस्ट पक्षांवरील बंदी उठल्यानंतर त्यांनी आपले लक्ष लिखाणावर केंद्रित केले आणि ते लंडनला इतिहास संशोधनासाठी गेले.

भारतीय मुस्लीम राजकारणावर लिहीत असताना अशरफ यांच्या मते, गेल्या एक हजार वर्षांपासून मुस्लीम मनांवर सरंजामशाही मूल्य आणि साम्राज्यवाद यांचे दूरगामी परिणाम झालेले आहेत, त्याचा विचार करावा लागतो. त्यांच्या मते, मुस्लीम समाजाची उभारणी तुर्की, अफगाणी किंवा मोगल राजेशाहीच्या राजवटीत झालेली आहे.

हे सुलतान केवळ बिगर-मुसलमानी प्रजेवर राज्य करणारे नव्हते, तर त्यांच्यावर वर्चस्व गाजवित असताना स्वतःचे श्रेष्ठत्व आणि धार्मिक अरेरावीचेही प्रदर्शन करणारे होते. त्यामुळे सर्वसामान्य मुस्लीम प्रजेला मोगल साम्राज्य चिरंतर टिकणारे आहे, असे वाटू लागले होते. त्यामुळे मोगलांची सत्ता गेल्याचा प्रचंड मोठा मानसिक धक्का त्यांना बसला. के. एम. अशरफ यांनी म्हटले आहे की, सर्वसामान्य हिंदू आणि मुसलमानांच्या दैनंदिन जीवनामध्ये असा फारसा फरक नव्हता. शासकीय महसूल वसुली आणि मनमानी कर लावण्यामुळे या दोन्ही जमाती दडपल्या गेल्या होत्या. ज्या-ज्या वेळी, या सुलतानांना आक्रमण करण्याची गरज निर्माण होई, त्या-त्या वेळी उलेमा आणि

इतर धार्मिक लोकांना हाताशी धरून आक्रमणाला अनुकूल वातावरण निर्माण करण्याचा प्रयत्न केला जात असे. अशा आक्रमणांना 'अल्लाह मार्गावरील जिहाद', असे म्हटले जात असे. 'बादशहा हा अल्लाहची सावली असतो', असा प्रचार उलेमा करीत आणि 'दारुल हर्ब' (युद्धभूमी) आणि 'दारुल-इस्लाम' (इस्लामी भूमी) अशी जगाची कृत्रिम विभागणी या धर्मपंडितांनीच केली होती. बादशहाला अनुकूल कायदेशासन निर्माण केले. अशरफ यांचे म्हणणे आहे की, इस्लामच्या सुरुवातीच्या काळात, अरबस्तानात टोळी-संस्कृती होती. या टोळी-समाजातूनच सरंजामशाही आणि नंतर साम्राज्यशाही उदयास आली. त्या ऐतिहासिक प्रकियेचे परिणाम एकोणिसाव्या शतकापासून सुरू झालेल्या राजकारणावर झालेले आहेत. त्यांच्या मते इस्लामी अस्मितेच्या विविध पैलूंचे घटक हे भारतातच तयार झालेले आहेत. तत्कालीन भारतातील उलेमा आणि मुस्लीम विद्वानांनी देश-काल-प्रदेश यांचा विचार न करता, ऐतिहासिक विकास प्रक्रियेतील अर्थरचना तसेच आर्थिक-सामाजिक हितसंबंध; वांशिक-सामाजिक विषमता, त्यातून उदयास आलेले वर्गीय हितसंबंध यांचा विचार न करता; ज्या धार्मिक संकल्पना मांडल्या, त्याचे परिणाम मुस्लीम राजकारणावर झालेले आहेत. तत्कालीन पॅन-इस्लामची चळवळ, सर सय्यद यांची विचार प्रणाली यांची चर्चा त्यांनी तो संदर्भ घेऊन केली आहे.

के. एम. अशरफ यांच्या मते धार्मिक-सर्वश्रेष्ठत्वाच्या संकल्पनेमुळे उलेमा आणि मुस्लीम विद्वानांनी इस्लामच्या ऐतिहासिक विकासातील घडामोडींचा नीट विचारच केलेला नाही. पोथीनिष्ठता आणि पैगंबरकालीन टोळी व्यवस्था, त्यापासून उदयास आलेली सरंजामी समाजव्यवस्था यांचा नीट अभ्यास त्यांनी केला नाही. हे सर्व आदर्शच होते, असे गृहीत धरले आणि त्या आधारे राजकीय सिद्धांतन केले. त्यांचे बरे-वाईट परिणाम मुस्लीम राजकारणावर झालेले आहेत. त्यांच्या मते त्यामुळे आधुनिक जगाचा विचार न करणारी आणि टोळीविश्वाच्या आदर्शात हरविलेली पॅन-इस्लामची चळवळ उदयास आली. उलेमा आणि मुस्लीम विद्वानांच्या स्वप्नरंजनामुळे आधुनिक राजकीय सिद्धांतांचा विचार केला गेला नाही. या चर्चेच्या आधारे अशरफ यांनी मुस्लीम राष्ट्रवादाचे आणि त्यांच्या अलगतेच्या राजकारणी जडण-घडणीचे मार्मिक विवेचन केले आहे.

अशरफ यांच्या मते सुरुवातीच्या काळातील इस्लामी राज्याची रचना आणि स्वरूप हे अरबांच्या सामाजिक उत्क्रांतीमधील टोळी अवस्थेला जी विशिष्ट प्रकारची समाजरचना आणि परिस्थिती निर्माण झाली, त्यांमधून विकसित झालेले होते. आणि म्हणून प्रेषितकालीन टोळी समाजाचे स्वरूप लक्षात घ्यावे लागते. पैगंबर पूर्वकालीन

बदायुनी टोळी समाजात तिथला तीन चतुर्थांश प्रदेश वाळवंटाचा असल्याने बदायुनी टोळ्या पूर्णपणे भटके जीवन जगत होत्या. टोळी प्रमुखाची सर्वंकष व्यक्तिगत सत्ता हीच एकमेव सत्ता होती आणि 'बार्टर अर्थव्यवस्था' होती. टोळी-अंतर्गत कलहयुद्धे आणि रक्तपातांनी तो सारा प्रदेश ग्रस्त होता. येमेन, हेजाज अशा काही भागांत शेतीचा उदय झालेला होता. हेजाजच्या प्रदेशातच काबाच्या मस्जिदीमुळे प्रसिद्ध पावलेले मक्का हे शहर होते. त्याच ठिकाणी प्रतिष्ठित अशा 'कुरेश' टोळी-जमातीत महंमद (स) पैगंबर साहेबांचा जन्म झालेला होता. पैगंबर साहेबांनी ट्रायबल अर्थव्यवस्थेतील 'बार्टर' पद्धतीत सुधारणा केल्या. मदिनेत सत्ता स्थापन केल्यानंतर चलनव्यवस्था सुरू केली. मदिनेतील अर्थव्यवस्था कृषी-प्रधान असल्यामुळे तेथे सुबत्ता होती. पैगंबर साहेबांबरोबर आलेल्या कुरेशी जमातींनी तेथे व्यापार-उदीम सुरू केला. परिणामी मदिनेची अर्थव्यवस्था सुधारली आणि खाजगी मालमत्ता सुरू झाली. याचा फायदा पैगंबरकालीन राजकीय व्यवस्थेला मिळाला. खाजगी मालमत्तेवर त्यांनी 'जकातरूपी' करपद्धतीचे बंधन घातले आणि अमर्याद मालमत्ता निर्माण होणार नाही, याची व्यवस्था केली. परंतु पैगंबर साहेबांच्या महानिर्वाणानंतर खलिफा अबुबकर आणि नंतर खलिफा उमर आणि उस्मान यांच्या कारकिर्दीत संपत्तीत वाढ होत जाऊन वर्ग निर्माण झाले. विशेषतः खलिफा हजरत अबू बकर आणि हजरत उमर यांच्या काळात प्रदेश विस्ताराची युद्धे सुरू झाली. के. एम.अशरफ यांचे प्रतिपादन आहे की, विस्तारवादामुळे संपत्ती-संचय सुरू झाला आणि इस्लामी साम्राज्याचा पाया घातला गेला. इस्लामी साम्राज्यात वरिष्ठवर्गीय सरंजामदार, उमराव आणि लढवय्या सैनिकांचा वर्ग आणि सर्वसामान्य प्रजा व गुलाम अशी व्यवस्था उदयास आली. के. एम. अशरफ यांचे प्रतिपादन आहे की, हिंदुस्थानातील उलेमा आणि विद्वान समजतात त्याप्रमाणे 'खिलाफत-इ-रशिदा' आदर्श आणि लोकसत्ताक नव्हती. त्यामध्ये सरंजामशाही आणि राजेशाहीचे सर्व दोष उदयास आले होते.

के. एम. अशरफ म्हणतात, ट्रायबल व्यवस्थेतून पैगंबरकालीन राज्यव्यवस्थेत 'शूरा' (प्रतिनिधी सभा) आणि विचारविनिमयांद्वारे निर्णय आणि नेत्याचे आज्ञापालन ही पद्धती घेतली गेली. पवित्र कुरआनात अशी तरतूद दिली गेली आहे. त्यांच्या मते, प्रत्यक्षात उलेमा समजतात त्याप्रमाणे प्रतिनिधीसभा आणि विचारविनिमयाचे स्वरूप लोकसत्ताक राहिले नव्हते. तर 'लोकप्रतिनिधी' म्हणून टोळीप्रमुख शेखच निर्णय घेत असत. प्रजेशी विचारविनिमय करण्याऐवजी आपसातच ठरवित असत. प्रारंभीच्या खलिफांच्या काळांपासून अशी प्रथा सुरू झाली होती. आर्थिक-सामाजिक परिस्थिती बदलली की, श्रेष्ठीजन बदलत असत. प्रतिनिधी सभेत उलेमांचा (लोकप्रतिनिधी

ऐवजी) तर कधी साधु-संतांचा तर कधी उमरावांचा समावेश होत असे. म्हणजे विचारविनिमयासाठी कधीही मुस्लीम उम्माचा (सर्व मुस्लीम जमात) समावेश केला गेला नाही. अशरफ यांच्या मते प्रारंभीची तथाकथित लोकसत्ताक निर्णयप्रक्रिया हा मुस्लीम विद्वानांचा भ्रम राहिला आहे.

तसेच नेत्याच्या निवडीची (खलिफा) निवड प्रक्रियादेखील कधीही खरीखुरी लोकसत्ताक नव्हती. उदा. पैगंबर साहेबांच्या निर्वाणानंतर इमाम किंवा खलिफाची निवड कुरआन किंवा हदीस (पैगंबर वचन) यानुसार न होता, हजरत अबू बकर यांची निवड कुरेश जमातीतील प्रथा आणि श्रेष्ठी तत्त्वानुसार झाली होती. सर्वसामान्य मुस्लीम जनता (उम्मा) या प्रथेचे आज्ञापालन करीत राहिली आणि तुमच्या नेत्याचे (राज्यकर्त्याचे) आज्ञापालन करा, हे शरियतचे तत्त्व झाले. प्रदेश विस्तारामुळे प्रारंभीच्या मदिनेच्या इस्लामी राज्याचे रूपांतर साम्राज्यामध्ये झाले. इराण, इराक, तुर्कस्थान तसेच युरोपमधील स्पेनसारख्या देशांपर्यंत इस्लामी राज्य विस्तारित झाले. अब्बासिद राजवटीपर्यंत इस्लामी साम्राज्य वाढतच राहिले. परिणामी टोळी-समाजाचे रूपांतर सरंजामशाहीमध्ये व नंतर राजेशाही किवा सुलतानशाहीमध्ये झाले. प्रारंभीची टोळीप्रधान समाजातील साधी राहणी संपुष्टात आली. उमराव वर्ग, जमीनदारांचा वर्ग, राजदरबाराच्या अधिकाऱ्यांचा वर्ग आणि लढवय्या सैनिकांचा वर्ग; अशा वर्ग-रचना उदयास आल्या. के. एम. अशरफ यांनी पुढे असे म्हटले आहे की, अब्बासिद खलिफांची राजवट संपल्यानंतर नवव्या शतकापासून सुलतानांच्या अनियंत्रित राजेशाहीचा उदय झाला. सुलतानशाहीचा प्रारंभ झाल्यानंतर राजसत्तेवर बंधनकारक असणारा शरियतचा कायदा नाममात्रच राहिला. उलट उलेमांनी अनेक काल्पनिक पैगंबर-वचने तयार केली. उदा. 'जो राज्यकर्त्याच्या आज्ञांचे पालन करतो, तो अल्लाचाच हुकूम पाळत असतो', हे पैगंबर-वचन तयार करण्यात आले. आणि राजसत्तेच्या दैवी उदयाचा आणि अधिकाराचा सिद्धांत तयार करण्यात आला. अशा सुलतानशाहीच्या काळातील तथाकथित लोकशाहीमध्ये हदीस आणि कुरआनमधील वचने उद्घृत करणे एवढेच कर्तव्य उलेमा करीत राहिले होते आणि सर्वंकष सत्ताधारी सुलतानांच्या युद्धपिपासेला 'जिहाद' म्हणू लागले होते!

के. एम. अशरफ यांच्या मते, या विकास प्रक्रियेत कुरआनातील पवित्र आदेश हे सत्तेचा भ्रष्टाचार रोखण्यास असमर्थ होते आणि सुलतानांच्या हुकूमशाहीचे पर्यवसान राजवटीच्या लष्करीकरणामुळे झाले. अशरफ यांनी लिहिले आहे की, हिंदुस्थानातील सुप्रसिद्ध इस्लामी कवी आणि विचारवंत कवी मौलाना अल्ताफ हुसेन हाली आणि शिबली नोमानी यांनी इस्लामच्या तथाकथित लोकशाही इतिहासाचे जे गौरवीकरण आणि उदात्तीकरण केले, त्या 'कवी कल्पना' होत्या. त्यांच्या आधाराने मुस्लीम

राजकीय विचारांची केली गेलेली मांडणी कालबाह्य आणि परस्परविरोधी संकल्पनांनी दोषपूर्ण झाली. खिलाफत-ए-रशिदाच्या काळातील साधी राहणी आणि सर्वानुमते चालणाऱ्या तथाकथित आदर्श राजवटीचे रूपांतर विषमतापूर्ण, सर्वंकष जुलमी सुलतानशाहीमध्ये कसे झाले, याचे समाधानकारक स्पष्टीकरण देणे त्यामुळेच कठीण झाले. या भ्रामक उदात्तीकरणाचा परिणाम इस्लामी इतिहासाचे सुवर्णयुग कल्पिण्यात झाले. सुप्रसिद्ध सूफी अबूझर गफ्फारी किंवा हसन बसरीसारख्या थोर व्यक्ती साधी राहणी, पैगंबरकालीन शुद्ध वर्तन यांचा पुरस्कार करणाऱ्या होत्या. तरी राजेशाहीच्या काळातील वर्गसंघर्षाने ग्रस्त समाज बदललेला होता. आणि राजेशाहीचे समर्थन करणारा झाला होता.

अशरफ यांच्या मते, पैगंबरकालीन ट्रायबल लोकशाहीचे स्वरूप संदिग्ध होते. कुरआनातील अनेक तरतुदींचा निश्चित अर्थ लावणे कठीण होते. म्हणूनच एकाच वेळी त्या तरतुदींचे लोकशाहीवादी, हुकूमशाहीवादी आणि सुलतानशाहीवादी अर्थ निरनिराळ्या विचारवंतांनी लावले. खिलाफत-इ-रशिदाचे पर्यवसान वंशपरंपरागत राजेशाहीत झाले. के. एम. अशरफ यांनी अशा प्रकारे टोळी समाजाचे रूपांतर सरंजामशाही, राजेशाही, साम्राज्यवाद आणि अनियंत्रित सुलतानशाहीत कसे झाले; त्यामध्ये कोणकोणते दोष होते; वर्गसंघर्ष, उच्चनीच भाव, गुलामगिरीची प्रथा, संपत्तीचे केंद्रीकरण हे घटक कसे उदयास आले याचे विवेचन केले आहे. आणि त्यानंतर इमाम अल गझाली, इब्न तिमिय्या, शेख सरहिंदी, शाह वलीउल्लाह यांच्या विचारांचे विश्लेषण केले आहे. इमाम गझालींचा कालखंड बाराव्या शतकाचा होता. इमाम गझालींची मांडणी अशी होती की, 'खिलाफत-इ-रशिदाचा' शुद्ध वर्तनाचा कालखंड आता कधीच येणार नाही. त्याचे पुनरुज्जीवन करण्याचा प्रयत्न म्हणजे वाहत्या पाण्यावर लिहिण्याचा प्रयत्न करण्यासारखे आहे. त्याऐवजी कुरआनच्या शिकवणीनुसार स्वतःचे व्यक्तिगत जीवन सुधारण्याचा प्रयत्न करावा म्हणजे प्रत्येकाने आत्मशुद्धी करण्याचे प्रयत्न करावेत. इमाम गझालींची टीका होती की, इस्लामी समाजातील ऐतिहासिक परिवर्तनाच्या प्रक्रियेची दखल न घेता उलेमांनी सर्वसामान्य मुस्लीम जनतेची दिशाभूल केली आहे आणि मुस्लीम समाजात ७२ पंथ निर्माण करून फूट पाडली आहे. त्यांनी कुरआनचे मनमानी अर्थ लावले आहेत, म्हणून गझालींनी कुरआनचा अर्थ लावण्याची (इज्तेहाद) बंदी घातली. के. एम. अशरफ यांच्या मते गझालींनी अनर्थ आणि सामाजिक फुटीपासून इस्लामला वाचविण्यासाठी धर्माची व्याप्ती मर्यादित केली, तर नंतरच्या उलेमांनी आपल्या आणि राज्यसत्तेच्या स्वार्थासाठी धर्माचे वाटेल तसे अर्थ लावले. सरंजामशाही आणि राजेशाहीला प्रत्यक्ष किंवा अप्रत्यक्षपणे पाठिंबा दिला. आणि हा इतिहास भारताच्या मुस्लीम विचारवंतांनी लक्षात न घेतल्यामुळे त्यांच्या राजकारणाची दिशा

भरकटली.

चौदाव्या शतकात होऊन गेलेल्या इब्न तिमिय्या या पोथीनिष्ठ मूलतत्त्ववादी धर्मगुरूच्या विचारांचा हिंदुस्थानातल्या अनेक उलेमा आणि डॉ. इकबालसारख्या विद्वानांवर प्रभाव होता. इब्न तिमिय्या, सौदी अरेबियातील वहाबी धर्मगुरू महंमद अब्दुल वहाब, मौ. मौदुदी, तालिबानी अशी एक साखळी आहे. चौदाव्या शतकात मंगोल टोळ्यांच्या आक्रमणामुळे मध्य पूर्वेतील इस्लामी राज्ये अडचणीत आली होती. त्या पार्श्वभूमीवर इस्लामचे संरक्षण करण्याविषयी इब्न तिमिय्याने मांडलेले विचार लोकप्रिय झालेले होते. भारतातील उलेमा आणि विद्वानांच्या दृष्टीने महत्त्वपूर्ण असलेल्या या धर्मगुरूच्या तत्त्वज्ञानावर के. एम. अशरफ यांनी टीका केली आहे. अशरफ यांनी म्हटले आहे की, इब्न तिमिय्यांना अनियंत्रित राजेशाहीचा प्रतिकार कसा करावा याचे आकलन नव्हते. इब्न तिमिय्या इथले उलेमा समजतात तेवढे लोकप्रियही नव्हते. त्यांच्या तत्त्वज्ञानाशी सर्वसामान्य मुस्लीम माणसाला काही देणे-घेणे नव्हते.

अशरफ यांनी दिल्लीच्या सुलतानशाहीचा इतिहास विशद करून ज्या इस्लामी शरियतचा काही विद्वान आग्रह धरत होते आणि इस्लामी राजसत्तेचे उदात्तीकरण करत होते, ती सत्ता कशी जुलमी, विषमता निर्माण करणारी होती, हे स्पष्ट केले आहे. डॉ. अशरफ यांचे प्रतिपादन आहे की, चंगेज खान या मंगोल सेनापतीने बगदाद उद्ध्वस्त केल्यानंतर दिल्ली ही राजधानी इस्लामचा केंद्रबिंदू म्हणून ओळखली जाऊ लागली. परिणामी शेकडो इस्लामी पंडित आणि उलेमा दिल्लीला आले. सुलतान अल्तमशच्या काळात (१२१०-१२३५) त्यांनी बादशहा मूर्तीपूजक हिंदूंचा बंदोबस्त करण्यास कुचराई करीत असल्याची तक्रार नोंदविली. बादशाहतर्फे त्याच्या मंत्र्याने त्यांना परिस्थितीची जाणीव करून दिली की, हिंदुस्थानातील परिस्थिती अशी आहे की; उलेमा म्हणतात त्याप्रमाणे मूर्तिपूजकांचा (हिंदूंचा) विनाश किंवा धर्मांतर करण्याचे प्रयत्न केले गेले, तर आपण कलमा पठन करणारे मूठभर (मुस्लीम) शिल्लकच राहणार नाही. डॉ. अशरफ यांनी उलेमांच्या धर्मांध वृत्तीवर प्रकाश टाकला आहे. डॉ. अशरफ यांनी लिहिले आहे की, शरियत आणि शुद्ध राहणी यांचा प्रचार करणारे उलेमा सुलतानांच्या दरबारातील हजारो स्त्री आणि पुरुष गुलामांच्या तांड्याकडे दुर्लक्ष करीत राहिले होते. त्याबद्दल त्यांनी कधीही गैर-शरियती म्हणून तक्रार केली नाही. त्यांनी सुलतान आणि त्यांचे उमराव जी प्रचंड संपत्ती बाळगत होते, रात्रंदिवस मद्यधुंद होऊन अनैतिक निवासी जीवन जगत होते, निर्घृणपणे निष्पाप बायका-मुलांच्या कत्तली करीत होते; त्याबद्दल या उलेमांनी एक शब्दही तोंडातून काढला नाही. डॉ. अशरफ स्पष्ट करतात की, या उलेमांची धार्मिकता ढोंगीपणाची होती. सुलतानांची राजवट धर्मवादी नसून

गैर-इस्लामी आणि जुलमी होती. उलेमा हे भ्रष्ट आणि संपत्तीलोलूप होते. मोगल सम्राट अकबर बादशहाने जेव्हा 'सुल्हकुल्ह' (वैश्विक शांती आणि सहिष्णुता) यांचा सिद्धांत मांडला, तेव्हा त्याच्या काळात होऊन गेलेल्या शेख सरहिंदी या धर्मगुरूने त्याच्या विरोधाची मोहीम उघडली. इस्लामच्या पुनरुज्जीवनवादी पोथीनिष्ठतेचा प्रचार सुरू केला. सरंजामशाही आणि राजेशाहीला विरोध करण्याऐवजी, धर्मासाठी तलवारीचा वापर करू पाहणाऱ्या धर्मांध सुलतानांचे समर्थन केले. डॉ. अशरफ यांनी सर सय्यद यांच्या काळात अनेक विद्वानांनी शेख सरहिरंदीच्या 'मुजादिद अल्प-सानी' (इस्लामचा रक्षक) म्हणून जी स्तुती चालविली आणि त्यामधून जे अलगतेचे तत्वज्ञान उदयास आले, त्यामधील विसंगती स्पष्ट केली आहे.

शेख अहमद सरहिंदी यांच्या नंतर भारतातील उलेमा आणि मुस्लीम विचारवंतांवर प्रभाव टाकणारे दुसरे धर्मगुरू शाह वलीउल्लाह (१७६२) यांच्या विचारांची समीक्षा डॉ. अशरफ यांनी केली आहे. शाह वलीउल्लाह हे औरंगजेबकालीन धर्मगुरू होते. औरंगजेबकालीन बिघडलेल्या आर्थिक-सामाजिक परिस्थिती आणि राजकीय अवनतीच्या पार्श्वभूमीवर वलीउल्लाह यांनी मुस्लीम समाजाचे अधःपतन रोखण्याचा उपाय म्हणून धर्मसुधारणेचे विचार मांडले होते. भारतातले एकोणिसाव्या आणि विसाव्या शतकातील मुस्लीम विचारवंत शेख सरहिंदीनंतर शाह वलीउल्लाह यांनाच सर्वश्रेष्ठ इस्लामी विचारवंत मानतात. देवबंद पीठाचे उलेमा, किंबहुना मौ. शिबली नोमानी, कवी हालीपासून ते मौ. महंमद अली, मौ. मदनी, डॉ. इकबाल इत्यादी विचारवंतांवर त्यांचा प्रचंड प्रभाव होता. त्यामधूनच स्वातंत्र्य चळवळीच्या काळात वेगवेगळे इस्लामी विचारांचे प्रवाह निर्माण झाले. त्यांच्यावर टीका करताना डॉ. अशरफ यांनी म्हटले आहे की, देवबंदमधील इस्लामी विद्वान त्यांच्या मनातील न्यूनगंड आणि राज्यशास्त्राच्या आणि राजकीय विचारांच्या अज्ञानामुळे असे मानतात की, गेल्या एक हजार वर्षांतील इस्लामी ज्ञानशास्त्रातील सर्व ज्ञान हे शाह वलीउल्लाहप्रणीत मांडणीतून व्यक्त होते. वलीउल्लाहनंतर मुसलमानांना सॉक्रेटिस किंवा ॲरिस्टॉटलच्या तत्त्वज्ञानाकडे पाहण्याची गरज राहिलेली नाही. त्याच्याही पुढे जाऊन काही विचारवंतांनी असे म्हटले आहे की, शाह वलीउल्लाह हे श्रमिकांचे आणि शेतकऱ्यांचेही नेते होते. आणि म्हणून कार्ल मार्क्सच्या विचारांचीही गरज नाही.

शाह वलीउल्लाहच्या विचारांची समीक्षा करताना डॉ. अशरफ यांनी म्हटले आहे की, एकतर वलीउल्लाह यांच्या तत्त्वज्ञानात नवीन असे काही नव्हते. पूर्वसुरींचेच विचार त्यांनी घेतले होते. मोगलकालीन मुस्लिमांच्या अवनतीचे मुख्य कारण सरंजामशाही आणि सुलतानशाहीमधील अतिरेक आणि जुलमी शासनव्यवस्था हे होते. या अवनतीची

चर्चा करताना डॉ. अशरफ यांनी दाखवून दिले आहे की, मोगलकालीन राजवटीमध्ये साम्राज्याच्या विस्तारासाठी मोगल बादशहांनी सतत युद्धे केली. परिणामी हजारो सैनिक निरनिराळ्या प्रदेशांत युद्ध करीत राहिले. आणि औरंगजेबाच्या राजवटीत युद्धखोरी प्रचंड प्रमाणात वाढली. रिकाम्या होणाऱ्या तिजोऱ्या भरण्यासाठी आणि युद्धासाठी लागणारा पैसा गोळा करण्यासाठी बादशहांनी महसुलीचे दर वाढविले. शेतकऱ्यांवर आणि प्रजेवर कर लादले. परिणामी सर्वत्र असंतोष निर्माण झाला. शेतकऱ्यांचे उठाव सुरू झाले. पंजाबपासून ते महाराष्ट्रापर्यंत अस्वस्थता निर्माण झाली. त्यात उमराव वर्गाच्या विलासी जीवनाची भर पडली.

डॉ. अशरफ म्हणतात की, मोगलांच्या काळात सशस्त्र उमरावांची सत्ता एवढी सर्वव्यापी आणि अनियंत्रित होती की, त्या काळांत कसलेही परिवर्तन शक्य नव्हते. त्यामुळे मोगलांची सत्ता खिळखिळीत झाली होती. याला उपाय म्हणून शाह वलीउल्लाह यांनी मूळ धर्माच्या पुनरुज्जीवनाचा विचार मांडला. मूळ इस्लाम आणि शरियतपासून ढळल्याने ही अवनती आलेली आहे. त्यासाठी सर्वांनी धर्माचे कडक पालन केले पाहिजे, असे म्हटले. तसेच शिया आणि सुन्नी यांमधील संघर्ष संपविण्याचा विचार मांडला. पंथभेदांना विरोध केला. सरंजामशाही समाजव्यवस्थेला कोणती पर्यायी व्यवस्था उभी केली पाहिजे हे त्यांना स्पष्ट करता आले नाही. लोकांच्या बाजूने उभे राहण्याऐवजी, मोगल दरबारी असणारे मराठ्यांचे वर्चस्व कमी करण्यासाठी जाट शेतकऱ्यांची बाजू घेण्याऐवजी, अफगाणिस्तानच्या अहमदशहा अब्दालीला आमंत्रण दिले आणि भ्रष्ट सरंजामशाहीचे संरक्षण करण्याचा प्रयत्न केला. अब्दीलाला बोलविणाऱ्या नजीबुदौलाचा 'सैफअल इस्लाम' असा गौरव केला. शाह वलीउल्लाहच्या विसंगती डॉ. अशरफ यांनी थोडक्यात विशद केल्या आहेत. त्याच्याऐवजी त्याचे पूर्वसरी इमाम अल फराबी, अल माबर्दी, अल गझाली यांनी सुचविलेल्या सुधारणा जास्त संयुक्तिक होत्या, असे म्हटले आहे. या वलीउल्लाहच्या विचारांचा पाठपुरावा करणाऱ्या आधुनिक मुस्लीम विचारवंतांना आधुनिक जगातील स्थित्यंतरांचे भान नव्हते. त्यामुळे त्यांचे राजकारण प्रतिगामी झाले, असे म्हटले आहे. कुरआनानुसार शुद्ध धर्माचरण आणि शरियतची अंमलबजावणी करण्याने इस्लामची एके काळी भरभराट झाली. अल्लाहच्या मार्गापासून दूर गेल्याने इस्लामी संस्कृतीचा ऱ्हास झाला, हे वलीउल्लाहचे अनैतिहासिक तत्त्वज्ञान होते. डॉ. अशरफ यांनी हे त्याचे तत्त्वज्ञान अशास्त्रीय आणि इतिहासातील आर्थिक-राजकीय घडामोडींचे ज्ञान नसलेले होते, असे म्हटले आहे. या विचारांच्या प्रभावामुळे भारतातील मुस्लीम विद्वानांना काळाबरोबर जाता आले नाही, अशी टीका केलेली आहे.

डॉ. अशरफ यांनी खिलाफत चळवळीच्या निमित्ताने मांडल्या गेलेल्या पॅन-

इस्लामवादावर हल्ला चढविला आहे. जमालुद्दीन अफगाणीवरील मागील प्रकरणात पॅन–इस्लामवर जादा स्पष्टीकरण देण्याचा मी प्रयत्न केला आहे. वास्तविक पाश्चात्त्य वसाहतवादी सत्तांच्या इजिप्तपासून ते हिंदुस्थानपर्यंत होत असलेल्या आक्रमणाविरुद्ध एकेकट्याने लढा देणे शक्य नाही, म्हणून वसाहतवादाविरुद्ध लढणाऱ्या इजिप्तपासून ते भारतापर्यंतच्या सर्व क्रांतिकारी शक्तींचा संयुक्त लढा उभा करण्याच्या कल्पनेतून जमालुद्दीन अफगाणीने पॅन–इस्लामचा म्हणजे सर्व इस्लामी देशांनी एकत्रित लढा देण्याचा विचार मांडला होता. परंतु ब्रिटिशांनी तुर्की सुलतानाविरुद्ध कारवाई सुरू केल्यानंतर आणि तुर्की साम्राज्य बरखास्त करण्याच्या हालचाली सुरू केल्यानंतर भारतात १९१४ नंतर 'खिलाफत बचाओ' आंदोलन हिंदुस्थानी मुस्लीम नेत्यांनी सुरू केले. भारतातील खिलाफतची पॅन–इस्लामची चळवळ तुर्की सुलतानाच्या बचावासाठी होती. शेवटचे एकमेव इस्लामी साम्राज्य विघटित होऊ लागले आहे आणि तुर्की सुलतान हा इस्लामचा 'खलिफा' असल्याने खलिफापद बरखास्त झाल्यास, इस्लामचा धार्मिक आध्यात्मिक आधारच कोसळून पडेल, असे मौ. अहमद अली वगैरेंचे म्हणणे होते. म्हणजे, भारतात खिलाफतच्या निमित्ताने सुरू झालेल्या पॅन–इस्लामवादाचे स्वरूप वेगळे होते. जमालुद्दीन अफगाणींपेक्षा निराळे होते. जगातील सारे मुसलमान एक आहेत वगैरे निष्कर्ष हे मौ. महंमद अलीसारख्यांचे प्रतिपादन होते. डॉ. अशरफ यांनी त्यावर टीका करताना म्हटले आहे की, 'खिलाफत–इ–रशिदा'च्या काळातील अरबी समाज हा टोळीप्रधान म्हणजे 'ट्रायबल' समाज होता. त्याचे स्वरूप साधे आणि प्राथमिक गरजापूर्तीचे होते. वर्गीय हितसंबंध तयार झालेले नव्हते. प्रादेशिक राष्ट्रे उदयास आलेली नव्हती. अशा समाजरचनेत कुरआनप्रणीत इस्लामी शरियत (कायदे पद्धती) आणि पैगंबरसाहेबांना अपेक्षित असलेली जीवनपद्धती काही काळपर्यंत टिकली होती. परंतु आधुनिक काळात सर्व काही बदलले होते. किंबहुना इस्लामी राज्याचा विस्तार सुरू झाल्यानंतर टोळी–समाजच राहिला नाही. ट्रायबल जीवनपद्धतीऐवजी कृषिप्रधान व्यापार–उदीम, उद्योगधंदे यांवर आधारित समाजजीवन विकसित झाले. सरंजामशाही आली आणि त्यातून साम्राज्यशाही उदयास आली. अरबांच्या बरोबरीने इराणी, तुर्की, अफगाणी, इजिप्शियन आणि आफ्रिकन जमातींनी इस्लामचा स्वीकार केल्यामुळे इस्लामची अभिव्यक्ती केवळ अरबीय राहिली नाही. उलेमांनी इस्लामी कायद्याचे पाहिजे तसे अर्थ लावले. पंथभेद निर्माण झाले आणि अठराव्या शतकापासून सुरू झालेल्या औद्योगिक क्रांतीमुळे युरोपसहित अरब प्रदेशांची अर्थव्यवस्था बदलली. युरोपमध्ये वैज्ञानिक क्रांती झाली. भांडवलशाहीचा उदय झाला आणि युरोपियन राष्ट्रांचे आक्रमण सुरू झाले. तेव्हा अशा बदललेल्या जागतिक परिस्थितीत घड्याळाचे काटे उलटे

फिरवून टोळी–समाजातील खलिफाप्रधान आणि धार्मिक बंधुत्वावर आधारित टोळी–समाजाचे आदर्श पुन्हा कसे प्रस्थापित करता येतील, हा त्यांचा प्रश्न होता. भारतात खिलाफत राहिली नाही, तर इस्लामी उम्माचे (मुस्लीम धर्मीय लोकमसूहाचे) कसे होणार, अशा प्रकारचे मौ. महंमद अली यासारख्यांचे प्रतिपादन चुकीचे होते. ही चळवळ इस्लामला टोळी समाजाच्या आदर्शातच बंदिस्त करून टाकण्याचा प्रयत्न करीत होती, असे डॉ. अशरफ यांचे म्हणणे होते.

डॉ. अशरफ यांचे स्पष्ट म्हणणे होते की, ब्रिटिश साम्राज्याच्या रूपाने तंत्र–वैज्ञानिक आणि लष्करी सामर्थ्यांवर आधारित भांडवलशाहीचे ते आक्रमण होते. त्याचा प्रतिकार टोळी समाजाच्या आदर्शांनी करता येणार नव्हता. इस्लामी टोळी समाजाचे रूपांतर सरंजामशाही, साम्राज्यशाही आणि सुलतानशाहीमध्ये झाले. मुस्लीम परंपरावादी या परिवर्तनालाच इस्लामची जमेची बाजू असे मानतात. उद्योगप्रधान भांडवलशाहीला पर्याय म्हणून इस्लामी राज्याची कल्पना पुढे करणारे भूतकाळात जगणारे आहेत. राष्ट्रवादाच्या चळवळीचे किंवा आधुनिक राजकीय प्रवाहांचे त्यांना आकलन नाही. त्यामुळेच, स्वातंत्र्य आंदोलनाच्या चळवळीत गंभीर स्वरूपाचे प्रश्न निर्माण झाले. डॉ. अशरफ यांनी जो इस्लामी राजवटींचा ऐतिहासिक दृष्टिकोनातून अभ्यास केलेला होता, त्यामधूनच त्यांचे विचार तयार झाले आहेत. त्यामुळे त्यांचे भारतातील मुस्लीम नेते आणि त्यांनी उभ्या केलेल्या चळवळी आणि राजकारण यांबद्दलचे विश्लेषण इतिहासावर आधारित आणि वस्तुनिष्ठ झालेले आहे. भूतकाळापासून प्रेरणा घेत असताना प्रत्यक्ष ऐतिहासिक घटनांचा नीट अभ्यास केला नाही, तर विचारांची आणि राजकीय सिद्धांतांची मांडणी कशी चुकते आणि अनर्थ कसे होतात, याचे विवेचन डॉ. अशरफ यांनी केले आहे.

मुस्लिमांच्या पुनरुज्जीवनावादी शक्ती आणि संघटनांना वाटते आहे की, इस्लामची ऐतिहासिक विकासाची प्रक्रिया पुरोगामी होती, कारण टोळी अवस्थेपासून अरब जगताचा विकास सरंजामशाहीप्रणीत सामाजिक रचनेमध्ये झाला. त्याचेच रूपांतर पुढे राजेशाहीत झाले. यालाच ते इस्लामचे प्रगतिशील स्वरूप असे समजतात. पाकिस्तानची निर्मिती होऊन पाऊण शतक लोटले, तरी तेथील प्रस्थापित राज्यकर्त्यांनी आत्तापर्यंत जमीन–सुधारणांचे कायदे केलेले नाहीत. विशिष्ट प्रकारच्या इस्लामी अस्मितेची निर्मिती ही हिंदुस्थानातील (बिगर–इस्लामी) धार्मिक आणि सांस्कृतिक–सामाजिक पर्यावरणात मुस्लीम राज्यकर्त्यांनी सत्ता रुजविण्यासाठी आणि बळकट करण्यासाठी केलेल्या प्रयत्नांमधून झाली. अशरफ यांनी दिल्लीच्या सुलतानशाहीचे उदाहरण दिले आहे. दिल्लीच्या सुलतानांना बंडखोर नव–मुस्लीम लोकसमुदायात आपल्या सत्तेला पोषक

पाया निर्माण करावयाचा होता, कारण धर्मांतर करून मुस्लीम झालेल्या नव–मुस्लिमांना बाहेरून आलेल्या मुस्लिमांप्रमाणे कोणतेही विशेषाधिकार नव्हते किंवा दर्जा नव्हता. राज्यकर्ते आणि त्यांचे उमराव हे वंशवादी होते. त्यामुळे इस्लाम धर्म स्वीकारलेल्या नव–मुस्लिमांत असंतोष पसरून ते सशस्त्र उठाव करू लागलेले होते. त्या लोकसमूहात जनाधार निर्माण करणे गरजेचे होते.

मेवाती प्रदेशातील 'मेयो' जमातींनी तुर्क–अफगाणांच्या आधीपासून इस्लाम स्वीकारला होता. मेवाती प्रदेश दिल्लीला लागूनच होता. वंशभेदाच्या वागणुकीमुळे ते असंतुष्ट होते आणि दिल्लीच्या सुलतानाची भीती न बाळगता उठाव करू लागलेले होते. गयासुद्दीन खिलजीने त्यांच्यावर हल्ला करून त्यांचा पाडाव केला आणि वीस हजार नव–मुस्लीम मेयो पुरुषांचा शिरच्छेद केला. त्यांच्या हजारो स्त्रिया आणि मुले यांना गुलाम म्हणून बाजारात विकण्यात आले. मेयोंच्या बंडापासून दिल्लीच्या सुलतानांनी दोन गोष्टींचा धडा घेतला. सर्वप्रथम या नव–मुस्लिमांना खरा इस्लाम हा सत्ताधाऱ्यांच्या आज्ञापालनात असून, ते शिकविणे त्यांचे धार्मिक कर्तव्य आहे. दुसरी गोष्ट म्हणजे; त्यांचे सामाजिक, सांस्कृतिक स्वरूप बदलले नव्हते, ते स्वतःला खत्री किंवा राजपूत म्हणवित आणि गोत्र पाळत असत. त्यांना अनुकूल करून घेण्यासाठी राज्यकर्त्या वर्गाची सांस्कृतिक मूल्ये त्यांच्यात रुजविणे आवश्यक आहे, असे त्यांना वाटले. म्हणून हिंदुस्थानातील इतर लोक–समुदायांपेक्षा वेगळी सामाजिक आणि सांस्कृतिक ओळख व अलगतेची भावना निर्माण करण्यासाठी त्यांच्यात वेगळी अस्मिता (आयडेंटिटी) रुजविण्याचा प्रयत्न त्यांनी सुरू केला. कारण त्यांच्या मनात वेगळेपणाची भावना निर्माण झाली की; त्यांच्यात भ्रम निर्माण करून राज्य करणे, सत्ता बळकट करणे सुलभ होणार होते.

अशा काळात बिगर–मुस्लीम लोकांची पूर्ण उपेक्षा करूनही चालणार नव्हते. कारण नव्वद टक्के तेच बहुसंख्य होते, म्हणून बिगर–मुस्लीम लोकसमूहातील लढाऊ गटातील लोकांची विरोधाची भावना कमी करण्यासाठी, त्यांच्याशी मुस्लीम सत्ताधाऱ्यांनी मैत्रीचे संबंधही प्रस्थापित करण्याची नीती स्वीकारली. म्हणूनच त्यांना आपल्या राज्यकारभारात सामील करून घेतले. त्यांच्याशी लष्करी सहकार्याचे करार केले. म्हणून काही राजांनी 'जिझिया' कराच्या रूपाने 'आयकर' लावून तिजोरी भरण्याचे धोरण शिथिल केले किंवा थांबविलेले दिसून येते. फिरोजशाह तुघलक यांच्या कालावधीत बंगाल आणि ओरिसामध्ये आदिवासी टोळ्या प्रभावी होत्या. फिरोजशाहने त्यांच्याशी मैत्री करून त्यांना आपल्या सैन्यांत नोकऱ्या दिल्या. महंमद तुघलकने अतिमूलतत्त्ववादी आणि कर्मठ काझींचा शिरच्छेद केला. बिगर–मुस्लीम जनतेच्या मनातील विरोध

बोथट करण्यासाठी केलेली ही कृती होती.

मुस्लीम विद्वानांनी स्वतःसाठी सरकारी नोकऱ्या आणि नव-मुस्लिमांच्या मनात अरबी इस्लाम रुजविण्याचे काम, या दोनच गोष्टींवर भर दिला. तर मुस्लीम साधू-संतांचा दृष्टिकोन उदारमतवादी होता. त्यांच्या बंधुत्व आणि सहिष्णुतेच्या धोरणामुळे बिगर-मुस्लीम जनसमूहात इस्लामबद्दल आकर्षण निर्माण झाले. डॉ. अशरफ यांचे एक निरीक्षण महत्त्वाचे आहे. त्यातून त्यांची वस्तुनिष्ठ व धर्मनिरपेक्षदृष्टी दिसून येते. धार्मिक-सामाजिक क्षेत्रात साधू-संतांच्या उदारमतवादी दृष्टिकोनाने बजावलेली कामगिरी त्यांनी जशी मांडलेली आहे, तसेच सुलतान आणि बादशहा यांच्या आज्ञाधारकपणाचे तत्त्व आणि इस्लाम यांची सांगड घालण्याची त्यांची नीती यावरही त्यांनी प्रकाश टाकला आहे. कारण बादशहाच्या आज्ञा पाळणे धर्मकर्तव्य झाले की, निरंकुश सत्ता वापरता येते. म्हणून इस्लाममध्ये राजेशाहीचे तत्त्व नसतानादेखील उलेमा बादशाहीचे समर्थन करीत राहिले. इतकेच नव्हे तर बादशाही हुकमत आणि इस्लाम यांची सांगड घातली. अनेक सूफी साधूंनीदेखील बादशहांना पाठिंबा दिला. उलेमा तर सत्ताधारी वर्गच झाले आणि अनेक सूफी साधूंनी राजाश्रय मिळविला. सूफी साधूंनी नव-मुस्लिमांना वेगळी ओळख देण्यासाठी तथाकथित वेगळ्या वेशभूषा आणि केशभूषा यांचा आग्रह धरला.

इतकेच नव्हे, तर या इस्लामी विद्वानांनी हिंदुस्थानात सुरुवातीपासून विज्ञान, तंत्रज्ञान आणि सहिष्णुता यांना विरोध केला. त्यासाठी राजकीय सत्तेचा वापर केला आणि तशी विचारप्रणालीही रुजविण्याचा प्रयत्न केला. डॉ. अशरफ यांनी कोणकोणत्या बादशहांच्या कारकिर्दीत खगोलशास्त्र, नौकानयनशास्त्र, प्राणिशास्त्र इत्यादींच्या अभ्यासाला धर्मबाह्य ठरविण्याचे प्रयत्न कसे केले गेले, वैज्ञानिक दृष्टिकोनाला विरोध कसा केला याची अनेक उदाहरणे दिली.

स्वतंत्र अस्मितेपासून ते मुस्लीम राष्ट्रवादापर्यंत जो विचार भारतात निर्माण झाला, त्याचे डॉ. अशरफ यांनी केलेले विश्लेषण महत्त्वाचे आहे. 'कौम' या शब्दाबद्दल हिंदू आणि मुसलमान अभ्यासकांत आणि टीकाकारांत प्रचंड वाद होते. मौ. मदनी आणि डॉ. इकबाल यांच्यात तर यावरून वादंगच झाले होते. इस्लामवर लिहिणाऱ्या हिंदू विद्वानांनी त्याचा गैरवापरही केलेला आहे. अशरफ यांच्या मतानुसार हिंदुस्थानातील मुसलमानांच्या संदर्भात 'कौम' (नेशन) हा शब्दप्रयोग करणारे प्रमुख विचारवंत सर सय्यद अहमद होते. त्यांचा काँग्रेसविरोध, हिंदीला विरोध आणि उर्दू भाषा ही मुसलमानांची भाषा म्हणून केलेला पुरस्कार यांच्यातून मुस्लीम हे स्वतंत्र 'राष्ट्रक' (नॅशनॅलिटी) आहेत हा विचार बळावत गेला आणि पाकिस्तानच्या निर्मितीचा पाया घातला गेला.

हा अलीगढ चळवळीचा परिणाम होता. त्यांच्या मते, वेगवेगळ्या मुस्लीम विचारवंतांची मुस्लिमांच्या बंधुत्वाची संकल्पना वेगवेगळी होती. सर सय्यद यांच्या दृष्टीने कुरआनप्रणित मुस्लिमांच्या वैश्विक बंधुत्वाचा विचार हा पॅन-इस्लामवादाचा धार्मिक आधार होता. इकबाल यांच्या दृष्टीने ती राजकीय विचारप्रणाली होती. त्या राजकीय विचारप्रणालीत मुस्लिमांची बहुसंख्या असणारा असा प्रदेश की, ज्यामध्ये इस्लामच्या आदेशानुसार आणि इस्लामी सामाजिक-सांस्कृतिक संकल्पनेनुसार मुस्लीम आपले व्यवहार चालवतील; परंतु त्याचबरोबर ते भारतीय संघराज्याचा घटक म्हणून राहतील. या विचारप्रणालीतूनच पुढे पाकिस्तानची संकल्पना साकार झाली. बॅ. जिनांच्या दृष्टीनेही मुस्लिमांचे नेतृत्व आणि राजकारण स्वतंत्र रितीने उभे करण्याची ही अनुकूल संधी होती. त्याचा फायदा घेऊनच त्यांनी पाकिस्तान मिळविले. पाकिस्तानची मागणी हा मुस्लिमांच्या खास इस्लामी अस्मितेच्या मांडणीचा आणि प्रचाराचा परिपाक होता. म्हणजे डॉ. अशरफ यांचे प्रतिपादन आहे की, उलेमा, काही सूफी साधू-संत आणि इस्लामी पंडितांनी इथल्या नव-मुस्लीमांना इस्लामी अस्मिता (आयडेंटिटी) देण्याचे जे प्रयत्न केले आणि 'कौम' चे जे अर्थ लावले, त्यांच्याच परिणामांतून पाकिस्तानची मागणी पुढे आली.

१८५७ नंतरच्या मुस्लीम राजकारणाचे डॉ. अशरफ यांनी केलेले विश्लेषणदेखील लक्षात घेण्यासारखे आहे. १८५७च्या पराभवानंतरच त्यांच्या मते एक गोष्ट स्पष्ट झालेली होती. ती म्हणजे, राजकीय परिस्थितीचा कालसापेक्ष विचार करण्याची मुस्लिमांची क्षमताच संपलेली होती. त्यांना आधुनिक राजकारणाचा विचारच करता येत नव्हता. १८५७ च्या उठावाचे एक कारण ब्रिटिशांनी त्यांचे आर्थिक जीवनच नष्ट करून टाकले होते, हे होते. वहाबी चळवळ आणि १८५७चा उठाव यांच्यातून ब्रिटिशांनी एक धडा घेतला होता. तो म्हणजे, मुस्लीम उमराव आणि जहागिरदार यांचे पूर्णपणे उच्चाटन करणे, ब्रिटिशांच्या हिताच्या दृष्टीने हानिकारक होते. म्हणून त्यांनी राजनिष्ठ जहागिरदार आणि उमरावांना जवळ केले. त्यांना सवलती देण्याचे राजकारण सुरू केले. त्यातूनच मुस्लिमांतील ब्रिटिशधार्जिणा वरिष्ठवर्ग निर्माण झाला आणि कॉंग्रेसला विरोध करू लागला. याच वर्गाने पुढे मुस्लीम लीगचे राजकारण केले. डॉ. अशरफ यांनी स्पष्टपणे दाखवून दिले आहे की, उलेमांनी ब्रिटिशांच्या बरोबरीने आधुनिक शिक्षणपद्धतीचा विरोध केल्यामुळे मुसलमान शिक्षणात मागे पडले. उलेमांच्या मूलतत्त्ववादाच्या प्रभावातून ते सुटू शकले नाहीत. परिणामी मुस्लिमांतील सुशिक्षित उच्च मध्यमवर्गीयांचा उदय हिंदूंपेक्षा किमान पन्नास वर्षांनी उशिरा झाला आणि त्याही वर्गाने आपल्या हितसंबंधांच्या रक्षणाकरिता ब्रिटिशधार्जिणे धोरणच स्वीकारले. त्यामुळे

आपल्या मागण्यांसाठी काँग्रेस जसे विरोधाचे राजकारण करीत होती, त्याचा अभाव मुस्लीम नव-सुशिक्षित वर्गात होता.

बदलत्या राजकीय परिस्थितीच्या आकलनाचा अभाव आणि धार्मिक भूतकाळाला चिटकून राहण्याची प्रवृत्ती यांचे आणखीन एक उदाहरण त्यांनी दिलेले आहे. ते म्हणजे, १९१७ च्या रशियन राज्यक्रांतीनंतर आशियातील साम्राज्यवादविरोधी पक्षातील अनेक नेत्यांनी रशियन राज्यक्रांतीपासून प्रेरणा घेऊन क्रांतिकारक उठावाचे प्रयत्न सुरू केले होते. परदेशात वेगवेगळ्या कारणांसाठी राहत असलेल्या भारतीय नेते व कार्यकर्ते यांनी रशियन क्रांतिपासून प्रेरणा घेऊनच कॅनडा आणि अमेरिकेत 'गदर' पक्षाची स्थापना केलेली होती. प्रारंभी मौलाना ओबेदुल्ला सिंधी, महमुदुल हसन, हुसेन अहमद मदनी यांसारखे उलेमा या क्रांतिकारी चळवळीत सामीलही झालेले होते. राजा महेंद्र प्रताप आणि बरकतुल्ला भोपालीयांनी अफगाणिस्तानामधून स्वतंत्र भारत सरकारची स्थापना केलेली होती. हे प्रारंभीचे प्रयत्न आणि चळवळी सोडल्या, तर रशियन राज्यक्रांतीमुळे साम्राज्यवादविरोधी लढ्याचे बदललेले स्वरूप त्यांच्या लक्षातच आले नाही. ब्रिटिशांविरोधी लढ्याचे प्रतीक म्हणून सुरू झालेल्या खिलाफतच्या चळवळीने धार्मिक लढ्याचे स्वरूप घेतले. तुर्की राष्ट्रवादाचे आकलनच भारतातील उलेमांना होऊ शकले नाही. त्यामुळे खिलाफतची चळवळ जरी टिकली नाही, तरी ब्रिटिशविरोधी वातावरणामुळे मोठ्या प्रमाणात सर्वसामान्य मुसलमान सत्याग्रहात सामील झालेले होते.

परंतु सत्याग्रहाचा जोर कमी होताच उलेमांच्या संकुचित दृष्टिकोनामुळे साम्राज्यवादविरोधी लढ्यात क्रांतिकारी भूमिका ते स्वीकारू शकले नाहीत. ब्रिटिश राज्यकर्ते आणि ब्रिटिशधार्जिणे मुसलमान सरंजामदार यांच्या युतीला जबरदस्त धक्का बसला होता. एका बाजूला मुसलमानांतील भांडवली घटकांनी हिंदू भांडवलदारांप्रमाणे आपल्या हितसंबंधांच्या संरक्षणासाठी काँग्रेसशी सहकार्य करण्याचे प्रयत्न सुरू केले. परिणामी खिलाफतचे केंद्र अलीगढवरून मुंबईला आणण्यात आले. तरीही युती टिकली नाही, कारण बहुसंख्य उलेमांनी ब्रिटिशविरोधी लढा हा त्यांच्या धार्मिक लढ्याचाच भाग मानल्याने, त्यांना सत्याग्रहाच्या लढ्याचे महत्त्व कळू शकले नाही.

महात्मा गांधीप्रणीत सत्याग्रहात जे सर्वसामान्य मुसलमान सामील झाले होते, त्याचे एक कारण म्हणजे, ब्रिटिशांच्या आर्थिक धोरणांमुळे आधीच गरीब असलेल्या सर्वसामान्य मुसलमानांचे आणखी जादा कंगालीकरण झालेले होते. गांधीप्रणीत स्वराज्याच्या घोषणेने त्यांच्या मनात ब्रिटिशविरोधी भावना निर्माण झाल्या होत्या. परंतु शिक्षण आणि राजकीय जागृतीचा अभाव, यामुळे त्यांना साम्राज्यवादाचे नीट

आकलन नव्हते. गांधीजीनी स्वराज्याची जी हवा निर्माण केली होती, त्यामुळे त्यांना वाटत होते की, त्यांची परिस्थिती सुधारेल आणि ब्रिटिशांचे आपल्या धर्मावरील आक्रमणही संपुष्टात येईल. तो भावनिक उद्रेक होता. उलेमांची भूमिका गुंतागुंतीची आणि परस्परविरोधी होती. उलेमांतील फार मोठ्या गटाचे सर्व लक्ष ब्रिटिशांनी मुस्लीम राजवटीवर केलेले हल्ले यावरच होते. इंग्रजी शिक्षण आणि पाश्चात्त्य आधुनिकता ही इस्लामविरोधी आहे असा त्यांचा प्रचार असल्यामुळे, ब्रिटिशांना हाकलून देणे त्यांच्या दृष्टीने धर्मकार्य होते. बहुसंख्य उलेमांना सत्याग्रहाच्या लढ्यातील क्रांतिकारकता कळलेलीच नव्हती. कारण त्यांचे राजकीय आकलन हे मध्ययुगीन इस्लामी सरंजामशाहीच्या बाहेर आलेलेच नव्हते. धार्मिक इतिहासाच्या पछाडलेपणातच ते अडकलेले होते. सत्याग्रहाचा जोर ओसरल्यानंतर झालेल्या अपेक्षाभंगातून त्यांना सावरताच आले नाही.

ओबेदुल्ला सिंधी, महमुद्दल हसन, हुसेन अहमद मदनी, मौलाना आझाद यांसारखे जे उलेमा गांधीजींबरोबर ब्रिटिशविरोधी लढ्यात उतरले होते, त्यांना राष्ट्रीय स्वातंत्र्याचा अर्थ कळत होता. भारताला ब्रिटिश साम्राज्यशाहीच्या कचाट्यातून मुक्त केले पाहिजे, या विचाराने ते गांधीजींबरोबर होते. त्यांना संयुक्त राष्ट्रवादाचा अर्थही कळत होता. ते हिंदू आणि मुसलमानांच्या राजकीय स्वातंत्र्याचा विचार करीत होते. राष्ट्रवादाच्या चळवळीचे थोडेबहुत भान त्यांना होते. त्यांना हिंदू-मुस्लीम ऐक्याचा अर्थही कळत होता. एकतर त्यांची संख्या कमी होती. केमाल पाशानेच खिलाफत बरखास्त केल्यानंतर धार्मिक प्रश्नाच्या माध्यमातून ब्रिटिशविरोधी लढा उभा करण्याच्या त्यांच्या प्रयत्नांना खीळ बसली. त्यांनी इस्लामचा 'थिऑलॉजी ऑफ लिबरेशन' (स्वातंत्र्याचे धर्मशास्त्र) म्हणून वापर करण्याचा प्रयत्न केलेला होता. परंतु धर्मशास्त्राच्या स्वातंत्र्यासाठी केल्या जाणाऱ्या रणनीतीला मर्यादा असतात; त्या म्हणजे धर्मच प्रमुख घटक बनतो, अधोरेखित होतो. धर्माचे सर्व क्षेत्रांत पुनरुज्जीवन होऊ लागते. त्यामुळे मौ. मदनी किंवा मौ. आझाद यांना मुसलमानांच्या मनात निर्भेळ स्वातंत्र्यभावना भारतात जागृत करता आली नाही.

खिलाफतच्या निमित्ताने हिंदू-मुसलमानांना एकत्रित आणण्याच्या गांधीप्रणीत रणनीतीमुळे ब्रिटिश राज्यकर्ते आणि ब्रिटिशधार्जिणे मुस्लीम सरंजामदार यांच्या युतीला जबरदस्त धक्का बसलेला होता. अपेक्षाभंग झालेले पुराणमतवादी उलेमा चिडलेले होते. अशा व्यामिश्र वातावरणात ब्रिटिशांच्या कुटिल डावपेचांची भर पडून हिंदू-मुसलमानांच्या दंगली सुरू झाल्या. या दंगलींचा फायदा मुस्लीम सरंजामदार वर्गाने उठविला. काँग्रेसपासून मुसलमानांना दूर करण्याची संधी त्यांना मिळाली. हिंदू

भांडवलदारांप्रमाणे मुस्लीम भांडवलदार (मुंबईमधील) यांनीही आपल्या हितसंबंधांच्या संरक्षणासाठी काँग्रेसला जवळ केले होते. परंतु दोन्ही जमातींतील भांडवलदारांची युतीही टिकली नाही. त्या काळात नव्याने उदयास आलेल्या जागतिक राजकारणाचे स्वरूपच मुस्लीम नेतृत्वाला कळले नाही. ते मध्ययुगीन संकल्पनांनाच चिकटून बसलेले होते. मुस्लीम सरंजामदारांचे केंद्र हे अलीगढ होते, तर मुस्लिमांतील भांडवलदार आणि उच्च-मध्यम वर्गाचे केंद्र मुंबई होते. या दोन्हीकडील लोकांचा राजकीय आवाका बेताचाच होता. त्यामुळे हे दोन्ही घटक जमातवादी राजकारण करू लागले. ब्रिटिशांनी या दोन्ही गटांना हाताशी धरले आणि काँग्रेसच्या विरुद्ध त्यांना उभे केले.

डॉ. अशरफ यांनी १९३५च्या कायद्याने निर्माण केलेल्या परिस्थितीचे मुद्देसूद विश्लेषण केले आहे. १९३५च्या कायद्याने निवडणुकांचे राजकारण पुढे आणल्यानंतर काँग्रेस आणि मुस्लीम लीग यांच्या खेळी कशा होत्या, त्याचे सविस्तर विश्लेषण केलेले आहे. त्यांच्या मते, १९३५ नंतरची मुस्लीम लीग ही नव्या स्वरूपातील होती. पंडित नेहरूंच्या झंझावती प्रचाराने आणि गरिबी हटविण्यासाठी श्रमिकांना आणि शेतकऱ्यांना केलेल्या आवाहनामुळे काँग्रेसी राजकारणाला बळ मिळाले. मुस्लीम लीगची प्रचंड पिछेहाट झाली. तो बॅ. जिना आणि त्यांचे पाठीराखे सरंजामदार यांना बसलेला फार मोठा धक्का होता आणि काँग्रेस विजयोन्मादात होती. बॅ. जिना यांनी पूर्णपणे आपली रणनीती बदलली आणि धर्मवादाचे राजकारण सुरू केले. त्यांनी धर्मवादी राजकारणाला मुस्लिमांच्या जीवनमरणाचा प्रश्न केला. आपले जमातवादी राजकारण पुढे रेटण्यासाठी मुस्लिमांचा पाठिंबा मिळविण्यासाठी काँग्रेसने जसा खिलाफतरूपी धार्मिक प्रश्नांचा वापर करून उलेमांचा वापर केलेला होता, तेच तंत्र बॅ. जिनांनी वापरले. काँग्रेसच्या तिरंग्याला पर्याय म्हणून हिरवा ध्वज, काँग्रेसच्या चार आणे सभासद शुल्काऐवजी दोन आणे सदस्यत्व आणि इस्लाम धोक्यात असल्याची घोषणा; या गोष्टी पुढे केल्या.

कर्मठ जीर्णमतवादी उलेमांना हाताशी धरून फतवे काढायला लावले. मौ. आझाद आणि मौ. मदनी हे काँग्रेसचे विकले गेलेले हस्तक असल्याचा प्रचार सुरू केला. इस्लाम संकटात असल्याची घोषणा देऊन मुस्लीम जनसंपर्काची मोहीम सुरू केली. काँग्रेसच्या नेत्यांनी देखील घोडचुका कशा केल्या हे डॉ. अशरफ यांनी दाखविले आहे. डॉ. अशरफ यांनी एक अतिशय महत्त्वाची गोष्ट सांगितली आहे. दुसऱ्या महायुद्धाच्या काळात मुस्लिमांतील ख्यातनाम विचारवंतांवर 'फॅसिझम'चा कसा प्रभाव पडलेला होता, हे दाखविले आहे. त्या काळात डॉ. इकबाल यांनी रोमला जाऊन मुसोलिनींची भेट घेतलेली होती. आणि कायदे आझम जिनांनी आपण हिटलरने

वापरलेले मार्ग आणि डावपेच यांचा अभ्यास केला असल्याचे अशरफ यांना स्वतः सांगितले होते, असे अशरफ यांनी लिहिले आहे. मौलाना इनायतुल्लाह मशरिकी यांनी कुरआनची फॅसिझमच्या अंगाने 'तफसीर' (कुरआन भाष्य) लिहून प्रसिद्ध केली होती. अलीगढमध्ये जर्मन सोसायटीची स्थापना केली गेली होती. याचा अर्थ असा होता की, त्या काळातील हिंदू आणि मुस्लीम जमातवादी फॅसिझमच्या विचारप्रणालीने प्रभावित झालेले होते. मुंजे-हेडगेवार यांचे मुसोलिनीप्रेम सर्वपरिचित आहे. त्यांनीही मुसोलिनीची भेट घेतलेली होती. संघ कार्यकर्त्यांना गणवेश दिलेला होता. सावरकर-गोळवलकरांच्या विचारप्रणालीत फॅसिझमच होता. हिंदुत्व हे फॅसिझमवरच बेतलेले होते. 'आम्ही' आणि 'ते' (अदर) ही संकल्पना, पितृभूमीचा सिद्धांत, लष्करीकरणाचा विचार, समान शत्रूची कल्पना (कॉमन एनिमी), ज्यू धर्मियांऐवजी मुसलमान हे सर्व घटक फॅसिझममधूनच घेतलेले होते. आर्यश्रेष्ठत्वाच्या सिद्धातांमुळे हिटलर त्यांना आपला वाटत होता.

मौलाना मशरिकींनी त्याच धर्तीवर 'खाकसार पक्ष' या नावाची संघटना स्थापना केली. खाकसारांना गणवेशदेखील दिला. मौ. मशरिकी यांच्या नेतृत्वाचे स्वरूप 'एक चालकानुवर्ती' पद्धतीचे होते. डॉ. इकबाल यांचा इस्लामच्या श्रेष्ठत्वाचा सिद्धांत फॅसिझमच्या जवळ जाणारा होता. त्या दोघांनी इस्लामचा लावलेला अर्थ फॅसिस्ट पद्धतीचाच होता. बॅ. जिनादेखील हिटलरप्रमाणे हुकूमशाही प्रवृत्तीचेच होते. त्यांच्यातला 'मी' अत्यंत प्रबळ होता. गांधीजींच्या नेतृत्वामुळे दुखावले जाऊन ते काँग्रेसी राजकारणापासून दूर आले होते. १९३६ नंतर त्यांनी सुरू केलेले राजकारण हिटलरी पद्धतीचेच होते. हिटलरने जशा कत्तली घडविल्या, त्याच प्रकारच्या तंत्राने त्यांनी 'डायरेक्ट ॲक्शन'ची' घोषणा देऊन दंगली घडविल्या. आपल्याशी मतभेद असणाऱ्या नेत्यांच्या विरुद्ध उलेमांना चिथाविले. दहशतवादाचा वापर केलेल्यांना नामोहरम करून टाकले. काहींचे मुडदेही पाडले. इकबाल आणि जिना यांनी हिंदू म्हणजे मुसलमानांचे शत्रू, असा प्रचार केला. त्याच गोष्टी मुंजे-सावरकरप्रणीत 'हिंदू महासभा' करीत होती. बॅ. जिनांचा मुस्लीम फॅसिझम होता. या दोघांनी बेचाळीसच्या 'चले जाव' लढ्यावर बहिष्कार टाकला आणि या सर्व घटनाक्रमातून भारताची फाळणी झाली. याचे सविस्तर वर्णन डॉ. अशरफ यांनी केले आहे.

डॉ. अशरफ यांनी मुस्लिमांच्या राजकीय मागसलेपणाची चर्चा करताना महत्त्वाचे मुद्दे मांडले आहेत. प्रा. बिपिनचंद्रांप्रमाणे त्यांचाही दृष्टीकोन मार्क्सवादी आहे. त्यांच्या मते, मुस्लीम राजकारण आणि स्वातंत्र्य चळवळीचे राजकारण यांच्यातील संघर्ष आणि मतभेद हे हिंदू आणि मुसलमानांतील मध्यमवर्गींच्या हितसंबंधांमुळे निर्माण

झालेले होते. हिंदूंतील मध्यमवर्ग मुस्लिमांच्या किमान ५० वर्षांनी पुढे गेलेला होता आणि ब्रिटिशांशी स्पर्धा करू लागलेला होता. उत्तर भारतातील मुस्लीम औद्योगिक क्रांती आणि आधुनिक शिक्षण यांबद्दल अनभिज्ञ होते आणि नाहीसे झालेल्या सरंजामशाहीच्या हक्कासाठी झगडत होते. 'दारूल हर्ब' आणि 'दारूल इस्लाम'च्या वादातच गुंतून पडलेले होते. अलीगढ चळवळीतील नेते जहागीरदार आणि नवाबांचे राजकारण करीत होते. बंगालच्या फाळणीच्या वेळी मवाळ राजकारण सोडून देऊन क्रांतिकारी लढ्याचा पुरस्कार ज्या वेळी क्रांतिकारक तरुणांची पिढी करीत होती, त्या वेळी अलीगढप्रणीत नेते आणि बुद्धिजीवी बंगालच्या फाळणीचे समर्थन करीत होते. ज्या वेळी आशिया खंडातील आणि भारतातील युवा नेतृत्वात क्रांतीची लाट आलेली होती, त्या वेळी मुस्लिमांचे राजकारण ढाक्याचे नवाब आणि आगाखान यांच्याभोवती फिरत होते. ज्या वेळी १९०५च्या सुमारास भारताचे क्रांतिकारी नेते मवाळ राजकारण सोडून सशस्त्र क्रांतीचा मार्ग अवलंब करीत होते, त्या वेळी अलीगढप्रणीत सरंजामी नेते बंगालच्या फाळणीला पाठिंबा देत होते. तसेच ज्या वेळी भारतातील युवा पिढी स्वराज्य आणि स्वदेशीचा पुरस्कार करून ब्रिटिशांना हाकलून देऊ पाहत होती, त्या वेळी मुस्लीम लीगप्रणीत नेते ब्रिटिशांना पाठिंबा देत होते.

डॉ. अशरफ यांनी वरील प्रकारे तुलना करून म्हटले आहे की, भारतातील राष्ट्रवादी राजकारण आणि मुस्लीम राजकारण यांच्यातील मतभेद आणि संघर्ष निर्माण होण्याचे कारण म्हणजे, ते संघर्ष दोन जमातींच्या मध्यमवर्गाच्या हितसंबंधांचे संघर्ष होते. त्यांपैकी एका जमातीच्या मध्यमवर्गाचा (मुस्लिमांचा) नुकताच जन्म झालेला होता, तर दुसऱ्या जमातीचा मध्यमवर्ग तारुण्यात पदार्पण करीत होता, हा त्यांच्यातील संघर्ष होता. प्रा. बिपीनचंद्रांनीदेखील नंतरच्या काळात अशीच मांडणी केलेली आहे. डॉ. अशरफ यांनी लिहिले आहे की, मुस्लीम लोकसमूह हा तळागाळातील गोरगरीब, ग्रामीण शेतकरी वर्ग, सामान्य कारागिरांचा वर्ग, उत्पादक, जाती-जमाती, लहान-मोठे श्रमिक आणि व्यावसायिक जमाती यांचा मिळून बनलेला होता. परंतु अलीगढचे राजकारणी आणि मुस्लीम लीगचे नेते व त्यांचे पाठीराखे सरंजामदार यांना या जनसमूहाशी काही देणे घेणे नव्हते. ते जमीनदार वर्गाचेच राजकारण चालवित राहिले होते. सर्वसामान्य मुसलमानांची मजल लष्कर आणि पोलीस खात्याच्या पलीकडे जात नव्हती. अलीगढप्रणीत मुस्लीम राजकीय अभिजन आणि बुद्धिजीवी आपल्याच विश्वात रममाण झालेले होते.

मुळात अलीगढची चळवळ ही पूर्णपणे सरंजामदार वर्गाच्या हातातच होती. त्यांच्या राजकारणाची प्रतीके चाँदतारा आणि खजुराचे झाड आणि अलीगढ कॉलेजच्या

चिन्हात इंग्लंडच्या राजपदाचे प्रतीक यांचे मिश्रण होते. मागे दाखविल्याप्रमाणे त्यांनी काँग्रेसला शह देण्यासाठी काँग्रेसचेच अनुकरण करून वेगळ्या प्रकारची मुस्लीम लोकसंपर्क चळवळ सुरू केली. जमातवादी राजकारण वापरून काँग्रेसला शह दिला. परिणामी मुस्लीम मतदार संघात काँग्रेसची प्रचंड पिछेहाट झाली. त्या अनुषंगाने डॉ. अशरफ यांनी एक महत्त्वाचा मुद्दा मांडला आहे. तो मुद्दा म्हणजे, पंडित नेहरूंनी जेव्हा आर्थिक व सामाजिक न्यायाचे प्रश्न घेऊन मुस्लीम लोकसंपर्क चळवळ चालविलेली होती, त्याला मुस्लीम समुदायांचा पाठिंबा मिळाला. कारण आर्थिक आणि सामाजिक प्रश्नावरून १९३५च्या कायद्याला विरोध करणे ही त्यांची व्यावहारिक गरज होती. पुढे पोटनिवडणुकांचे राजकारण आले. त्यामध्ये काँग्रेसच्या मंत्रीमंडळाच्या पाठिंब्याचा प्रश्न होता. त्यामध्ये सर्वसामान्य मुसलमानांना काही रस असण्याचे कारण नव्हते. कारण काँग्रेसमधील भांडवलदारांच्या हितसंबंधांना त्यांनी का पाठिंबा द्यावा, हा प्रश्न होता. दुसरे म्हणजे, भांडवलदारांचाच पुरस्कार करावयाचा असेल, तर मुस्लीम लीगमधील भांडवली हितसंबंधांना का दुय्यम लेखावे, हाही प्रश्न होता. याच कारणासाठी पोटनिवडणुकीत मुसलमानांची मते मुस्लीम लीगला गेली. अर्थात डॉ. अशरफ येथे मार्क्सवादी विश्लेषण पद्धतीचा वापर करीत असताना दिसतात. फाळणीला कारणीभूत होणाऱ्या घटना आणि परिस्थितीचे त्यांनी केलेले विश्लेषण मार्क्सवादी परंपरेतील असले, तरी ते मूलभूत महत्त्वाचे आहे. त्यांच्या या विश्लेषण पद्धतीमुळे मुस्लीम राजकारणातील गुंतागुंत सुटण्यास मदत होते.

डॉ. अशरफ यांनी आपल्या पुस्तकांतून मुस्लीम राजकारणातील अनेक पैलूंवर प्रकाश टाकलेला आहे. त्यांनी जशी मुस्लीम राजकारणाच्या सामाजिक आधारांची चर्चा केली आहे, त्याचप्रमाणे राजकारणात धर्म आणल्याने किंवा धर्माचा वापर केल्याने त्याचे मुस्लीम राजकारणावर कोणते परिणाम झाले आहेत, याबद्दल केलेली चर्चा अतिशय महत्त्वाची आहे. त्यांनी मौलाना महंमद अलीप्रणीत राजकारणाची चिकित्सा केलेली आहे. महंमद अलींनी ब्रिटिशांविरोधी लढा उभा करण्यासाठी 'अहरार लीग'ची कशी स्थापना केली, १९१२ ते १९२४च्या कालखंडात कशा प्रकारचे राजकारण केले, १९२०-२२च्या दरम्यान त्यांनी मुस्लीम सरंजामदारांच्या राजकारणाला जवळ-जवळ कसे हाकलूनच दिलेले होते; हे स्पष्ट केलेले आहे. परंतु महंमद अलीप्रणीत राजकारणाचे दोषदेखील अधोरेखित केलेले आहेत. परंतु दोष म्हणजे, त्यांच्या मते महंमद अलींचे राजकारण 'व्यक्ति केंद्रित' आणि तेही 'आत्मकेंद्रित' होते. त्यांच्या पठडीतील सर्व नेते स्वतःचे महत्त्व टिकविण्यासाठी आणि वाढविण्यासाठी सतत लोकक्षोभ निर्माण करण्याचे तंत्र वापरीत होते. त्यासाठी ते सर्वसामान्य मुसलमानांच्या धार्मिक भावनांना हात घालीत होते आणि त्यातूनच मुस्लीम जमातवाद विकसित

झाला. डॉ. अशरफ यांच्या मते 'अहरार लीग' ही मुस्लीम जमातवादाची निर्मिती नव्हती, तर मुस्लीम लीग ही विवेकशून्य मुस्लीम जमातवादाचा आविष्कार होता. महंमद अली आणि अहरार लीग यांचा उदय, इस्लामी ऐक्याची भावना आणि तुर्की मुसलमानांच्या साम्राज्यवादाला पाठिंबा यांमधून झालेला होता. परंतु साम्राज्यवादविरोधी लढ्याचे साधन म्हणून धर्माचा वापर करण्याच्या रणनीतीतून त्यांचे सर्व राजकारण जमातवादी राजकारणात रूपांतरित झाले.

डॉ. अशरफ यांनी नोंदविलेली निरीक्षणे लक्षात घेण्यासारखी आहेत. त्यांनी म्हटले आहे की, ह्या धर्मवादी मंडळींचे राजकारण परस्परविरोधी प्रेरणांनी भरलेले होते. त्यांच्या मते, साम्राज्यवादविरोधी लढा उभा करण्यासाठी ते जसा धर्माचा वापर करीत होते, त्याचप्रमाणे लोकांना क्रांतिकारी राजकारणापासून दूर ठेवण्यासाठी धर्माच्या नावाने काल्पनिक संघर्ष उभे करीत होते. त्यांनी १९२४ मध्ये आर्य समाजाच्या राजकारणाला शह देण्यासाठी या मंडळींनी 'तंजीम' आणि 'तबलीग' या सुरू केलेल्या चळवळीचे उदाहरण दिलेले आहे आणि याही चळवळीतील जोर जेव्हा कमी झाला, तेव्हा महंमद अलींनी 'काबा'च्या प्रश्नावरून सौदी अरेबियाचे राजे इब्न सौद यांच्याविरुद्ध लढा उभा करण्याचा प्रयत्न केल्याचे उदाहरण दिले आहे. परंतु त्याचबरोबर त्यांनी आणखीन एक महत्त्वाची गोष्ट नोंदविली आहे, ती म्हणजे आगाखान आणि सरंजामदार राजकारण्यांनी १९२८ मध्ये ब्रिटिशांच्या मदतीने त्यांच्यावर बाजू उलटविली होती.

डॉ. अशरफ यांनी हिंदू आणि मुस्लिमांच्या पुनरुज्जीवनवादी राजकारणावरदेखील आपले स्पष्टीकरण दिले आहे. ते म्हणजे १९०७ पासून बंगाल, महाराष्ट्र आणि पंजाब या प्रांतांतून पुनरुज्जीवनवादी राजकारणाच्या चळवळी सुरू होत गेल्या. काँग्रेसने या प्रतिगामी आणि पुनरुज्जीवनवादी चळवळीचा प्रतिवाद किंवा विरोध करण्याच्या मोहिमा चालविण्याऐवजी, काँग्रेसमधील काही जहाल वृत्तीच्या नेत्यांनी या जमातवादी व पुनरुज्जीवनवादी घटकांचा क्रांतिकारक म्हणून गौरव करण्यास सुरुवात केली. गांधीजींनी खिलाफत चळवळीला पाठिंबा दिल्यामुळे मुस्लिमांतील पुनरुज्जीवनवादी घटकांना बळ मिळाले. परिणामी आपली राष्ट्रीय स्वातंत्र्याची चळवळ ही दोन परस्परविरोधी पुनरुज्जीवनवादी शक्तींचे केंद्र बनले. परिणामी काँग्रेस हतबल होत गेली आणि पुनरुज्जीवनवादी शक्ती प्रबळ होत गेल्या. गांधीजींच्या खादी आणि स्वदेशीच्या कार्यक्रमाकडे गरीब कारागीर, मुस्लीम जाती-जमाती निश्चितपणे आकर्षित झालेल्या होत्या, त्यामुळे १९२०-२२च्या दरम्यान गांधीजींना यश मिळाले; परंतु ते पुरेसे नव्हते. वास्तविक गांधीजी आणि काँग्रेसने, हिंदू आणि मुसलमानांतील सरंजामी

घटकांना शह देण्यासाठी कामगार आणि शेतकऱ्यांच्या संघटना बांधायला पाहिजे होत्या. ते न करता, गांधी आणि काँग्रेसने भांडवलदारांना अनुकूल असलेल्या कामगार संघटना (मजूर-महाजन) स्थापन करून, कामगार आणि शेतकऱ्यांची उपेक्षाच केली.

डॉ. अशरफ यांनी 'ॲन ओव्हर व्ह्यू ऑफ इंडियन मुस्लीम पॉलिटिक्स' नावाचे जे पुस्तक लिहिले होते, त्यातील काही मुद्यांचा वरील परिच्छेदातून परामर्श घेण्याचा प्रयत्न या लेखातून केला आहे. संबंधित पुस्तकात त्यांनी मुस्लीम राजकारणातील अनेक प्रश्नांचा ऊहापोह केलेला आहे. या सर्व प्रश्नांचा सारांश एका लेखातून देणे कठीण होते, म्हणून त्यांनी मांडलेल्या काही प्रश्नांचीच चर्चा येथे केलेली आहे. त्यांनी आपल्या पुस्तकातून जमाते इस्लामीची विचारप्रणाली, खिलाफत-ए-रशिदा आणि लोकशाही, मुस्लीम राजेशाही साम्राज्यवाद आणि इस्लाममधील पुनरुज्जीवनवादी चळवळी अशा अनेक प्रश्नांची मांडणी केली आहे. सर सय्यद अहमद खान, कवी अल्ताफ हुसेन हाली, डॉ. महंमद इकबाल, मौलाना ओबेदुल्ला सिंधी आणि मौलाना आझाद यांच्याबद्दलही लिहिले आहे.

या छोट्याशा लेखातून डॉ. के. एम. अशरफ यांच्या विचारांचा सारांशरूपाने परिचय करुन दिलेला आहे. त्यांच्या मांडणीचा विचार केल्यास त्यांचे वेगळेपण आणि महत्त्वही लक्षात येते. त्यांनी अतिशय परखडपणे मुस्लीम राजकारणातील धर्मवादी आणि उलेमांनी उपस्थित केलेले प्रश्न यांवर हल्ला चढविलेला आहे. मुस्लीम राजकारणाचा सामाजिक आधार असलेल्या सरंजामदार आणि मुस्लीम लीग यांच्या फुटीर आणि सर्वसामान्य मुसलमानांच्या विरोधी राजकारणाची वस्तुनिष्ठ चिकित्सा केली आहे. कोणत्याही बाबतीत त्यांनी मुस्लीम राजकारणाची समर्थनवादी भूमिका घेतलेली नाही. अत्यंत स्पष्ट शब्दात पुनरुज्जीवनवादी संघटना आणि चळवळी यांच्यावर तुटून पडले असल्याने, त्यांची उपेक्षा होणे साहजिकच होते. भारतातील क्रांतिकारकांचे धार्मिक व सामाजिक प्रतिगामीपण दाखविणारा विचारवंत सहजपणे मान्य होण्यासारखा नसतो. त्यातही भारतात मार्क्सवादी विचारवंतांची उपेक्षाच झालेली आहे. म्हणून डॉ. के. एम. अशरफ यांच्याबद्दल माहिती देण्याचा प्रयत्न येथे केला आहे. या लेखामुळे त्यांचे लेखन अभ्यासण्याचा प्रयत्न झाला, तर ती एक चांगली गोष्ट ठरेल.

संदर्भ

१) अशरफ के. एम, ॲन ओव्हर व्ह्यू ऑफ इंडियन मुस्लीम पॉलिटिक्स, मानक पब्लिकेशन, न्यू दिल्ली-२००१

२) ट्रॉल ख्रिस्तियन, अहमद खान सय्यद -ए रिइन्टरप्रिटेशन ऑफ मुस्लीम थिऑलॉजी, विकास पब्लिकेशन-१९७८

३) मनोहरलाल मुनशीराम, लाईफ अँड कंडिशन्स ऑफ दी पिपल ऑफ हिंदुस्थान, न्यू दिल्ली-१९७०

४) रॉय ऑलिव्हर, ग्लोबलाईज्ड इस्लाम, रूपा अँड कंपनी, न्यू दिल्ली-१९८८

७
डॉ. रफिक झकेरिया–धर्मनिरपेक्ष राष्ट्रवादाचे पुरस्कर्ते

मुस्लीम जगात इस्लामबद्दल विचार मांडणारे जे अभ्यासक दिसून येतात, त्यात भारतीय विचारवंतांचे स्थान फार मोठे आहे. किंबहुना मध्य आशियातील व मध्य पूर्वेतील मुस्लीम अभ्यासकांच्या चिंतनावर तेथील परिस्थितीच्या अनेक मर्यादा पडलेल्या दिसून येतात. डॉ. रफिक झकेरिया यांना भारतीय विचारवंतांमध्ये आदराचे स्थान आहे. त्यांच्या विचारांवर स्वातंत्र्य–आंदोलन, गांधी–नेहरूंच्या विचारांचा प्रभाव राहिलेला आहे. तसेच धर्मनिरपेक्ष राजकारण व त्याचबरोबर सूफीवादाचादेखील फार मोठा प्रभाव त्यांच्या लेखनावर होता. डॉ. झकेरिया यांचा जन्म स्वातंत्र्य आंदोलनाच्या काळात झालेला होता. त्यांनी 'लंडन विद्यापीठा'त मुस्लीम प्रश्नांचा अभ्यास करून डॉक्टरेट मिळवली. त्यांचा स्वातंत्र्य आंदोलनाच्या उत्तरार्धात गांधी, नेहरूंप्रमाणेच सर्व मोठ्या नेत्यांशी थोडा–बहुत संबंध आला. त्यांनी काँग्रेसच्या राजकारणात सक्रिय भाग घेतलेला होता. कोकणात जन्मलेले डॉ. झकेरिया मुंबईकर झाले आणि तेथून त्यांचा हुमायून कबीरसारख्या विचारवंतांशी परिचय झाला आणि त्या काळातील काँग्रेसमधील आणि डाव्या पक्षातील मुस्लीम नेते व अभ्यासक यांच्या संपर्कात ते आले. त्यांनी बॅ. जिनांना उत्तरार्धात का होईना जवळून ऐकले होते आणि जिनांच्या राजकारणाचा अभ्यास केलेला होता. अनेक विषयात त्यांचा मोठा व्यासंग होता. विषेशत: राजकारण, राज्यशास्त्र, स्वातंत्र्य आंदोलन आणि इस्लामी तत्त्वज्ञान हे त्यांचे अभ्यासाचे प्रमुख विषय होते. त्यांचे उर्दू भाषेवर प्रभुत्व होते, ते उर्दूचे एक चांगले कवी होते. त्याचबरोबर विधायक दृष्टिकोन असणारे राजकीय नेते आणि भारतातील संमिश्र संस्कृतीचे पुरस्कर्ते होते. ते जसे उत्कृष्ट कॅबिनेट मंत्री, प्रशासक होते; तसेच ते अत्यंत दूरदृष्टी असणारे, आधुनिक भारताचा सर्वांगीण विकास कसा व्हावा याबद्दलचे चिंतन करणारे राजकीय नेते होते. आधुनिक औरंगाबादच्या निर्मितीचे म्हणूनच ते शिल्पकार झाले.

डॉ. रफीक झकेरिया राजकारणापासून दूर झाले, ही गोष्ट भारतातील वैचारिक क्षेत्राच्या दृष्टीने अतिशय महत्वाची ठरली. कारण डॉ. झकेरिया यांनी सक्रिय राजकारणातून निवृत्त होऊन भारतातील मुस्लिमांचे प्रश्न व स्वातंत्र्य चळवळीचा अभ्यास करून अतिशय महत्वपूर्ण ग्रंथ लिहिले. भारतात गेल्या ३०-४० वर्षांपासून अनेक मुस्लीम इतिहासकार, अभ्यासक, विचारवंत झालेले दिसून येतात. त्या सर्वांमध्ये डॉ. झकेरिया यांचे स्थान आगळे आहे. इरफान हबीबप्रमाणे त्यांनी स्वतःला इतिहासाला बांधून ठेवले नाही. एजाज अहमदप्रमाणे साहित्य, सामाजिक शास्त्र, आंतरराष्ट्रीय राजकारण आणि मुस्लीम राजकीय सिद्धांत यांमध्येच ते गुंतून पडले नाहीत. डॉ. मुशिरुल हसन हे जागतिक कीर्तीचे अभ्यासक असून ते 'जामिया मिल्लिया'चे कुलगुरू होते. त्यांनी भारतातील स्वातंत्र्यलढा, हिंदू आणि मुसलमान नेतृत्व, जमातवाद, फाळणीची गुंतागुत यांवर अतिशय मोठे संशोधन केले आहे. त्यासंबंधी त्यांनी लिखाण केले आहे. त्यांचे लिखाण स्वातंत्र्यलढ्यातील अनेक प्रकारचे पेच आणि गुंतागुंत स्पष्ट करणारे आहे. भारतातील मुस्लीम प्रश्नांचा राजकीय दृष्टीने अभ्यास डॉ. मोईन शाकीर यांनी केला. भारतातील मुस्लीम नेतृत्वाचे स्वरूप याबद्दलचा त्यांचा व्यासंग होता. परंतु त्यांनी इस्लामवर फार लेखन केले नाही. डॉ. असगरअली इंजिनिअर हे जागतिक कीर्तीचे इस्लामचे अभ्यासक, समाजसुधारक आणि जागतिक पातळीवर इस्लामचे मूळ उदारमतवादी स्वरूप आणि 'लिबरेशन थिऑलॉजी' यांबद्दल मांडणी करणारे विचारवंत म्हणून प्रसिद्ध आहेत. मुंबईचे बॅ. ए. जी. नुरानी हेदेखील जागतिक कीर्तीचे मुस्लीमविषयक अभ्यासक आहेत. परंतु त्यांचा सर्व दृष्टिकोन राजकीय आणि वैधानिक चिंतनाचा आहे. या सर्वांमध्ये डॉ. रफिक झकेरिया हे सव्यसाची व्यासंगाने उठून दिसतात. ते राज्यशास्त्राचे अभ्यासक, काँग्रेसचे महत्वाचे नेते, राजकीय व सामाजिक विषयाचे भाष्यकार असले; तरी त्यांचा मुस्लीम प्रश्नांप्रमाणेच इस्लामचा दांडगा अभ्यास होता. काही वर्षांपूर्वी भाजप विचारसरणीच्या अरुण शौरींनी इस्लामची बदनामी करणारे लेख लिहिले. लेखातून कुरआनातील श्लोकांचा विकृत अर्थ लावला. अर्थात तो अरुण शौरींचा मुख्य प्रकल्पच होता. त्यांना अतिशय समर्पक, सडेतोड व पुराव्यानिशी उत्तर डॉ. झकेरिया यांनी दिले. 'महंमद अँड कुरआन' हा ग्रंथ त्यामधून तयार झाला. कुरआन आणि पैगंबराचे योग्य स्पष्टीकरण करताना त्यांनी कोठेही समर्थनवादी दृष्टिकोन स्वीकारला नाही, तर मूळच्या वस्तुस्थितीला अनुसरून विश्लेषण केले. अमीर अलीप्रमाणे केवळ त्यांनी समर्थन केले नाही, तर अत्यंत तटस्थपणे वास्तवपूर्ण दृष्टिकोन समोर ठेवून इस्लाममधील मूळ धारणा व तत्कालीन परिस्थितीच्या आकलनामधून त्यांनी

लिहिलेला हा ग्रंथ इस्लामवरील लिखाणातील मैलाचा दगड आहे.

डॉ. रफिक झकेरिया भारतातील या सर्व राजकीय विचारवंतांहून आपल्या वेगळेपणामुळे उठून दिसतात. किंबहुना वरील परिच्छेदात उल्लेखलेल्या सर्व विचारवंतांपेक्षा डॉ. झकेरियांची मांडणी वैशिष्टपूर्ण होती, याचे कारण डॉ. झकेरिया हे महाराष्ट्रीयन विचारवंत होते. त्यांचा जन्म, शालेय-विद्यालयीन आणि महाविद्यालयीन शिक्षण पुणे आणि मुंबई म्हणजे महाराष्ट्रातच झाले. त्यांचा जन्म १९२० साली मुंबईजवळच्या नालासोपारा या गावात झाला. शिक्षण पुणे-मुंबईतले. ते पुणे-मुंबईच्या कॉस्मापालिटन वातावरणात लहानाचे मोठे झाले. त्यामुळे त्यांच्या भावनिक, बौद्धिक जडण-घडणीवर पश्चिम महाराष्ट्रातील सामाजिक-राजकीय पर्यावरणाचा प्रभाव आहे. त्यांचे कोकणी मुस्लीम कुटुंबही गांधी विचारांच्या प्रभावातील होते. दुसरी गोष्ट म्हणजे त्यांचे करीअर (कार्य आणि व्यवसायाचे स्वरूप) हे चतुरस्त्र होते. ते एकाच वेळी विद्यार्थी नेते, पत्रकार, काँग्रेस कार्यकर्ते, कायदेपंडित आणि व्यासंगी अभ्यासक होते. त्यांचे संबंध न. चिं. केळकरांपासून ते 'ब्लीट्झ'चे जागतिक कीर्तीचे संपादक आर. के. करंजिया यांच्याशी आले होते.

डॉ. झकेरिया ज्या काळात लहानाचे मोठे झाले, तो काळही वैशिष्ट्यपूर्ण आहे. तो कालखंड १९३० पासूनचा आहे. म्हणजे स्वातंत्र्य चळवळीच्या सर्वांत जास्त घडामोडीच्या काळात ते वाढले. महात्मा गांधी, जवाहरलाल नेहरू, मौलाना आझाद, न. चिं. केळकरांपासून ते स्वातंत्र्य चळवळीतील सर्व प्रमुख नेत्यांशी त्यांचे संबंध आले. त्यांनी त्या सर्वांचे राजकारण जवळून पाहिले होते. ते काँग्रेसच्या राजकारणात त्या वेळी असले, तरी प्रत्यक्ष आंदोलनांत सहभागी नव्हते. गांधी-नेहरूंच्या राष्ट्रवादी-सेक्युलर राजकारणाच्या प्रभावातील मध्यमवर्गीय मुस्लीम युवक, असे त्यांचे स्वरूप होते. त्यांचे वडील धार्मिक असले, तरी वहाबी मूलतत्त्ववादी पंथाच्या विरोधी होते. मुस्लीम लीगच्या जमातवादी राजकारणामुळे आणि बॅ. जिनांच्या फुटीर आणि हिंदूविरोधी राजकीय रणनीतीमुळे ज्या काळात हिंदुस्थानातील सामाजिक सामंजस्य दुभंगत होते, तो सर्व धर्मद्वेषी प्रचार त्यांनी अनुभवला होता.[१] त्यांचे राजकीय विचारविश्व या वातावरणातून विकसित झालेले आहे.

१९३० पासूनच्या स्वातंत्र्य आंदोलनातील संघर्षमय घडामोडी, काँग्रेसी आणि मुस्लीम लीग नेत्यांचे राजकारण, परस्परांबद्दलचे समज-गैरसमज, ते करीत असलेला धर्माचा गैरवापर, गांधी-जिनांमधील नेतृत्वाचा संघर्ष त्यांनी पाहिला व अनुभवला होता. जिनांच्या फुटीर, धर्मद्वेषी राजकारणामुळे हिंदूंचे केले जाणारे शत्रूकरण आणि यामुळे हिंदूंच्या मनात मुसलमानांबद्दल निर्माण होणारा राग आणि संताप त्यांनी अनुभवला

होता. पत्रकाराच्या चिकित्सक दृष्टीतून त्यांनी राजकारण बघितले होते. कायद्याचे अभ्यासक म्हणून आणि त्या संघर्षमय काळातील विवेकी मुसलमान म्हणून त्यांचे विचारविश्व विकसित झाले होते. फाळणीचा भयंकर संहार; भारतीय समाज दुभंगत असतानाच्या जीवघेण्या वेदना; फाळणीनंतरची मुसलमानांची सामाजिक, राजकीय, आर्थिक परिस्थिती यांचे चित्रण झकेरियांच्या लिखाणातून व्यक्त होते. काँग्रेसमधील सुजाण अभ्यासू नेता म्हणून ते अखिल भारतीय पातळीवर फार मोठे झाले नसले, तरी विसाव्या शतकाच्या सहाव्या आणि सातव्या दशकांत त्यांनी कॅबिनेट मंत्री म्हणून केलेले कार्य उल्लेखनीय आहे. जरी पत्रकार, स्तंभलेखक, लेखक म्हणून त्यांच्या कार्याला सुरुवात झाली असली; तरी राजकारणातून निवृत्ती घेतल्यानंतरच 'राजकीय विचारवंत' म्हणून त्यांनी केलेले लिखाण महत्त्वाचे आहे. त्यांना अरबी पर्शियन भाषा बऱ्यापैकी अवगत होत्या. उर्दू आणि इंग्रजी या भाषांवर प्रभुत्व होते. कोकणी आणि मराठी वातावरणातूनच ते लहानाचे मोठे झाले होते. त्या अर्थाने डॉ. रफिक झकेरिया हे महाराष्ट्रातील संमिश्र राष्ट्रवादाची निर्मिती होते.

डॉ. झकेरिया यांनी स्वातंत्र्य आंदोलन, भारतीय मुस्लिमांचे राजकारण, हिंदू-मुस्लीम प्रश्न, गांधी आणि जिनांचे राजकारण यांवर अनेक पुस्तके लिहिली. भारतात स्वातंत्र्यापूर्वी आणि नंतर महंमद अली जिना यांच्या व्यक्तिमत्त्वावर आणि राजकारणावर अनेक पाश्चात्त्य आणि भारतीय अभ्यासकांनी पुस्तके लिहिली आहेत. महात्मा गांधींविरोधी लेखकांनी जिनांच्या बाजूने लिहिले आहे, लिगी विचारवंतांनी समर्थनार्थ लिहिले आहे. विसाव्या शतकाच्या शेवटच्या दशकातील अनेकांनी वेगवेगळ्या पद्धतीने जिनांचे प्रत्यक्ष आणि अप्रत्यक्ष समर्थन करण्याचे प्रयत्न केले आहेत, यांत गांधीविरोधी विचारवंत अग्रेसर आहेत. या सर्वांपेक्षा जास्त Subtle चिकित्सा झकेरियांनी केलेली आहे. 'प्राईस ऑफ-पार्टीशन' मधून त्यांनी महंमद अली जिनांच्या व्यक्तिमत्त्वाचे व राजकारणाचे केलेले विश्लेषण मूलगामी स्वरूपाचे आहे. पाकिस्तानी लेखिका आयेशा जलाल यांच्या जिनांचे समर्थन करणाऱ्या पुस्तकाला उत्तर म्हणून झकेरियांनी बॅ. जिनांवर पुस्तक लिहिले. हे पुस्तक झकेरियांच्या साक्षेपी लिखाणाचा आदर्श नमुना आहे. डॉ. झकेरियांचे जिनांवरील लिखाण वाचले, तर भाजपचे नेते जसवंत सिंग यांनी जिनांचे केलेले समर्थन किती फसवे आणि तकलादू आहे हे स्पष्ट होते. एका बाजूला बॅ. जिनांच्या हिंदूद्वेषी आणि फुटीर राजकारणाला इथल्या निरपराध कोट्यवधी मुसलमानांना जबाबदार धरून, त्यांचे शत्रूकरण संघ परिवार आणि त्यांच्या भाजपसारख्या राजकीय पक्षांनी चालविले आहे. आणि दुसऱ्या बाजूला गांधी-नेहरूंची बदनामी करून सावरकरी विचारांचा प्रसार करणे, हे त्यांचे दुटप्पी धोरण आहे. या अपप्रचाराला डॉ. झकेरियांचे

लिखाण हे समर्पक उत्तर आहे.

डॉ. झकेरियांच्या पुस्तकांचे वैशिष्टय म्हणजे त्यांनी इस्लामच्या चष्म्यातून लिखाण केलेले नाही आणि केवळ भौतिकवादी दृष्टिकोन ठेवून इस्लामविरोधी भूमिकाही स्वीकारलेली नाही. ते स्वतः धार्मिक होते, अल्लाह आणि कुरआन यावर त्यांची श्रद्धा होती. परंतु त्याचबरोबर ते धर्मवादी किंवा जमातवादी नसून धर्मनिरपेक्षतावादी होते. त्यांच्या वैचारिक लेखनाचा आढावा घेतला, तर एक गोष्ट स्पष्टपणे दिसून येते, ती म्हणजे धर्म आणि संस्कृतीच्या नावाने केल्या जाणाऱ्या राजकारणाला त्यांचा विरोध होता.

पत्रकार आणि राजकीय प्रक्रियेचे अभ्यासक म्हणून त्यांनी १९३६ पासूनच लेखनाला सुरुवात केली होती. पण लंडन विद्यापीठात सादर केलेल्या प्रबंधाचे पुस्तक १९७० साली प्रकाशित करून त्यांनी नव्याने सुरुवात केली. डॉ. झकेरियांचा 'राईज ऑफ मुस्लीम इन इंडियन पॉलिटिक्स' हा प्रबंध पुस्तकरूपाने प्रकाशित होईपर्यंत मुस्लिमांच्या (भारतातील) राजकारणावर वस्तुनिष्ठ पद्धतीने लिहिलेला ग्रंथ त्या काळी अस्तित्वात नव्हता. आर. सी. मुजुमदार, राम गोपाललिखित मुस्लिमांचे एकतर्फी आणि पूर्वग्रहदूषित चित्रण करणारी पुस्तके उपलब्ध होती. मुसलमान त्यांच्या धर्मापुढे अलगतावादी झाले आहेत ही त्यांची मांडणी होती. 'दी इंडियन मुस्लीम्स' हा प्रा. एम. मुजीबलिखित भारतीय मुसलमानांवरील सांस्कृतिक सामाजिक इतिहासाचा ग्रंथ १९७० मध्येच प्रसिद्ध झाला होता. आजही तो ग्रंथ अभ्यासकांना वाचावा असे वाटत नाही. 'दी डेस्टिनी ऑफ दि इंडियन मुस्लीम्स' हा अबीद हुसेन यांचा ग्रंथ फाळणीनंतरच्या परिणामांची चिकित्सा करणारा होता. परंतु झकेरियांनी आपल्या प्रबंधातून विविधांगी अभ्यास केला. भारतातील मुस्लीम राजकारणाचा उदय, त्याची कारणे, राजकारणातले निरनिराळे प्रवाह, मुस्लिमांच्या राजकीय नेत्यांचा उदय, त्यांच्या नेतृत्वातील सरंजामदारी-जमीनदारी घटक, सर सय्यद यांचे राजकारण, १८५७च्या उठावाचे मुस्लीम जमीनदारी आणि न्यायिक आणि प्रशासकीय अभिजनांवर झालेले परिणाम, ब्रिटिशांनी त्यांचे केलेले कंगालीकरण, बंगाली आणि पंजाबी जमीनदारांचे राजकारण, सर सय्यदसारख्या नेत्यांची कॉंग्रेस विरोधाची कारणे, कॉंग्रेस आणि मुसलमानांचे संबंध आणि इतर महत्त्वाच्या राजकीय प्रश्नांची चर्चा त्यांनी केली. द्वेषभावनेतून ब्रिटिश मुसलमानांचे खच्चीकरण कसे करू लागले होते याची सविस्तर चर्चा त्यात आहे. अलीगढ कॉलेजचे प्राचार्य बेकसारखे इंग्रज सर सय्यदसारख्या मुस्लीम नेत्यांना कॉंग्रेस विरोधाचे बाळकडू कसे देत होते, याची पुराव्यासहित मांडणी झकेरियांनी इतिहासाच्या त्या टप्प्यावर पहिल्यांदा केलेली होती.[२] फार कमी अभ्यासकांनी झकेरियांच्या या पुस्तकाची दखल

घेतलेली दिसून येते. मुस्लीम अभ्यासकांनी पुस्तकांची दखलच घ्यायची नाही आणि मुजुमदार, राम गोपाल यांसारख्यांनी राष्ट्रवादाच्या नावाखाली मुसलमानांचे एकांगी चित्रण करणाऱ्या लेखकांनाच प्राधान्य द्यायचे, ही प्रथा प्रस्थापित झाली आहे. महाराष्ट्राच्या तथाकथित सेक्युलर विचारवंतांनी झकेरियांचे आणि मुजीब यांचे पुस्तक अभ्यासले असते, तर महाराष्ट्रातल्या सामाजिक प्रबोधनाचा इतिहास मुस्लीमविरोधी झाला नसता.

विल्यम हंटरने १८७१ साली 'इंडियन मुसलमान्स' हा प्रत्यक्ष सर्वेक्षणावर आधारलेला अभ्यासपूर्ण ग्रंथ लिहून ब्रिटिश राज्यकर्त्यांच्या मुस्लिमांचे खच्चीकरण आणि कंगालीकरण करण्याच्या धोरणामुळे मुस्लिमांची कोणकोणत्या क्षेत्रांत पीछेहाट झाली, त्यामुळे असंतोष कसा वाढत गेला; याची सविस्तर चर्चा केली होती. डॉ. झकेरियांनी हंटर कमिशनच्या अहवालाच्या आधारे मुस्लिमांच्या मागासलेपणाची चर्चा केली आहे. एका बाजूला मुस्लीम जमीनदार वर्गाच्या ब्रिटिश अनुनयाचे राजकारण त्यामधून विकसित झाले होते, दुसऱ्या बाजूला सईद अहमद बरेलवीसारखे उलेमा (धर्मगुरू) जिहादची भाषा करू लागले आणि तिसऱ्या बाजूला अमीर अली, बुद्रुद्दीन तय्यबजी यांसारखे नेते राष्ट्रीय काँग्रेसच्या बाजूने उभे राहिले. शिबली नोमानी यांसारखे काही धर्मगुरू कट्टर धर्मवादी धर्मगुरूंना विरोध करीत होते, ते आधुनिकतेचा आणि परिवर्तनाचा विचार मांडत होते आणि या व्यामिश्र प्रक्रियेच्या परिणामांतून मुस्लिमांचे राजकारण कशा पद्धतीने विकसित झाले आहे; याची वस्तुनिष्ठ मांडणी त्यांनी या ग्रंथातून केली आहे.

आपल्या प्रबंधातून डॉ. झकेरियांनी सर सय्यद अहमद यांच्या अलगतावादी आणि काँग्रेसविरोधी राजकारणावर प्रकाश टाकला आहे. प्राचार्य थियोडोर बेक यांच्या प्रभावामुळे सर सय्यद यांचा काँग्रेसविरोध कसा वाढत गेला, याचे विवेचन केले आहे. ब्रिटिशांच्या 'फोडा आणि राज्य करा' या धोरणाची अनेक उदाहरणे नमूद केली आहेत. त्याचबरोबर कट्टरपंथीय धर्मगुरूंच्या मध्ययुगीन मानसिकतेवरही त्यांनी प्रकाश टाकला आहे. सर सय्यद प्रतिनिधित्वाच्या राजकारणाच्या पूर्ण विरोधी होते. प्रतिनिधित्वाच्या पद्धतीमुळे मुसलमान कायम अल्पसंख्याक ठरतील आणि राजकीय सत्तेचा वाटा त्यांना मिळणे कठीण होईल, या न्यूनगंडाने ते पछाडलेले होते. म्हणजे सर सय्यद यांचा अलगतावाद सत्तेच्या राजकारणासाठी होता, धर्मामुळे नव्हता. ते ज्या वर्गाचे प्रतिनिधित्व करीत होते, त्या वर्गाला हिंदूंच्या बरोबरीने समान वाटले पाहिजे होता. बॅ. जिनांनी १९१६ मध्ये हीच भूमिका घेतलेली होती. परंतु सर सय्यद यांनी विभाजनाची मागणी कधीच केली नव्हती.

परंतु काँग्रेसशी त्यांचा पूर्ण असहकार होता, पूर्ण विरोध होता. डॉ. झकेरियांनी सर सय्यद यांच्या राजकारणाची सविस्तर चिकित्सा केली आहे. राष्ट्रीय काँग्रेसच्या स्थापनेपासून सर सय्यद यांचा विरोध वाढत गेला. त्यांना आणि त्यांच्या वरिष्ठवर्गीय समर्थकांना प्राचार्य थियोडोर बेक यांच्या रूपाने मोठा समर्थक मिळाला होता. प्रारंभी तरी काही ब्रिटिश अधिकारी काँग्रेस स्थापनेच्या विरुद्ध नव्हते. नंतर काँग्रेसच्या स्थापनेमुळे आपल्या साम्राज्याला निर्माण होणारा धोका त्यांच्या लक्षात आल्यावर ते कसे विरोधी होत गेले, याची चर्चा डॉ. झकेरियांनी केलेली आहे. तसेच डॉ. झकेरियांनी स्पष्ट केले आहे की, मुस्लीम सरंजामदारी घटकाप्रमाणेच अनेक हिंदू जमीनदारदेखील काँग्रेसच्या विरुद्ध होते. राजा शिवप्रसाद, बिंगाचे राजा, मुनशी नवल किशोर यांसारखे वरिष्ठवर्गीय नेते ब्रिटिशांचा पक्ष घेऊन काँग्रेसला विरोध करू लागले होते. म्हणजे, हिंदू आणि मुस्लीम जमीनदार वर्ग स्वतःचे हितसंबंध संरक्षित रहावेत म्हणून ब्रिटिश अनुनयाचे राजकारण करू लागला होता. सर सय्यद यांनी त्या काळात वरिष्ठवर्गीय मुसलमानांच्या ज्या वेगवेगळ्या प्रकारच्या संघटना स्थापन झालेल्या होत्या, त्यांना संघटित करून मुसलमानांचा विरोध संघटित करण्याचे प्रयत्न चालविले होते. असा प्रचार केला जात होता की, हिंदुस्थानातल्या सर्व मुस्लीम समाजाचा काँग्रेसला विरोध आहे. (या प्रचाराच्या प्रभावाखालील हिंदुत्ववादी इतिहासकार अद्यापही तीच मांडणी करीत असतात) हा प्रचार-कसा खोटा होता हे डॉ. झकेरियांनी सप्रमाण दाखविले आहे. १८८८मध्ये झालेल्या काँग्रेसच्या चवथ्या अधिवेशनात ८८ मुस्लीम प्रतिनिधी उपस्थित होते. तीन वर्षांत त्यांची सदस्यसंख्या तिप्पट झाली होती. त्या काळात ८८ प्रतिनिधी ही काही लहान संख्या नव्हती. मुळात काँग्रेसच्या अधिवेशनात येणाऱ्या प्रतिनिधींची संख्या फार मोठी नसायची.

डॉ. झकेरियांचे प्रतिपादन आहे की, राष्ट्रीय काँग्रेसमधील नेत्यांना प्रतिकूल प्रचाराची कल्पना आलेली होती. त्यांना ब्रिटिशांच्या विरोधाची काळजी जास्त नव्हती. परंतु हिंदू आणि मुसलमानांच्या वरिष्ठ वर्गात जे फूट पाडण्याचे प्रयत्न चालविले जात होते, त्याची काळजी वाटत होती. इंग्लंडमधील आणि भारतातील उदारमतवादी विचारांच्या ब्रिटिशांचा काँग्रेसला पाठिंबा होता, तर काँझरव्हेटीव्ह पक्षाचे (टोरी) अधिकारी आणि ब्रिटिश नेते मुसलमानांतील वरिष्ठ वर्गाला हाताशी पकडून मुसलमानांना काँग्रेसपासून दूर ठेवण्याचा कसा प्रयत्न करीत होते, हे डॉ. झकेरियांनी व्यवस्थित मांडले आहे. एकूण असे दिसते की, इंग्लंडमधील टोरी पक्षाचे नेते हे अगदी सर सय्यद यांच्या काळापासूनचा 'फोडा आणि राज्य करा' हे धोरण स्वीकारून भारत आपल्या ताब्यात ठेवण्यासाठी सरंजामदार, जमीनदार, वरिष्ठवर्गीय (अशरफ) मुसलमानांच्या

काँग्रेस आणि हिंदू विरोधाला खतपाणी घालत होते. मुळात या वर्गाचे विशेषाधिकार १८५७ नंतर संपुष्टात आले होते. उत्तर मोगलकालीन राजवटीत आणि नंतर कंपनी सरकारच्या कारकिर्दीत हा वर्ग आपले हितसंबंध सांभाळून होता. लॉर्ड कॉर्नवालिसप्रणीत कायद्यामुळे त्यांची जमीनदारी अडचणीत आली. पार्शियनऐवजी इंग्रजी या प्रशासकीय भाषेमुळे प्रशासकीय हितसंबंध आणि न्याय खात्यातील त्यांची पदे गेली होती. म्हणून इंग्रजांशी जुळवून घेऊन हा वर्ग आपले आर्थिक-राजकीय हितसंबंध जोपासत होता. काँग्रेसच्या प्रतिनिधित्वाच्या मागणीमुळे आणि मुसलमानांची मायनॉरिटी पोझिशन असल्याने त्यांना आपले अस्तित्व धोक्यात येणार असे वाटू लागलेले होते. म्हणून ते काँग्रेसच्या विरोधात उभे राहिले. विशेष म्हणजे सर सय्यद यांच्या वरिष्ठवर्गीय राजकारणात त्यांच्याबरोबर हिंदू जमीनदार, तालुकदारही होते.

समाज प्रबोधनाच्या आर्यसमाजप्रणीत चळवळीने युरोपियन राष्ट्रवादातील समीकरणे उचलून भाषिक अस्मितेची म्हणजे उर्दू-हिंदीची मोहीम सुरू केली होती. ते घडणे अपरिहार्यही होते. परंतु त्यामुळे सुशिक्षित मुस्लीम वरिष्ठवर्ग बिथरला. 'पर्शियन'च्या पाठोपाठ उर्दूलाही संस्कृतप्रचुर हिंदीचा विरोध पुढे आला होता. त्यात गोहत्याबंदीच्या मोहिमेची भर पडून दंगली सुरू झाल्या. परिणामी हिंदू आणि मुसलमानांतील काँग्रेसविरोधी सहकार्य संपुष्टात आले आणि सर सय्यद यांच्या मुस्लीम राजकारणाचा उदय झाला. या सर्व ऐतिहासिक घडामोडींच्या प्रक्रियेतून ब्रिटिशांच्या उत्तेजन आणि सक्रिय पाठिंब्याने मुस्लीम लीगची स्थापना कशी झाली, हे डॉ. झकेरियांनी स्पष्ट केले आहे.

डॉ. झकेरियांनी अत्यंत वस्तुनिष्ठपणे सर सय्यद यांच्या राजकारणाची चिकित्सा केली आहे. भारतातील मुसलमानांच्या मनात सर सय्यद यांचे सर्वोच्च स्थान आहे. ते त्यांना आद्य सुधारक आणि मुस्लिमांतील नवजागृतीचे प्रणेते मानतात. भारतीय मुसलमानांच्या राजकारणाची सुरुवातही त्यांच्यापासूनच होते. त्यांच्या आधुनिक शिक्षणाचे प्रणेतेही तेच होते. अशा व्यक्तीवर टीकात्मक लिहिणे, हे धाडसाचे होते. फाळणीनंतरच्या काळात भारतातील राष्ट्रवादी आणि हिंदुत्ववादी अभ्यासकांनी सर सय्यद यांच्या राजकारणावर धार्मिक फुटीरतेचे प्रणेते म्हणून हल्ला चढविला होता. डॉ. झकेरिया सर सय्यद यांचे समर्थन न करता, त्यांच्या काँग्रेसविरोधी आणि ब्रिटिशवादी राजकारणाची अत्यंत तटस्थपणे चीरफाड करतात. त्यांचे राजकारण हे धर्मवादाचे नव्हते, परंतु वरिष्ठ वर्गाच्या आर्थिक-राजकीय सत्तेचे कसे होते, हे स्पष्ट करतात. गोहत्याबंदीच्या चळवळीतून जातीय दंगली उसळल्या आणि त्याचा फायदा घेऊन थियोडोर बेकसारख्या इंग्रजांनी फूट कशी पाडली आणि सर सय्यद यांनी काँग्रेसच्या विरोधात मुस्लीम एकजुटीचे अलगतावादी राजकारण कसे उभे केले, हे सांगतात. म्हणजे मुस्लीम

राजकारणाची सुरुवातच त्यांच्यातल्या वरिष्ठ वर्गाच्या आर्थिक हितसंबंधांसाठी आणि सत्तेच्या सहभागासाठी कशी झाली आणि त्यात आर्यसमाजी घटकांनी आणि कट्टरपंथीय मुस्लीम धर्मगुरूंनी धार्मिक संघर्षाची भर कशी घातली, याचे वस्तुनिष्ठ विवेचन त्यांनी केले आहे.

सर सय्यद यांच्या राजकारणाच्या चिकित्सेबरोबरच त्यांच्या धर्मसुधारणेच्या विचारांचेदेखील टीकात्मक विश्लेषण ते करतात. सर सय्यद हे आद्य धर्मसुधारक आणि इस्लामचे आधुनिकीकण करणारे प्रबोधनकार मानले जातात. डॉ. झकेरिया हे दाखवतात की, इस्लामधील कालबाह्य पोथीनिष्ठता काढून टाकून, ख्रिस्ती इंग्रज आणि मुसलमान यांना जवळ आणण्याचा त्यांचा सारा प्रयत्न होता. वास्तवात मौ. शिबली नोमानी, मौ. चिराग अली, जस्टीस अमीर अली हे खऱ्या अर्थाने धार्मिक सुधारणावादी कसे होते, हे ते दाखवितात. त्या अर्थाने डॉ. झकेरिया यांची भूमिका क्रांतिकारक आहे. भारतातल्या मुसलमानांच्या राजकारणाचा प्रारंभ वेगळ्या प्रकारे कसा सुरू झाला याची मूलभूत चिकित्सा त्यात आहे.

डॉ. झकेरिया हितसंबंधांचे राजकारण आणि प्राचार्य थियोडोर बेक यासारख्यांच्या आहारी जाऊन सर सय्यद यांनी जमातदारी राजकारण कसे सुरू केले हे जसे सांगतात, तसेच हिंदू धर्मवादाच्या मुस्लीमविरोधी प्रचाराचे परिणामही दाखवतात. आपल्या प्रबंधात डॉ. झकेरिया यांनी लो. टिळकांच्या राजकारणावरही टीका केली आहे. त्यांनी टिळकांबद्दल एवढेच म्हटले आहे की, टिळकांनी हिंदू जनमानसात लढाऊ वृत्ती निर्माण करण्याचा प्रयत्न केल्यामुळे टिळकांचे टीकाकार त्यांच्यावर मुस्लीमविरोधी म्हणून टीका करतात. त्याचा परिणाम मुस्लीम नेत्यांवर झाला. त्यांनी असेही म्हटले आहे की, टिळकप्रणीत गणेशोत्सव आणि शिवजयंतीच्या मिरवणुकांमुळे राजकीयदृष्ट्या संवेदनशील असणाऱ्या मुसलमानांच्या मनात आपल्या भविष्याबद्दल शंका निर्माण झाल्या. डॉ. झकेरियांनी याच्या पलीकडे काहीही लिहिले नाही, तर टिळकांच्या उत्सवांच्या परिणामांची चर्चा केली आहे. परंतु हे पुस्तक प्रसिद्ध झाल्याबरोबर महाराष्ट्रातल्या विद्वानांनी झकेरियांवर टीकेची झोड उठविली आणि त्यांच्या पुस्तकाची उपेक्षा झाली. झकेरिया हे टिळकविरोधी होते, यावरच भर देण्यात आला.

डॉ. झकेरियांनी पुस्तकरूपाने प्रसिद्ध झालेल्या 'राईज ऑफ मुस्लीम इन इंडियन पॉलिटिक्स' या आपल्या प्रबंधात सर सय्यद यांचे राजकारण अलगतावादी राजकारणाकडे कसे गेले, याची कारणमीमांसा केली आहे. मुस्लीम धर्मगुरूंच्या राजकारणावर हल्ला चढविला आहे. मुस्लीम राजकारणात ज्या समस्या निर्माण झाल्या, प्रतिनिधित्वाच्या हक्कावरून जो संघर्ष १९१६ पासून वाढत गेला; त्याची मुळे सर सय्यद यांच्या काळात

कशी रुजली, याची परखड चर्चा असूनही त्यांची दखल फारशी घेतली गेली नाही. असे म्हणणे अतिशयोक्तीचे होणार नाही की, विचारवंत किंवा अभ्यासक म्हणून त्यांचा विचारच झाला नाही. महाराष्ट्रातले अभ्यासक सर सय्यद, इकबाल, जिना यांचेच गुऱ्हाळ चालवित राहिले आहेत. डॉ. झकेरिया महाराष्ट्रात काँग्रेसचे नेते आणि मंत्री होते, हेही त्यांच्या लिखाणाच्या उपेक्षेचे कारण असावे.

फाळणीचे राजकारण समजून घ्यायचे असेल, तर मुशिरूल हसन यांच्या संशोधनपर पुस्तकाप्रमाणेच डॉ. झकेरियांची पुस्तके उपयोगी आहेत. झकेरियांनी पंडित नेहरू, महात्मा गांधी, रझिया सुलताना, महंमद आणि कुरआन, डिस्कव्हरी ऑफ गॉड, सरदार पटेल अँड मुस्लीम्स, सामाजिक सौहार्द यांसारख्या अनेक विषयांवर लिखाण केले आहे. परंतु फाळणीचे राजकारण समजून घेण्यासाठी 'दि वायडनिंग डिव्हाइड', 'प्राइस ऑफ पार्टिशन' ही दोन पुस्तके महत्त्वाची आहेत. पाकिस्तानी विदुषी आयेशा जलाल यांनी जिनांचे समर्थन करणारे पुस्तक लिहिल्यानंतर झकेरियानी जिनांच्या राजकारणाचे पोस्टमार्टेम करणारा ग्रंथ लिहिला. त्याची चर्चा जसवंत सिंग यांच्या पुस्तकातही केली गेली, अर्थात त्याला हिंदुत्ववाद्यांचे राजकारण कारणीभूत होते; परंतु झकेरियाप्रणीत जिना लोकांसमोर फारसा आलाच नाही. तो का आणला गेला नाही, हे ते पुस्तक वाचल्यानंतरच स्पष्ट होते.

डॉ. झकेरिया अगदी सुरुवातीपासूनच राजकीय स्वार्थासाठी किंवा सत्तेच्या राजकारणासाठी धर्माचा गैरवापर करण्याच्या विरुद्ध होते. तसेच जमातवादाच्याही विरुद्ध होते. झकेरिया पुणे-मुंबईच्या मोकळ्या वातावरणात वाढलेले होते. त्यामुळे सर सय्यद यांनी त्यांच्या आयुष्याच्या शेवटच्या टप्प्यात मुसलमानांना संघटित करण्यासाठी जमातवादी भूमिका स्वीकारली, यावर त्यांनी जोरदार टीकात्मक लिहिले होते. तुफेल अहमद मंगलोरी यांच्याप्रमाणेच सर सय्यद यांच्या काळापासूनच मुस्लीम नेते ब्रिटिशांच्या कारस्थानचे कसे बळी पडले हे लिहीत असतानाच, मुस्लीम नेत्यांत जमातवादी प्रवृत्ती कशा निर्माण झाल्या, याचीही परखडपणे चर्चा केली आहे. भारतातील काही मुस्लीम अभ्यासक मुस्लीम लीगचे राजकारण, बॅ. जिनांचा द्विराष्ट्रवाद यासाठी ब्रिटिशांनाच जबाबदार धरतात. परंतु डॉ. झकेरिया ब्रिटिशांची 'फोडा आणि राज्य करा' ही नीती दाखवत असतानाच, उलेमाचा धर्मवाद आणि त्यामधून निर्माण झालेला अलगतावाद याचेही दुष्परिणाम दाखवतात. त्याचबरोबर हिंदू महासभेच्या नेत्यांच्या इस्लाम आणि मुस्लीमविरोधी भूमिकेवरही प्रकाश टाकतात.[३] वर उल्लेखिलेल्या तिन्ही पुस्तकांतून त्यांनी जिनांच्या राजकारणाची वस्तुनिष्ठ तपासणी केली आहे व जिना हळूहळू अलगतावादी, नंतर धर्मवादी आणि शेवटी फाळणीच्या दिशेने कसे गेले, यांची मांडणी

करतात. त्याबरोबर उत्तर भारतातील मुसलमान लीगच्या राजकारणाला कसे बळी पडले याचेही विवेचन त्यांनी केले आहे. बॅ. जिनांच्या आणि मुस्लीम लीगमधील नेत्यांच्या राजकारणाचे त्यांनी कोठेही समर्थन केलेले नाही. वास्तविक, अडवाणींच्या पाकिस्तान भेटीपासून आणि विशेष करून अरुण सारथी किंवा जसवंत सिंग यांच्या पुस्तकांच्या निमित्ताने मुसलमान, फाळणी, जिना, गांधी-नेहरू यांच्या राजकारणाची पुन्हा एकदा चर्चा सुरू झाली आहे. भाजपचे आणि संघ परिवाराचे अभ्यासक दुटप्पी रणनीती स्वीकारीत आहेत. एका बाजूला मुसलमानांचा धर्म इस्लाम यावर एकांगी लिखाण करून मुसलमान त्यांच्या धर्मामुळेच कसे फुटीर झाले आहेत हे सांगायचे आणि दुसऱ्या बाजूला देशाच्या फाळणीला गांधी-नेहरू कसे जबाबदार आहेत हे बिंबविण्याचा प्रयत्न करायचा, हा दुहेरी खेळ त्यांनी चालविला आहे. डॉ. झकेरियांची पुस्तके या अपप्रचाराला उत्तर आहेत. म्हणूनच झकेरिया हे टिळकविरोधी होते हे दाखवून, ते मुस्लीम परंपरावादी होते हे सिद्ध करण्याचे प्रयत्न झाले.

'दी प्राइस ऑफ पार्टिशन' या पुस्तकात हिंदुस्थानची फाळणी का व कशी झाली याची कारणमीमांसा झकेरियांनी स्वतःच्या पद्धतीने केली आहे. त्यांचे हे पुस्तक वैशिष्ट्यपूर्ण आहे. एकाच वेळी आपल्या जीवनातील व्यक्तिगत घटना, जन्म, बालपण; कौटुंबिक वातावरणापासून ते शालेय जीवन आणि पुणे येथील विद्यालयीन जीवन; विद्यार्थी प्रतिनिधी म्हणून त्यांनी घेतलेले कार्यक्रम; मुंबईतील कॉलेज जीवन; विद्यार्थीमंडळाचे कार्यक्रम घेतानाचे अनुभव आणि या सर्व कालावधीत बॅ. जिना आणि मुस्लीम लीगच्या अलगतावादी आणि हिंदूविरोधी प्रचाराच्या झंझावतामुळे समाजात फूट कशी पडत गेली, त्यांच्यासारख्या जमातवादी वृत्ती (कम्युनल माइंडसेट) नसलेल्या मुस्लीम व्यक्तीला कोणत्या मानसिक ताण-तणावाला तोंड द्यावे लागले, एकाच वेळी लीगप्रणीत अतिरेकी प्रचारामुळे हिंदू आणि मुसलमानांच्या एकमेकांविरुद्धच्या प्रतिक्रियांना तोंड कसे द्यावे लागले; याचे प्रत्ययकारी चित्रण या पुस्तकात आहे. हा कालखंड भारताच्या इतिहासातील राजकीय-सामाजिक-धार्मिक संघर्षाचा कालखंड आहे. झकेरियांनी आपल्या शालेय जीवनापासून ते युवा-चळवळीचा सेक्रेटरी म्हणून आलेले अनुभव नोंदवलेले आहेत. एकूण जमातवादी राजकारण कसे तापत गेले आणि बॅ. जिनांच्या बेबंद प्रचाराचे परिणाम त्यांनी आपल्या समोर ठेवले आहेत. हे पुस्तक त्यांचे आत्मचरित्र नसून १९३० पासूनच्या त्यांच्या व्यक्तिगत जीवनातील घटना, त्या घडामोडींचे त्यांच्या मनावर होत गेलेले परिणाम आणि सारा देश फाळणीच्या दिशेने कसा गेला, यांचे चित्रण आहे.

डॉ. रफिक झकेरियांचे सुरुवातीचे शिक्षण भिवंडीत झाले. नंतर ते पुण्याच्या

अँग्लो उर्दू प्रशालेत शिकले. जवाहरलाल नेहरुंचे चाहते असणारे त्यांचे शिक्षक, तसेच इराणी महिलेबरोबर राजरोसपणे वावरणारे त्यांचे रंगेल हेडमास्टर इ. आठवणी त्या काळाचे प्रतिबिंब आहेत. विशेषत टिळकांचे सर्वांत मोठे अनुयायी न. चि. केळकरांचा विद्यार्थी-प्रतिनिधी म्हणून परिचय कसा झाला, केळकरांना ते कसे आवडू लागले, केळकर एवढे ज्येष्ठ आणि मोठे नेते व साहित्यिक असूनही तरुण झकेरियांशी मोकळेपणाने कसे बोलले होते; हे खरोखरच खूप उद्बोधक आहे. झकेरियांनी केळकरांना एकदा विचारले की, टिळक हे मुस्लीमविरोधी का होते. केळकरांनी दिलेले उत्तर खूप महत्त्वाचे आहे. केळकरांनी उत्तर दिले की, टिळकांना बदनाम करण्यासाठी आणि राष्ट्रीय स्वातंत्र्याची चळवळ दुबळी करण्यासाठी ही गोष्ट ब्रिटिशांनी पसरवली आहे. त्यांनी पुढे सांगितले की, टिळकांनी खिलाफत चळवळीला पाठिंबा दिला होता, परंतु त्याचबरोबर गांधींना सांगितले होते की, (गांधींचा) असहकारितेचा कार्यक्रम यशस्वी होणे कठीण आहे आणि तो यशस्वी झाला, तर त्यांच्याएवढा (टिळकांएवढा) आनंद कोणालाही होणार नाही. परंतु दुर्दैवाने, गांधीजींची चळवळ सुरू होण्याआधीच त्यांचा मृत्यू झाला. गणेशोत्सवामुळे मुस्लीमविरोधी वातावरण निर्माण होत नाही का असे विचारल्यानंतर केळकर म्हणाले की, जनतेत राष्ट्रप्रेम जागृत करण्यासाठी टिळकांनी तो उत्सव सुरू केला. ब्रिटिशांनी मुस्लिमांमध्ये गैरसमज पसरविण्यासाठी टिळकांनी (त्या निमित्ताने) (सार्वजनिक क्षेत्रात) मूर्तीपूजा सुरू केली, असा गैरप्रचार केला आहे.

झकेरियांनी मुस्लीम धर्मगुरू किंवा नंतरच्या काळात बॅ. जिना यांच्या सार्वजनिक क्षेत्रातील धार्मिक प्रतीकांच्या वापरावरही त्यांच्या दुष्परिणामांचे संदर्भ देऊन टीका केलेली आहे. अशाच प्रकारचे साक्षेपी आणि वस्तुनिष्ठ विश्लेषण त्यांनी इस्लामी तत्त्वज्ञ आणि मिर्झा गालिबनंतरचे उर्दूचे सर्वांत मोठे कवी महंमद इकबाल यांच्याबद्दल केल्याचे दिसून येते. त्यांनी म्हटले आहे की, इकबाल यांचे काव्य, इस्लामी तत्त्वज्ञान आणि राजकारण यांमध्ये फार मोठी तफावत होती. ते कवी म्हणून मोठे होते, परंतु राजकारणी म्हणून अपयशी होते. इकबाल हे हिंदूविरोधी नसून इस्लामवादी होते. आणि त्यांनी संघराज्यांतर्गत मुस्लीमबहुल राज्याचा विचार मांडला होता, स्वतंत्र राष्ट्राची मागणी केलेली नव्हती. ते राष्ट्रवादाच्या विरुद्ध होते. झकेरियांचे एक निरीक्षण विचार करण्यासारखे आहे. ते म्हणतात की, बॅ. जिनांनी इकबाल यांची गांभीर्याने दखल घेतली नाही. मुस्लीम लीगच्या पार्लमेंटरी बोर्डात साधा सदस्य म्हणूनही त्यांना घेतले नाही. त्याप्रमाणे इतर काही प्रमुख मुस्लीम व्यक्तींबद्दलही त्यांची निरीक्षणे लक्षात घेण्यासारखी आहेत.

झकेरियांनी हुमायून कबीरबद्दल म्हटले आहे की, ते उदारमतवादी होते. त्यांना

जमातवादाच्या दुष्परिणामांची चांगली जाण होती. बंगालचे कृषक प्रजा पक्षाचे नेते फजलूल हक यांच्यासंबंधीचे झकेरियांचे विधान चिंतनीय आहे. त्यांचे व्यक्तिमत्त्व दुभंगलेपणाचे (सिझियोफ्रेनिक) होते. त्यामुळे काँग्रेसमधील मुसलमानांची परिस्थिती अडचणीची झाली. १९३९ पासून म्हणजे दुसरे महायुद्ध सुरू झाल्यानंतर स्वातंत्र्य चळवळीचे राजकारण खूप जटिल झाले. वेगवेगळ्या राजकीय शक्ती एकमेकांना शह आणि काटशह देण्याचा प्रयत्न करू लागल्या. त्या काळात झकेरिया मुंबई येथे होते. ते युवकांच्या युनियनचे महासचिव म्हणून निवडून आले होते. त्यांनी युवा संघटनेतर्फे स्वातंत्र्य चळवळीतील नेहरू-सुभाषचंद्र बोस यांसारख्या नेत्यांची भाषणे आयोजित केली होती. बॅ. जिनांनाही त्यांनी विचार मांडण्यासाठी बोलाविले होते. त्यांना त्या सर्वांशी चर्चा करण्याची संधी मिळाली होती. त्या अनुषंगाने झकेरियांनी विचारलेले प्रश्न, संबंधित नेत्यांची उत्तरे आणि झकेरियांची निरीक्षणे महत्त्वाची आहेत. स्वातंत्र्य चळवळीतील नेत्यांचे नेतृत्वासंबंधीचे संघर्ष, नेत्यांचे हिंदू-मुस्लीम प्रश्नासंबंधीचे आकलन, डाव-प्रतिडाव आणि त्या नेत्यांचे राजकीय परिस्थितीसंबंधीचे आकलन यांवर प्रकाश पडतो.

विशेष म्हणजे, झकेरियांनी 'प्राइस ऑफ पार्टिशन' आणि 'दि वाईडनिंग डिव्हाईड' दोन्ही पुस्तकांतून बॅ. जिना लखनऊ करारातील प्रतिनिधित्व आणि स्वतंत्र मतदारसंघाच्या मागणीच्या त्यांच्या राजकारणापासून पुढे कोणकोणती धोरणे मांडत गेले, जिनांनी काँग्रेसशी कोणकोणत्या तडजोडी करण्याचे प्रयत्न केले, हिंदू महासभा आणि पंडित नेहरूंसारखे काँग्रेसचे नेते यांच्या भूमिका काय होत्या, हे सर्व आपापल्या मताला आणि पूर्वग्रहांना कसे चिकटून राहिले आणि हळुहळू बॅ. जिना फुटीरतेच्या राजकारणाकडे आणि फाळणीकडे कसे गेले, यासंबंधी मांडलेली मते उद्बोधक आहेत. झकेरियांनी बॅ. जिनांचे व्यक्तिमत्त्व आणि राजकारण वस्तुनिष्ठपणे उलगडून आपल्यासमोर ठेवले आहे.

या दोन्ही पुस्तकांतून बॅ. जिनांच्या राजकीय भूमिकेवर नेमकेपणाने बोट ठेवले आहे. बॅ. जिना हे हिंदू-मुस्लीम प्रश्नाकडे केवळ वैधानिक (लीगल) व घटनात्मक संरक्षण आणि प्रतिनिधित्वाच्या हक्काचे संरक्षण म्हणून कसे पाहत होते, भारतात हिंदू हे बहुसंख्याक असल्याने संसदीय पद्धतीत हिंदूंच्या प्रचंड बहुसंख्येमुळे मुसलमानांच्या राजकीय हक्क आणि स्वायत्त धार्मिक अस्तित्वाला संरक्षण मिळाले पाहिजे, ही त्यांची भूमिका होती. मुस्लीम लीगमधील नवाब, संस्थानिक, धर्मवादी अभिजनवर्ग प्रत्येक बाबतीत समान अधिकार मागत होते. बॅ. जिना स्वतंत्र मतदारसंघ आणि प्रतिनिधित्वांच्या प्रांतनिहाय संख्या या माध्यमांतून सुरक्षितता जोपासायाचे प्रयत्न करीत होते. गोलमेज परिषदेत तडजोड म्हणून संयुक्त मतदारसंघाच्या प्रस्तावाला जिनांनी मान्यता दिली

होती, परंतु हिंदू महासभेचे डॉ. मुंजे आणि पं. मालवीय हे त्या तडजोडीलाही तयार झाले नाहीत. महात्मा गांधी त्यांच्या दबावाखाली आल्याने गोलमेज परिषदेतील वाटाघाटी निष्फळ झाल्या आणि बॅ. जिना जास्त ताठर होत गेले. न्यायालयात खंबीरपणे उभे राहून, कायद्याचा कीस काढून, साक्षीदारांना चकवून, विरोधी पक्षाला आपल्या वकिली चातुर्याने हतबल करून एखादा खटला जिंकावा तसे राजकारण करीत शत्रूकारण कसे करीत गेले, 'इस्लाम खतरे में है' म्हणत मुसलमानांत विरोधी भावना जिनांनी कशी चेतविली; याचे प्रत्ययकारी चित्रण झकेरियांनी केले. जिना स्वतः धार्मिक नव्हते. धर्मवादीही नव्हते. त्यांना धर्मांध उलेमांचा राग होता, परंतु गांधी-नेहरू, डॉ. मुंजे आणि मालवीय यांना शह देण्यासाठी जेव्हा त्यांनी धर्मवादाला खतपाणी घालण्यास सुरुवात केली; तेव्हा ते कोणत्या थराला गेले, त्याचे समाजावर काय परिणाम झाले, याचे प्रत्ययकारी चित्रण झकेरियांनी केले आहे.

झकेरियांनी तत्कालीन नेत्यांच्या ज्या मुलाखती घेतल्या, त्यावरुन असे दिसते की, जवाहरलाल नेहरू किंवा सुभाषचंद्र बोस यांसारख्या नेत्यांना जमातवादाच्या संहारक शक्तीचे आकलनच नव्हते. पंडित नेहरू तर त्यासंबंधी विचारच करायला तयार नव्हते. सुभाषचंद्र बोस सर्व दोष ब्रिटिशांच्या माथीच मारत होते. नेहरू यांत्रिक मार्क्सवादाच्या चष्म्यातून जमातवादाकडे आणि हिंदू-मुस्लीम प्रश्नाकडे पाहत होते आणि अगदी सुरुवातीपासून बॅ. जिनांच्या विरोधात होते. नेहरूंच्या मार्क्सवादाला काँग्रेसमधील वरिष्ठ नेत्यांचा विरोध होता. गोविंद वल्लभ पंतांना वाटत होते की, एकदा सर्वसामान्य मुस्लीम समुदायाच्या मुस्लीम लीग ही गरीब-विरोधी आणि श्रीमंतांच्या बाजूने आहे हे लक्षात आले की, मुसलमान काँग्रेसकडे येतील. झकेरिया हे स्पष्टपणे सांगतात की, मौ. आझादांसारख्या वरिष्ठ नेत्यांना बॅ. जिनांच्या राजकारणाचा प्रतिवाद करता आला नाही, काँग्रेसमधील मुस्लीम नेते हतबल होत गेले. झकेरियांनी जिनांच्या राजकारणाची केलेली उकल आणि मांडणी हे त्यांचे महत्त्वाचे योगदान आहे.

बॅ. जिना हे सुरुवातीपासून मुसलमानांच्या स्वायत्त आणि अलग अस्तित्वाचा पुरस्कार करीत होते. त्यांचे राजकारण एका अर्थाने सर सय्यद यांनी घालून दिलेल्या पायंड्यावर आधारित होते. सर सय्यद हे भारतातील मुसलमान हे त्यांच्या धर्म आणि संस्कृतीमुळे हिंदूंपेक्षा वेगळे असल्यामुळे, त्यांच्या हितसंबंधांना प्रचंड बहुसंख्या असलेल्या हिंदूंपासून संरक्षण पाहिजे आणि त्यासाठी ब्रिटिशांच्या मदतीने आणि त्यांच्या माध्यमातून नोकऱ्या, पदे आणि प्रतिनिधित्वात संरक्षण मिळविले पाहिजे, या मताचे होते आणि त्यांचे राजकारण मुसलमानांच्या अलग आणि स्वायत्त हितसंबंधांचे राजकारण होते. म्हणजे भारतातील हिंदू आणि मुसलमान हे वेगवेगळे धार्मिक एकजिनसी-एकसंघ

(मोनोलिथिक) समूह आहेत, यावर आधारित होते. बॅ. जिनादेखील भारतातील मुसलमानांच्या स्वायत्त मोनोलिथ अलग अस्तित्वाचा सिद्धांत मानणारे होते. त्या दोघांची हितसंबंधांची संकल्पना वरिष्ठवर्णीय सरंजामदार-जमीनदार-तालुकदार वर्गाच्या आर्थिक-राजकीय मागण्यांवरच आधारित होती, हे झकेरियांनी १९७० पासून सातत्त्याने आपल्या पुस्तकांतून लिहिले आहे. बॅ. जिनांच्या लखनऊ कराराच्या मागण्या, दिल्ली प्रस्ताव, चौदा कलमी मागण्या, कॅबिनेट मिशन योजनेमधील प्रस्तावना संमती या पाठीमागील जिनांच्या तथाकथित उदारमतवादी दृष्टिकोनामागे मुसलमानांच्या अलग आणि स्वायत्त मोनोलिथिक अस्तित्वाचा पुरस्कार कसा होता, याची वस्तुनिष्ठ मीमांसा केली आहे. हिंदू आणि मुसलमानांच्या बहुसांस्कृतिक अस्तित्वावर आधारित संमिश्र राष्ट्रवादाचा पायाच कसा योग्य होता आणि आहे, हे सांगितले आहे. बॅ. जिनांच्या या भूमिकांमुळे त्यांचा अलगतावाद कसा रुंदावत गेला, त्यांनी गांधी-मालवीय-नेहरू यांच्याशी स्पर्धा करण्यासाठी स्वतःला मुसलमानांचा एकमेव नेता म्हणून कसे प्रस्थापित केले, याची मांडणी केली आहे. म्हणजे जिनांचे राजकारण मुसलमानांच्या स्वायत्त आणि अलग अस्तित्वाचे म्हणजेच जमातवादीच कसे होते, हे झकेरिया वाचल्यानंतर लक्षात येते.

किंबहुना बॅ. जिनांच्या लेखी अडाणी, निरक्षर मुस्लीम लोकसमुदायाला महत्त्व कसे नव्हते, ह्या मुस्लीम लोकसमुदायाचा सत्तेच्या राजकारणासाठी धार्मिक उन्माद चेतवून जिनांनी त्याचा दुरुपयोग कसा केला, हे झकेरियांनी दाखविले आहे. झकेरिया हे काँग्रेसी होते, महाराष्ट्रातील काँग्रेसचे कॅबिनेट मंत्री होते. राज्यसभेचे उपाध्यक्षही झाले, म्हणजे काँग्रेसवादी होते. यामुळे त्यांनी केलेले मुस्लीम राजकारणाचे विश्लेषण उपेक्षित राहिले. वर्तमानकालीन अभ्यासक आताही त्यांची दखल घेत नाहीत उदा. भारतीय राजकारणाचे समीक्षक आणि इतिहासकार म्हणून प्रायोजित झालेले रामचंद्र गुहा यांनी दिलीप चित्रे यांनी हमीद दलवाई यांच्या मुस्लीम राजकारणावरील लिहिलल्या लेखाचा इंग्रजी अनुवाद वाचून, दलवाईंनी जिनांच्या राजकारणाचे केलेले विश्लेषणच कसे योग्य आणि महत्त्वाचे होते हे सांगणारा एक लेख लिहिला होता. या रामचंद्र गुहांना १९७० पासून झकेरियांनी लिहिलेली पुस्तके दिसलेली नाहीत.

डॉ. झकेरियांनी १९९५ साली 'दी वाइडनिंग डिव्हाइड' हे पुस्तक बाबरीच्या विध्वंसानंतर देशभर ज्या दंगली घडविल्या गेल्या, मुसलमानांचे जे पर्सिक्युशन भाजप आणि इतर हिंदुत्ववादी संघटनांनी सुरू केले; त्या सर्व घटनांच्या पार्श्वभूमीवर लिहिले. त्यात त्यांनी भारतातल्या मुस्लिमांचे सर्व प्रश्न, फाळणीमुळे आणि हिंदुत्ववादाच्या राजकारणामुळे निर्माण झालेली जी परिस्थिती या सर्वांचे विवेचन झकेरियांनी केले

आहे. या पुस्तकातून त्यांची राजकीय विचार, धार्मिक सामाजिक प्रश्नांविषयीच्या भूमिका स्पष्ट होते. डॉ. झकेरियांनी बॅ. जिना आणि त्यांच्या मुस्लीम लीग व धर्मांध धर्मगुरूंच्या प्रचाराला बळी पडून भारतातल्या मुस्लिमांनी जिनांच्या राजकारणाला पाठिंबा दिला आणि देशाची फाळणी झाली असे म्हटले आहे. या भयानक संहारक घटनेचे परिणाम इथल्या कोट्यवधी मुसलमानांना भोगावे लागत. इथल्या मुसलमानांनी हिंदूंचा विश्वास गमविल्याने कोणकोणते परिणाम झालेले होते; या जीवघेण्या अनुभवांचे चित्रण झकेरियांनी या ग्रंथांत केले आहे.

बॅ. जिनांची वेगळ्या देशाची मागणी हा डावपेचाचा भाग ही मांडणी पाकिस्तानच्या इतिहासकार आयेशा जलाल यांनी खोडून काढली आहे. जिनांची भूमिकेमुळे देशविभाजक विचार प्रणालीचे परिणाम इथल्या मुसलमानांना भोगावे लागत आहेत. त्यामुळे मुस्लिमांची स्व-ओळख आणि अस्मितेचा क्रायसिस निर्माण झाली, परिणामी या समुदायाला स्वातंत्र्याच्या कित्येक वर्षानंतरही डोक्यावर अस्थिरततेची टांगती तलवार घेऊन जगावे लागत आहे. या एकूण सर्व घटकांचे परिणाम शिक्षण, आर्थिक जीवन इत्यादीवर होऊन त्यांची अवस्था वाईट स्वरुपाची झाली आहे. भारतात घडविल्या जाणाऱ्या मुस्लीम-विरोधी दंगली, इतिहासाचे विकृतीकरण, बाबरीचे उद्धवस्तीकरण, विहिंप बजरंग दल यांचे आक्रमक राजकारण, या संदर्भात विस्तृत चर्चा आयेशा जलाल यांनी 'द सोल स्पोक्समॅन : जिना द मुस्लीम लीग अ‍ॅण्ड डिमांड फॉर पाकिस्तान' या पुस्तकात चर्चा केली आहे. हे पुस्तक मुळांतून वाचणे अत्यावश्यक आहे. ते पुस्तक म्हणजे भारतीय मुसलमानांच्या परिस्थितीचा आरसाच आहे.[४]

विशेष म्हणजे, 'चुकीच्या धार्मिक संकल्पना' आणि 'सुधारणा आणि परिवर्तन' ही त्या पुस्तकातील दोन प्रकरणे डॉ. झकेरिया हे किती स्त्री-सुधारणावादी आणि मुसलमानांच्या धार्मिक-सामाजिक सुधारणांचे किती जहाल समर्थक होते, हे स्पष्ट करतात. डॉ. झकेरियांनी भारतीय मुसलमान ज्या शरियतचा आधार घेऊन परिवर्तनाला आणि पर्सनल लॉ मधील बदलांना विरोध करतात, त्या शरियतचे विश्लेषण केले आहे. भारतातला इस्लामी कायदा हा कुरआनावर कसा आधारित नाही हे पुराव्यानिशी दाखविले आहे. ब्रिटिशांनी स्थापन केलेल्या प्रिव्ही कौन्सीलचे निर्णय, ब्रिटिश न्यायाधीशांनी औरंगजेबच्या काळात तयार केलेली इस्लामी कायद्याची संहिता 'फतवा-ए-अलमगिरी'चा त्यांना पाहिजे तसा अर्थ लावून तयार केलेला मुस्लीम कायदा, यांचे खरे स्वरूप आपल्यासमोर ठेवले आहे. १९३९च्या ब्रिटिशप्रणीत विवाह आणि तलाकच्या कायद्यांवर हल्ला चढविला आहे. झकेरियांनी लिहिलेली ही दोन्ही प्रकरणे क्रांतिकारक आहेत. मुस्लीम व्यक्तिगत कायदा आणि समाजसुधारणेची मूलभूत सूत्रे त्यांत आहेत.

परंतु वर म्हटल्याप्रमाणे झकेरिया हे काँग्रेसवाले होते, म्हणून त्यांच्या मांडणीचा विचारच महाराष्ट्रातल्या आणि भारतातल्या तथाकथित सेक्युलर हिंदू अभ्यासकांनी केलेला नाही. झकेरिया हे धर्म आणि सामाजिक सुधारणेच्या विचारांमध्ये दलवाई आणि त्यांच्या समाजवादी समर्थकांच्या पुढे आहेत. राष्ट्रवादी राजकीय विचारवंत म्हणून आणि धर्मनिरपेक्ष विचारवंत म्हणून झकेरिया स्वातंत्र्योत्तर भारतातील एक फार मोठे विचारवंत व राजकारणी होते.

डॉ. झकेरिया यांनी हिंदुत्वाच्या राजकारणावर कडाडून हल्ला चढवला आहे. विशेष म्हणजे डॉ. झकेरिया यांनी मुस्लीम नेत्यांचे जमातवादी राजकारण, फुटीरता स्पष्ट करीत असतानाच हिंदुत्ववादी राजकारणामुळे ही दरी कशी रुंदावत गेली, याचे पद्धतशीर चित्रण केलेले आहे. २००४ मध्ये 'इंडियन मुस्लीम: व्हेअर हॅव दे गॉन राँग' (भारतीय मुसलमान: त्यांचे चुकले कुठे?) या ग्रंथातून त्यांनी मुस्लीम नेतृत्व आणि लोकमसूह यांच्या चुकांवर बोट ठेवले आहे. त्यांचे राजकारण हे सत्तेचे राजकारण होते. त्यांचा इस्लाम धर्माशी संबंध नव्हता, हे दाखवून दिले. डॉ. झकेरिया यांचा दृष्टिकोन पूर्णपणे भारताच्या संमिश्र आणि सर्व धर्मांना सामावून घेणाऱ्या संस्कृतीवर श्रद्धा ठेवणारा आणि त्याचा पुरस्कार करणारा होता. प्राचीन आणि मध्ययुगीन भारतात एकात्मता कशी होती आणि समन्वयवादी समाज कसा होता, हे त्यांनी पुराव्यानिशी दाखवून दिले. हिंदुत्ववाद्यांचा सांस्कृतिक राष्ट्रवाद व जिनांचा द्विराष्ट्रवाद ह्या एकाच नाण्याच्या दोन बाजू असून त्यामुळे भारताची एकात्मता भंग पावली, असा विचार त्यांनी मांडला आहे. या ग्रंथातून त्यांनी मुस्लीम लोकसमूहांच्या अंधश्रद्धा आणि जमातवादावर प्रकाश टाकीत असतानाच; मुंजे, हेडगेवार, सावरकरांपासून ते अडवाणी, वाजपेयी या नेत्यांच्या धर्मवादाच्या राजकारणावर प्रखर टीका केली आहे. आयुष्याच्या शेवटच्या टप्प्यात जमातवादाविरुद्ध आणि धर्मवादी राजकारणाविरुद्ध लढा देत असताना त्यांना नैराश्याने घेरलेले दिसून येते. इंदिरा गांधींच्या मुस्लीमविरोधी राजकारणावर त्यांनी स्पष्ट टीका केली होती.[५]

भारताच्या फाळणीला हिंदुत्ववादी महात्मा गांधींनाच सर्वस्वी जबाबदार धरतात आणि जे सातत्याने प्रचार करीत असतात की, गांधी हे मुस्लीमधार्जिणे होते, गांधींनी सतत मुस्लिमांचाच अनुनय केला आणि हिंदूंवर अन्याय केला; त्यांना डॉ. झकेरियांनी 'गांधी अँण्ड दि ब्रेकअप इंडिया' या पुस्तकातून पुराव्यासहित उत्तर दिले आहे. डॉ. झकेरियांनी या आपल्या पुस्तकातून हिंदुत्ववाद्यांचा प्रचार कसा खोटा आणि समाजात फूट पाडणारा आहे, हे स्पष्ट केले आहे. त्यांनी या पुस्तकाची सुरुवातच नथुराम गोडसेच्या कोर्टातील जबानीपासून केली आहे. नथुरामने गांधीजींच्या खुनाची जी

कारणे कोर्टासमोर सांगितलेली होती, ती कशी खोटी होती; हे ऐतिहासिक घटनांच्या पुराव्यानिशी सिद्ध केले आहे. नथुराम गोडसेच्या कोर्टातील निवेदनाप्रमाणेच नंतरही गांधींना फाळणीला जबाबदार ठरविण्याचे जे प्रयत्न महाराष्ट्रात चाललेले आहेत, त्यांचाही समाचार डॉ. झकेरियांनी घेतला आहे. 'मी नथुराम बोलतोय' हे नाटक नथुरामच्या खोटेपणाचे समर्थन करणारे कसे आहे आणि पुन्हा गांधीद्वेष वाढविण्याचा त्यामध्ये प्रयत्न कसा आहे, याचे विवेचन त्यात आहे. इतकेच नव्हे, तर अरुण सारथींनी 'शोध महात्मा गांधींचा' या आपल्या दोन खंडांतील पुस्तकातून गांधीजी हे केवळ फाळणीलाच जबाबदार नसून 'भारताच्या नैतिक अध:पतनासाठी' कसे जबाबदार आहेत, असे लिहिले आहे. डॉ. झकेरियांनी अरुण सारथींचे हे मुद्दे खोडून काढलेले आहेत. म्हणजे जे काम महाराष्ट्रातील गांधीवाद्यांनी करायला पाहिजे होते, ते काम डॉ. झकेरियांनी केलेले आहे.[६]

'मी नथुराम बोलतोय' या नाटकाला फक्त विरोध झाला, बंदी घालण्यात आली; परंतु त्यामधील नथुरामाने मांडलेल्या मुद्द्यांचे खंडन करणारे लिखाण मोठ्या प्रमाणावर झाले नाही. महाराष्ट्र हिंदुत्ववाद्यांची जन्मभूमी असल्याने आणि शिवसेनेसारख्या संघटनेने गांधीविरोधाचे आणि मुस्लीमविरोधाचे वातावरण तापवित ठेवलेले असल्याने, त्या नाटकावरील बंदीचा वापर, महाराष्ट्र सरकार अभिव्यक्ती स्वातंत्र्याची गळचेपी कशी करीत आहे याचा गवगवा करण्यासाठीच झाला. अरुण सारथींच्या पुस्तकाची तशी फार चिकित्सा झाली नाही. हिंदुत्ववादी मंडळी मानेवर खडा ठेवून जसे सातत्याने लिहित असतात, तसे तथाकथित पुरोगामी विचारवंत करीत नाहीत. या अशा पार्श्वभूमीवर डॉ. झकेरियांनी दाखविलेले धैर्य लक्षात घेण्यासारखे आहे. डॉ. झकेरियांच्या या पुस्तकाची किंबहुना त्यांच्या एकूण लिखाणाचीच दखल फारशी घेतली गेली नाही. याची कारणे स्पष्ट आहेत.

डॉ. झकेरियांनी 'गांधी अॅण्ड दि ब्रेकअप इंडिया' या पुस्तकातून भारताच्या फाळणीच्या ऐतिहासिक घटनांची मुद्देसूद चर्चा केली आहे. स्वातंत्र्याच्या इतिहासाचा त्यांनी केलेला वस्तुनिष्ठ अभ्यास त्यातून स्पष्ट होतो. त्यांनी ब्रिटिशांच्या भेदनीतीची सविस्तर मांडणी केलेली आहे. सुरुवातीपासूनच हिंदुत्ववादी मुस्लीमविरोधी राजकारण कसे करीत होते, ते हिंदू राष्ट्राची मांडणी कशी करत होते आणि मुस्लीम जमातवादी आणि जमीनदार घटकांचे धर्मवादाचे राजकारण कसे होते, याचे विश्लेषण त्यात आहे. गांधींनी प्रत्येक बाबतीत बहुसंख्याक हिंदूंच्या बाजूचे राजकारण कसे केले आहे, याचेही विवेचन आहे. गांधीजींच्या राजकारणात निश्चितपणे बहुसंख्याक हिंदूंच्या स्वातंत्र्याचा विचार होता, गांधीजींचा विरोध हिंदुत्वाच्या फॅसिझमला होता, गांधीजी

संमिश्र संस्कृतीचे आणि भारताच्या बहुलवादी जीवनपद्धतीचे समर्थक होते. भारताच्या फाळणीला ब्रिटिशांची कुटिल कारस्थाने, हिंदुत्ववादी आणि मुस्लीम लीगचे धर्मवादी फुटीर राजकारण हे घटक कारणीभूत असून, गांधीजींनी भारताची फाळणी टाळण्याचे कसे जोरदार प्रयत्न केले; परंतु वर निर्देशित केलेल्या तिन्ही घटकांच्या राजकारणामुळे भारताची फाळणी कशी झाली, याचे तर्कसुसंगत आणि सप्रमाण विश्लेषण या पुस्तकात आहे.

डॉ. झकेरियांनी लिहिलेले आणखीन एक महत्त्वाचे पुस्तक म्हणजे, 'सरदार पटेल अॅण्ड इंडियन मुस्लीम्स' हे आहे. या पुस्तकातून भारताच्या फाळणीपूर्व आणि नंतरही सरदार पटेलांचे मुस्लिमांशी असणाऱ्या संबंधांचे विश्लेषण आहे. सरदार पटेलांची ते मुस्लीम-विरोधक असल्याची प्रतिमा तयार करण्यात आलेली आहे. गांधी आणि नेहरूंचे विरोधक असणाऱ्या हिंदुत्ववाद्यांनी सरदार पटेलांच्या हाती सत्ता असती, तर त्यांनी भारताची फाळणी होऊ दिली नसती, ते पोलादी पुरुष असल्याने त्यांनी मुस्लिमांचा बंदोबस्त केला असता; अशी त्यांची प्रतिमा तयार केली आहे. यात इतिहासाचा विपर्यास आहे. सरदार पटेल हे 'आदर्शवादी' राजकारणी नव्हते. त्यांनी सदैव वास्तवाचे भान ठेवूनच राजकारण केले. मुस्लीम लीगशी आणि धर्मवादी व जमातवादी मुसलमानांशी सौम्य धोरण त्यांना मान्य नव्हते. परंतु ते भाजप किंवा त्यांच्या नरेंद्र मोदींप्रमाणे मुस्लीमद्वेष्टे आणि मुस्लिमांची सामुदायिक कत्तल करण्याच्या बाजूचे नव्हते. डॉ. झकेरियांनी सरदार पटेलांच्या स्वातंत्र्यापूर्वीचे आणि नंतरचे राजकारण व निर्णयांची वस्तुनिष्ठ मांडणी केली आहे. त्यामधून सरदार पटेल हे मुस्लीमद्वेष्टे म्हणून पुढे येत नाहीत.

स्वातंत्र्यपूर्व काळात खलिकुझ्झमानसारख्या अनेक नेत्यांचे धोरण दुटप्पी होते. त्यांपैकी अनेक जण भारताची बाजू घेता घेता पाकिस्तानला निघून गेले होते. त्यामुळे सरदार पटेलांच्या मनात संशय होता. पाकिस्तानने स्वतःला 'मुस्लीम राष्ट्र' घोषित केल्यामुळे भारतानेसुद्धा 'हिंदू राष्ट्र' म्हणून घोषणा करावी, असे दडपण सरदार पटेलांवर येत होते. या मागणीचे एक समर्थक बी. एम. बिर्ला यांनी पटेलांना सांगितले, 'भारताचे रूपांतर हिंदू धर्म धारण करणाऱ्या हिंदू राष्ट्रात करणे संभवनीय नाही. देशात इतरही अल्पसंख्याक आहेत व त्यांचे संरक्षण करणे ही आपली जबाबदारी आहे, याचा विसर पडू देता कामा नये.' या पुस्तकात डॉ. झकेरियांनी सरदार पटेलांची एक महत्त्वाची आठवण दिली आहे. दक्षिण दिल्लीतील सुप्रसिद्ध मुस्लीम संत निझामुद्दीन यांचा दर्गा काही उपद्रवी लोकांनी ताब्यात घेतल्याचे समजल्यानंतर सरदार पटेल तो दर्गा वाचविण्यासाठी ताबडतोब आपल्या खांद्यावर शाल टाकून कसे बाहेर पडले आणि

दर्गा कसा वाचविला याची हकिकत त्यांनी दिली आहे. हे सरदार पटेल किती जणांना माहीत आहेत?

घटना समितीत पटेल म्हणाले होते, 'अल्पसंख्याकांनी आपला पवित्र विश्वास त्यांच्यावर (हिंदूंवर) टाकला आहे. तेव्हा त्याचे पालन करण्याची जबाबदारी त्यांनी मुळीच विसरता कामा नये.' त्यांनी पुढे म्हटले होते की, 'अल्पसंख्याकांमध्ये आत्मविश्वास निर्माण करणे हे बहुसंख्याकांच्या औदार्यावर अवलंबून आहे. तसेच भूतकाळ विसरणे हेदेखील अल्पसंख्याकांचे कर्तव्य आहे. बदलत्या वातावरणात खऱ्याखुऱ्या. आणि प्रामाणिक धर्मनिरपेक्ष राष्ट्राचा पाया घालणे, हे प्रत्येकाच्या अतिशय हिताचे आहे.' डॉ. झकेरियांचे हे पुस्तक सरदार पटेलांच्या वास्तववादी राजकारणावर प्रकाश टाकणारे आहे. सरदार पटेल हे हिंदुत्ववादी नव्हते, तर धर्मनिरपेक्षतावादी होते हे त्यांनी स्पष्ट केले आहे.[७]

सुरुवातीलाच म्हटल्याप्रमाणे डॉ. झकेरिया हे मुस्लीम प्रश्नांचा सर्वस्पर्शी अभ्यास असणारे विचारवंत होते. त्यांनी हिंदू-मुस्लीम राजकारणाचा जसा अभ्यास केला होता, तसेच इस्लामचा इतिहास, धर्मसंकल्पना आणि धर्मशास्त्राचाही त्यांचा व्यासंग मोठा होता. मंत्री म्हणून, खासदार म्हणून आणि नंतर केंद्र सरकारचे प्रतिनिधी म्हणून त्यांनी जवळ जवळ सर्व मुस्लीम देशांना भेट दिली होती. इजिप्तपासून ते पाकिस्तान-इंडोनेशियातील राजकारणी आणि मुस्लीम विचारवंतांशी चर्चा केलेली होती. त्यामुळे त्यांच्या विचारांना अनुभवाची जोड मिळालेली होती. त्या दृष्टीने त्यांचे 'दी स्ट्रगल विदीन इस्लाम' हे पुस्तक अभ्यासण्यासारखे आहे. या पुस्तकातून त्यांनी मुस्लिमांच्या इतिहासात धर्म आणि राजकारणातील संघर्ष सुरुवातीपासून कसा आहे, त्याचे कोणकोणते परिणाम आणि दुष्परिणाम इस्लामवर आणि मुस्लिमांच्या समाजकारण आणि राजकारणावर झालेले आहेत; याची मुलभूत चर्चा केली आहे. मुस्लीम धर्मगुरू आणि धार्मिक मूलतत्त्ववादी यांच्या उदयाची धार्मिक, सामाजिक आणि राजकीय कारणे यांचे विश्लेषण अतिशय महत्त्वाचे आहे. हे सर्व विश्लेषण त्यांनी भारतातील मुस्लीम धर्मकारण, राजकारण यांच्या परिप्रेक्ष्यांतून केले आहे.[८] काँग्रेसचे राजकारणी म्हणून त्यांच्याकडे पाहिले गेल्याने त्यांच्या या योगदानाचा विचार झाला नाही. तसेच इस्लाम आणि मुस्लिमांबद्दल नकारात्मक मांडणी करणाऱ्यांना भारतात हायलाइट करण्याची प्रवृत्ती आपल्या प्रसार माध्यमांत आणि राजकारणात असल्याने, डॉ. झकेरियांचा जेवढा विचार व्हायला पाहिजे होता, तेवढा झाला नाही.

भाजपप्रणीत सत्ता, बाबरी मस्जिद आणि गुजरातच्या दंगलीने डॉ. झकेरिया

पराभूत झाल्यासारखे त्यांच्या कांही लेखांवरून वाटले. परंतु ते संकुचित जमातवादाच्या कोषात गेले नाहीत. शेवटपर्यंत धर्मनिरपेक्षता, भारताची बहुलवादी संमिश्र संस्कृती यांच्यावरील त्यांची श्रद्धा अढळ राहिली. शेवटच्या टप्प्यात त्यांनी स्पष्टपणे लिहिले आहे की, 'कोणत्याही सत्ताधारी पक्षाला बहुसंख्याकांची अधिसत्ता आणि वर्चस्व आणि अल्पसंख्य लोकमसूहांच्या मागण्या यांच्यातील सुवर्णमध्य साधणे शक्य नसते.' म्हणूनच गोपाल सिंग अहवालाची अंमलबजावणी होऊ शकली नाही. म्हणून मुस्लिमांनी विकास आणि उत्कर्षासाठी शासन किंवा इतरांवर अवलंबून न राहता शिक्षण व ज्ञानाच्या प्रत्येक क्षेत्रात नैपुण्य मिळवावे आणि जगातील ज्यू-धर्मियांचा आदर्श आपल्यासमोर ठेवावा; असे मांडलेले आहे. २००० साली मुंबईत झालेल्या 'भारतीय मुस्लिमांच्या विकासाची चळवळ' या दोन दिवसीय चर्चासत्रात डॉ. झकेरियांनी स्वावलंबन, अपार कष्ट या दोनच गोष्टी मुसलमानांना मदत करू शकतील, अशी मांडणी केली होती. त्यांनी तालिबान आणि इस्लामी दहशतवादी यांच्या 'जिहाद'च्या घोषणेवर जाहीर हल्ला चढवला होता. लादेनपासून ते इमाम बुखारींपर्यंत मुस्लीम नेते प्रसारमाध्यमांच्या परिणामांमुळे जनसामान्यांवर लादले जातात, अशी स्पष्ट भूमिका घेतली. अडवाणींनी जिनांना सेक्युलर ठरवून त्यांची स्तुती करणे हा भाजपच्या राजकारणाचा भाग आहे. हिंदू आणि मुसलमान हे 'मोनोलिथ' ठरवून त्यांची दोन राष्ट्रे असणे हा हिंदुत्ववादी रणनीतीचा भाग असल्यामुळे, अडवाणींच्या त्या भूमिकेत नवीन काही नाही, असे त्यांनी स्पष्ट सांगितले. अशा प्रकारे आयुष्याच्या शेवटच्या क्षणापर्यंत ते द्विराष्ट्रवाद, हिंदू व मुसलमानांच्या जमातवादी राजकारणाच्या विरुद्ध राहिले.

२००४ मधील वर उल्लेख केलेल्या त्यांच्या पुस्तकाच्या प्रस्तावनेत एम. जे. अकबर यांनी एक अत्यंत महत्त्वाचे विधान केले आहे. ते म्हणजे, 'डॉ. झकेरियांचा जन्मच संघर्षाच्या काळात झाल्यामुळे, त्यांना परस्परविरोधी प्रवाह व राजकारणाला तोंड द्यावे लागले. परंतु 'भारतीय' आणि 'मुस्लीम' म्हणून जगत असताना डॉ. झकेरिया मातृभूमी आणि धर्म या दोन्हींबद्दल एकनिष्ठ राहिले.' हा डॉ. रफिक झकेरियांचा कदाचित सर्वांत मोठा गौरव म्हणावा लागेल.

संदर्भ

१) झकेरिया डॉ. रफिक, प्राइस ऑफ पार्टिशन, भारतीय विद्या भवन-१९९८

२) झकेरिया डॉ. रफिक, राइज ऑफ मुस्लीम इन इंडियन पॉलिटिक्स, सोमैय्या पब्लिकेशन-१९८६

३) झकेरिया डॉ. रफिक, दी वाइडनिंग डिव्हाइड, विकिंग पब्लिकेशन-१९९५
४) जलाल आयेशा, दि सोल स्पोक्समॅन: जिना द मुस्लीम लीग अ‍ॅण्ड डिमांड फॉर पाकिस्तान-केब्रिज-१९८५
५) झकेरिया डॉ. रफिक, इंडियन मुस्लीम: व्हेअर हॅव दे गॉन रॉंग, पोप्युलर प्रकाशन-२००५
६) झकेरिया डॉ. रफिक, सरदार पटेल अँड इंडियन मुस्लीम, भारतीय विद्याभवन, १९९६
७) झकेरिया डॉ. रफिक, दी स्ट्रगल विदीन इस्लाम, पेग्विन-१९९०

८

असगर अली इंजिनिअर-इस्लामचा समन्वयवादी भाष्यकार

भारतात हिंदू-मुस्लीम सामाजिक ऐक्य आणि सौहार्दासाठी एकहाती प्रयत्न करणारा थोर मानवतावादी विचारवंत आणि क्रियाशील 'पब्लिक इंटलेक्चुअल' असगर अली इंजिनिअर २०१३ साली काळाच्या पडद्याआड गेला. असगर अलींचे इतिहासाच्या या टप्प्यावर जाणे, ही दुर्दैवी घटना होती. त्याच वर्षी वंशविच्छेदक राजकारणाने गुजरातमधील मुसलमानांच्या कत्तलीतून सत्ता बळकावणारे नरेंद्र मोदी दंगलीच्या आरोपातून मोकाट सुटले होते. राष्ट्रीय स्वंयसेवक संघाचा मुस्लीमविरोधी अजेंडा देशाच्या केंद्रस्थानी आला होता. निष्पापांच्या रक्ताचे डाग असणाऱ्या नरेंद्र मोदींना पीएम पदाचे उमेदवार घोषित करून भाजपने प्रचार सुरू केला होता. अशा वेळी असगर अलींचे जाणे ही धक्कादायक घटना होती. काहींना प्रश्न पडला असेल की, हा एक माणूस भाजपच्या बलाढ्य शक्तींसमोर काय करू शकणार होता? असगर अली हा विवेकाचा, सौहार्दमय सहजीवनाचा एक विवेकी आवाज होता. असगर अली विद्वेषाने पेटलेल्या काँक्रीटच्या जंगलात पाण्याची बादली घेऊन एकटेच धडपडत होते. देवबंदपासून ते संघ परिवारापर्यंत सर्वांशी शांतपणाने चर्चा करून सौहार्दाचा, सामाजिक ऐक्याचा मुद्दा पटवून देण्याचा प्रयत्न करीत राहिले होते. डॉ. मोईन शाकीर राम जन्मभूमीचे राजकारण तापत असल्याच्या काळात गेले आणि धार्मिक ध्रुवीकरणाचे राजकारण शिखरस्थ होत असताना असगर अली गेले. आपल्या सुरक्षिततेची काळजी न करता, स्त्रियांच्या हक्कांसाठी लढणारा 'फेमिनिस्ट' मृत्यूने ओढून नेला. त्यांच्या निधनानंतर राष्ट्रीय पातळीपासून ते आंतरराष्ट्रीय पातळीवर त्यांच्यावर अनेकांनी लिहिले.

असगर अलींनी केलेले कार्य कोणत्याही एका चौकटीत बसवता येणार नाही. असगर अलींना 'बोहरा समाजसुधारक' असे म्हणता येणार नाही. ते बोहरा असले तरी, त्यांनी आपल्या पंथाच्या आणि धर्माच्या सीमारेषा कधीच ओलांडल्या होत्या. त्यांच्या जाण्याने भारतातील नव्हे, तर जगभरातील वैचारिक चळवळींची हानी झाली.

असगर अली आधुनिक जगातील इस्लामचे समन्वयवादी भाष्यकार होते. धार्मिक सुसंवादासाठी प्रयत्न करणारे ध्येयवादी प्रबोधनकार होते. त्यांनी सातत्याने भारतीय इतिहासाच्या जमातवादीकरण आणि विकृतीकरणावर प्रकाश टाकला. ते इतिहासाचे एक चिकित्सक अभ्यासक होते. असगर अलींनी आपल्या उभ्या हयातीत भारतातील मुस्लीम राजकारणाची निःपक्षपाती मांडणी केली. त्यांनी भारतातील हिंदू-मुस्लीम दंगलीचे अर्थशास्त्रीय विश्लेषण करून सत्यशोधन केले होते. असा हा असगर अली हिंदू-मुस्लीम जमातवादाचा प्रखर टीकाकार, मुस्लीम स्त्रियांच्या हक्कासाठी लढणारा स्त्रीवादी, एक सच्चा कार्यकर्ता होता.

असगर अलींच्या कार्याची सुरुवात बोहरा समाजातील अन्यायकारक प्रथा आणि बोहरा धर्मगुरू सय्यदनांच्या धार्मिक हुकूमशाही यांचा प्रतिवाद करणाऱ्या चळवळीने झाली. सगळा समाज सय्यदनांच्या वर्चस्वाखाली दडपलेला होता. असगर अलींनी त्याविरुद्ध बंड केले. पुरोगामी विचारांच्या तरुणांना एकत्रित करण्याचे प्रयत्न केले. असगर अलींना सय्यदनांनी बहिष्कृत केले. त्यांच्यावर आणि त्यांच्या अनुयायांवर हल्लेही झाले. या प्रकारांना न जुमानता असगर अलींनी आपली चळवळ सुरूच ठेवली. परंतु त्यांना 'बोहरा धर्मसुधारक' म्हणून एका मर्यादित चौकटीत बसविणे हे अन्यायकारक ठरेल. ते त्यांनी उभे केलेल्या अनेक कार्यांपैकी एक होते. माझ्या मते तर त्यांच्या समाजकार्याचा केंद्रबिंदू बोहरा धर्मसुधारणा हा राहिला नाही. ते आपल्या पंथापासून साऱ्या समाजाकडे गेले.

व्यवसायाने इंजिनिअर असणाऱ्या असगर अलींनी समाजकार्यासाठी आपली नोकरी सोडली. पूर्ण वेळ सुधारणा चळवळीला त्यांनी स्वतःला वाहून घेतले. हल्ल्यांची आणि बहिष्काराची तमा न बाळगता त्यांनी आपला लढा चालूच ठेवला. त्यांच्या सुधारणा चळवळीचे वैशिष्ट्य हे होते की, त्यांनी सय्यदनांच्या गैरप्रथांवर टीका करताना त्यांना शिवीगाळ केली नाही. अपमानास्पद अपशब्द वापरले नाहीत. प्रक्षोभक विधाने केली नाहीत. कुरआन आणि मुहंमद पैगंबर (स) साहेब, हजरत अलींच्या शिकवणीच्या आधारे सय्यदना यांनी निर्माण केलेल्या प्रथांवर टीका केली. सय्यदनाप्रणीत प्रथांचे गैरइस्लामी स्वरूप उघड केले. परिणामी त्यांच्या धर्मगुरूंना आणि समर्थकांना असगर अलींचा प्रतिवाद करता आला नाही, म्हणून त्यांनी मारहाण करून दहशत निर्माण करण्याचे प्रयत्न शेवटपर्यंत केले.

असगर अलींचे कार्य बोहरा सुधारणा चळवळीपर्यंतच मर्यादित राहिले नाही. त्यांच्या वडिलांकडूनच त्यांना लहानपणी धार्मिक शिक्षण मिळाले होते. त्यांना अरबी, फारसी, उर्दू, गुजराती या भाषा चांगल्या प्रकारे अवगत होत्या. कुरआन, हदीसचा

अभ्यास होता. परंतु वडिलांप्रमाणे धार्मिकतेकडे न वळता ते सिव्हिल इंजिनिअर झाले. चळवळीत आल्यानंतर त्यांनी इस्लामी धर्मशास्त्राचा शिस्तबध्द अभ्यास सुरू केला. कुरआनचे अर्थ आणि समीक्षा, हदीसशास्त्राचा अभ्यास, इस्लामचा धार्मिक-राजकीय-सामाजिक अभ्यास करण्यासाठी जगातल्या कानाकोपऱ्यातून त्यांनी शेकडो मूळ पुस्तके मिळविली. त्यांचा अभ्यास केला. भारतातील इतिहास, धर्माचा विकास आणि भारतातील इस्लामचा अभ्यास, हिंदू धर्मशास्त्रांचा अभ्यास यांवरही आपले लक्ष केंद्रित केले. त्यांचा व्यासंग प्रचंड होता. एकाच वेळी देशभर दौरे, परदेश दौरे, चर्चासत्रे, भाषणे, अभ्यासवर्ग आणि आपले प्रचंड वाचन आणि मनन ही त्यांची खासियत होती. असगर अली हे वैशिष्ट्यपूर्ण मिश्रण होते. ते मार्क्सवादी चळवळीतही सुरुवातीच्या काळात होते. कार्ल मार्क्स, महात्मा गांधी आणि प्रेषित महमंदसाहेब हे त्यांच्या आस्थेचे विषय होते. या तिन्ही महान विभूतींची शिकवण ही त्यांच्या प्रबोधनकार्याची प्रेरणा होती. पैगंबरसाहेबांचा आणि गांधींचा समन्वयवाद त्यांनी स्वीकारला होता. मध्ययुगीन भारतीय इतिहासाचा त्यांनी सखोल अभ्यास केला होता. संपूर्ण कुरआन आणि हदीस त्यांना तोंडपाठ होते. उलेमांनी कुरआनाच्या श्लोकांचे लावलेले सर्व प्रकारचे अर्थ त्यांनी अभ्यासले होते. असगर अलींचे योगदान इतके विविध आणि प्रचंड आहे की, त्याची सविस्तर चर्चा एका प्रकरणात करणे कठीण आहे.

१९७८-७९मध्ये औरंगाबादच्या मराठवाडा विद्यापीठात एका चर्चासत्रात आले असताना मी त्यांच्या संपर्कात आलो. यानंतर डॉ. मोईन शाकीर, असगर अली आणि मी, आम्ही तिघे सतत भेटत राहिलो. त्यांच्यामुळे मला इस्लामच्या अभ्यासाची दिशा मिळाली. तेव्हापासून ते २००९ पर्यंत आमच्या गाठीभेटी आणि चर्चासत्रे, परिसंवाद होत राहिले. २००९ पासून माझ्या प्रकृतीचे प्रश्न निर्माण झाले. त्यानंतर एखाददुसऱ्या कार्यक्रमात आम्ही भेटत राहिलो. माझे मुंबईला जाणेही थांबले. २०१२ पासून त्यांचीही प्रकृती बिघडत गेली. असो. वैयक्तिक आठवणीपेक्षा त्यांच्या योगदानांवर लिहिणे जास्त महत्त्वाचे आहे.

भारतातील मुस्लीम इतिहासकार, अभ्यासक यांच्यात असगर अलींचे स्थान वैशिष्ट्यपूर्ण आहे. इरफान हबीबप्रमाणे त्यांनी स्वतःला इतिहासाला बांधून ठेवले नाही. एजाज अहमदप्रमाणे साहित्यशास्त्र, आंतरराष्ट्रीय राजकारण, राजकीय सिद्धान्त एवढ्यावरच लक्ष केंद्रित केले नाही. मुशिरूल हसनप्रमाणे आधुनिक भारताचा इतिहास, फाळणीचे राजकारण, जमातवाद यांवरच भर न देता, इस्लाम आणि मुसलमानांसंबंधीच्या सर्व प्रश्नांवर लेखन केले. विचारांची मांडणी केली. असगर अलींचे सर्वांत महत्त्वाचे

योगदान म्हणजे इस्लामचे समन्वयवादी आणि कालसापेक्ष भाष्यकार म्हणून त्यांनी लिखाण केले आहे. असगर अली हे इस्लामच्या उदारमतवादी अन्वयार्थाच्या पलीकडे गेले. त्यांनी इस्लाममधील मूळ प्रेरणांचा शोध घेण्याचा प्रयत्न केला. त्यांचे प्रतिपादन होते की, इस्लामच्या म्हणजे कुरआन आणि पैगंबरसाहेबांची शिकवणूक यांच्या मूळ प्रेरणा; सहिष्णू, मानवतावादी आणि सर्व धर्ममतांचा आदर करणाऱ्या आहेत. हे त्यांनी कुरआन आणि पैगंबरसाहेबांची वचने यांच्या आधारे मांडले. उलेमांनी इस्लामचे केलेले विकृतीकरण स्पष्ट केले. उलेमांची पोथीनिष्ठा, सत्ताधाऱ्यांचे हितसंबंध यांच्या दुष्परिणामांची मांडणी केली. आधुनिकीकरणाच्या नावाखाली पाश्चात्त्य दृष्टिकोन न स्वीकारता जमालुद्दीन अफगाणींनी म्हटल्याप्रमाणे जर आधुनिक होणे म्हणजे सर्जनशील होणे आणि स्वतंत्र प्रज्ञा असणे हे असेल, तर पाश्चात्त्यांचे अनुकरण करून आधुनिक होणे हे नव्हे, हा विचार असगर अलींनी स्वीकारला होता. आधुनिकतेला आवश्यक असणारी सर्जनशीलता इस्लामकडे होती. त्या सर्जनशील परंपरेचे नूतनीकरण केले पाहिजे, ही त्यांची भूमिका होती.

चार्ल्स कुर्झमान यांनी संपादित केलेले 'लिबरल इस्लाम' (ऑक्सफर्ड, १९९८) हे पुस्तक वैचारिकदृष्ट्या महत्त्वाचे आहे. एकविसाव्या शतकातही इस्लाम हा प्रतिगामी आणि जीर्णमतवादीच राहिला आहे. इस्लाममध्ये कालसापेक्ष विचार करणारे विचारवंतच नाहीत, या अपप्रचाराचा प्रतिवाद करणारे हे पुस्तक आहे. यात निरनिराळ्या देशांतील आधुनिक मुस्लीम विचारवंतांनी आधुनिक आणि उदारमतवादी दृष्टिकोनातून इस्लामची केलेली मांडणी दिलेली आहे. त्या सर्व विचारवंतांनी पाश्चात्त्य मेथॉडॉलॉजी वापरली आहे. असगर अलींनी ती स्वीकारलेली नाही. 'ओरिएंटॅलिस्ट' दृष्टिकोनही नाकारला आहे. प्रख्यात पाकिस्तानी विचारवंत फजलूर रहमान यांच्याप्रमाणे आधुनिक चिकित्सेच्या नावाखाली इस्लामी मूलतत्त्वांची नव्याने केलेली मांडणीही मान्य केली नाही. किंवा त्यांनी पुनरुज्जीवनवादाचे समर्थनही केले नाही. त्याऐवजी इस्लामच्या मूळ प्रेरणांचा शोध घेण्याचा त्यांनी प्रयत्न केला. ही प्रेरणा त्यांनी मौलाना आझादांच्या तर्जुमा-अल्-कुरआनमधून घेतली असावी. त्यात असगर अलींनी एक महत्त्वाची भर टाकली. सूफी संतांच्या प्रेरणा आणि भक्ती चळवळीतले प्रयोग यांची मेथॉडॉलॉजी वापरली. नंदिनी चव्हाण यांनी त्यांच्या काही लेखांचा मराठी अनुवाद केला आहे. तो वाचल्यास त्यांचा हा दृष्टिकोन स्पष्ट होतो.[१] त्यांनी इस्लामच्या धार्मिक चष्म्यातून लिखाण केले नाही. भौतिकवादी दृष्टिकोन घेऊन इस्लामवर हल्ला चढविला नाही. उलट उलेमांनी चालविलेले इस्लामचे Distortion पुढे आणले. तसेच ते धर्मशास्त्रीय चर्चाविश्वातही अडकले नाहीत.

प्रेषित मुहंमद (स), कार्ल मार्क्स आणि महात्मा गांधी हे त्यांनी मानलेले 'आयकॉन' होते. त्यांच्या लेखन आणि चिंतनावर या तीन महान विभूतींचा प्रभाव होता. ते मार्क्सवादाकडून मानवतावादाकडे गेले असे म्हणणे चुकीचे आहे. मार्क्स हा पाश्चात्त्य जगातला (आधुनिक) क्रियाशील मानवतावादी होता. प्रत्येक महान विभूतींचे मार्ग आणि साधने कालसापेक्ष असतात. मार्क्सचा मानवतावाद लढाऊ होता. ती त्या देशाची गरज होती. धार्मिक असणे म्हणजे कालसापेक्ष असणे, शब्दप्रामाण्याच्या पलीकडे जाणारा मानवतावादी असणे, ही असगर अलींची भूमिका होती. त्यांनी मार्क्सचा वापर करून 'डायलेक्टिकल ह्यूमॅनिझम' मांडण्याचा प्रयत्न केला. भारतात त्यांच्यापूर्वी मौलाना मदनी, के. एम. अशरफ, डॉ. आलम खुंदमिरी, डॉ. रफिक झकेरियांसारख्या अभ्यासकांनी इस्लामची चिकित्सा केलेली असली, तरी असगर अलींनी इस्लामची सर्वस्पर्शी मांडणी केल्याचे दिसते. म्हणून मी असगर अलींना 'बोहरा' सुधारकाऐवजी 'इस्लामचा व्यासंगी भाष्यकार' मानतो.

असगर अलींची ग्रंथसंपदा फार मोठी आहे. जवळजवळ तीसएक पुस्तके त्यांनी लिहिली आहेत. काही संपादितही केली आहेत. त्यांच्या 'इन्स्टिट्यूट ऑफ इस्लामिक स्टडीज' या संशोधन संस्थेतर्फे त्यांनी निरनिराळ्या विषयांना स्पर्श करणारी वीसएक पुस्तके संपादित केली आहेत. शाहबानो प्रकरण, राम जन्मभूमी-बाबरी मस्जिद कॉन्ट्राव्हर्सी प्रकरणापासून ते सूफीवाद, महिलांचे हक्क इत्यादी विषयांवर त्यांनी सविस्तर लेखन केले आहे. सूफींचे समन्वयवादी तत्त्वज्ञान, त्यांचे कार्य, भक्ती चळवळ यांवर त्यांनी भर दिला. त्या सर्वांचा परामर्श एकत्रित घेणे शक्य नाही. परंतु त्यांनी लिहिलेल्या महत्त्वाच्या काही पुस्तकांचा उल्लेख करावाच लागेल.

इस्लामची मांडणी करताना त्यांनी स्वीकारलेली 'मेथॉडॉलॉजी' नोंद घेण्यासारखी आहे. १९८० साली लिहिलेले 'ओरिजिन अँण्ड डेव्हलपमेंट ऑफ इस्लाम' हे पुस्तक इस्लामच्या नव्या मांडणीतील एक 'पायोनिअरिंग' ग्रंथ आहे. समाजशास्त्रीय आणि आर्थिक परिप्रेक्ष्यातून त्यांनी इस्लामच्या उदय आणि विकासाची चर्चा केली आहे. अशी मांडणी तत्पूर्वी आणि नंतरही कोणी केलेली नाही. इस्लामच्या उदयाची चळवळ ही समाजातील दुबळ्या आणि शोषित घटकांनी उचलून धरली होती, हे सूत्र त्यांनी मांडले आहे. अरब जमातीतील आर्थिक, सामाजिक, राजकीय संघर्षाच्या परिप्रेक्ष्यातून त्यांनी इस्लामच्या उदयाची मांडणी केली आहे. अर्नोल्ड टॉयनबी आणि इब्न खाल्दून यांच्या इतिहासशास्त्राचा वापर त्यातून स्पष्ट होतो.[२] १९८० मध्येच विकास पब्लिकेशनने प्रसिद्ध केलेले 'दि इस्लामिक स्टेट' हे पुस्तक मूलभूत महत्त्वाचे आहे. प्रेषितांनी मक्केत स्थापन केलेल्या तथाकथित इस्लाम राज्याचे वास्तव स्वरूप काय होते, पैगंबरांना

खरोखरच धर्म आणि राजसत्ता यांची सांगड घालायची होती का; याची सत्ताशास्त्रीय दृष्टिकोनातून त्यांनी केलेली मांडणी महत्त्वाची आहे. धर्म आणि सत्ता यांचे एकत्रीकरण करणारे उलेमा, वहाबीसारखे अतिरेकी पंथ, मौदुदींच्या जमात-ए-इस्लामीची भूमिका यांना छेद देणारे हे पुस्तक आहे.

१९८४ साली 'इस्लाम अण्ड इट्स रेलेव्हन्स टू ऑर एज' लिहिलेल्या या छोटेखानी पुस्तकातून 'डायलेक्टिकल ह्युमॅनिझम'च्या आधारे त्यांनी इस्लामच्या प्रस्तुततेची चर्चा केली आहे. इस्लामचे धर्मशास्त्र आधुनिक परिप्रेक्ष्यातून उघडून दाखविले आहे. १९९८ साली त्यांनी 'रिथिंकिंग इश्यूज इन इस्लाम' हे पुस्तक लिहून इस्लाममधील विविध प्रश्नांचे विश्लेषण केले आहे. गेली कित्येक वर्षे त्यांच्या 'इस्लामिक स्टडीज' या संस्थेतर्फे दर महिन्याला 'ऑकेजनल पेपर्स'च्या प्रोजेक्टमधून ते इस्लाममधील धार्मिक सूत्रे, तत्त्वे, इस्लामने हाताळलेले प्रश्न यांवर एक छोटीशी पुस्तिका प्रसिद्ध करीत. इस्लामची आधुनिक परिप्रेक्ष्यातून त्यांनी केलेली चर्चा 'इपोक मेकिंग' आहे. त्याचे किमान दोन मोठे ग्रंथ होतील. असा अन्वयार्थ अन्य कोणत्याही इस्लामी विचारवंताने लावलेला नाही.

असगर अलींचे दुसरे योगदान म्हणजे, त्यांनी सूफी इस्लामची केलेली मांडणी होय. 'सूफीझम अँण्ड कम्यूनल हार्मनी' या पुस्तकात आर्बेरी, निकोल्सनसारख्यांनी इस्लाममधील सूफीझमचे सविस्तर विवेचन केलेले आहे. डॉ. ॲनमेरी शिमेस या जर्मन विदुषीने त्यावर मूलभूत स्वरूपाचे लेखन केले आहे. असगर अलींचे वैशिष्ट्य हे की, ते जागतिक पातळीवरील सूफी तत्त्वज्ञान, सूफींच्या योगदानाचा विचार घेऊन; भारतीय उपखंडात बाराव्या शतकापासून जी सूफी संतांची चळवळ सुरू झाली, त्यांची मांडणी करतात. हे तत्पूर्वी भारतात कोणी केलेले नव्हते. डॉ. निझामी जमाल ख्वाजासारख्यांनी भारतातील सूफी संतांवर पुस्तके लिहिली. संशोधन केले. अजमेरचे ख्वाजा मोईनुद्दीन चिश्ती, निजामुद्दीन औलिया यांचा इतिहास उलगडून दाखविला. परंतु असगर अली त्यांच्याही पुढे गेले. त्यांनी वहाबींचा इस्लाम, उलेमांचा इस्लाम, सत्ताधाऱ्यांचा इस्लाम नाकारला आणि भारतातील सूफीप्रणीत इस्लाम यावर भर दिला. भक्ती आणि सूफी यांचा धार्मिक समन्वयवादच भारतातला संघर्ष सोडवू शकेल, ही त्यांची भूमिका होती. सूफी इस्लामचा सिंक्रेटिझम हा कसा पैगंबरसाहेबांच्या मूळ प्रेरणांचा विचार करणारा आहे, हे ते सातत्याने मांडत राहिले होते.[३] हे त्यांचे योगदान ऐतिहासिक आहे. त्यांच्यापासून प्रेरणा घेऊनच इम्तियाज अहमद यांनी भारतातला जगण्यातला इस्लाम पुढे आणण्याचा प्रयत्न केला.

असगर अली यांचे तिसरे योगदान म्हणजे त्यांनी भारतीय मुसलमानांसंबंधी

केलेले लिखाण आहे. प्रा. एम. मुजीब यांनी भारतातल्या मुसलमानांचा धर्मांतरित गट आणि बाहेरून आलेल्या सत्ताकांक्षी वांशिक जमाती यांच्यातला फरक दाखविण्याचा प्रयत्न केलेला होता, पण असगर अलींनी इथल्या एथनिक भारतीय मुसलमानांबद्दल (भारतीय वंशाच्या धर्मांतरित जाती-जमाती) सविस्तर लिहिल आहे. इथल्या मुसलमानांच्या 'जातीय रचनेची' त्यांना जाणीव होती. भारतभर फिरून मुसलमानांतील जातींची त्यांनी माहिती करून घेतली होती. म्हणून तर ते आमच्या मुस्लीम ओबीसी चळवळीत आले. अली अनवर यांच्या 'पसमांदा' मुस्लीम चळवळीला पाठिंबा दिला. अशरफ आणि बिगरअशरफ जातींच्या संबंधांचे विश्लेषण केले. अशरफ जातींच्या हितसंबंधीय राजकारणावर प्रकाश टाकला. दिल्ली येथे झालेल्या 'दलित मुसलमानांवरील दोन दिवसीय सेमिनार'मध्ये उत्तर भारतातल्या दलित-मुसलमानांचा प्रश्न पुढे आला. अशरफ असणाऱ्या मुशिरुल हसन यांना भारतीय मुसलमानांत 'जाती' आहेत, 'दलित' आहेत, हे कळतच नव्हते. त्यांच्यात आणि अली अनवर आणि मेहतर जातींच्या अध्यक्षांमध्ये खडाजंगी सुरू झाली. असगर अलींनी त्यांना शांत केले. अत्यंत मृदू शैलीत डॉ. मुशिरूल हसन यांना मुसलमानांतील जातींचा प्रश्न आणि दलित मुस्लीम जाती यांची जाणीव करून दिली. भारतातील मुस्लिमांचे राजकारण अशरफ जातींनीच कसे बळकावले आहे, यावर भाष्य केले.[४]

असगर अलींना उलेमा आणि अशरफ यांनी उभे केलेले मुसलमानांचे धार्मिक मोनोलिथ (एकसंघता) मान्य नव्हते. त्यांनी त्या मोनोलिथचा भोपळा फोडला. त्याचबरोबर धर्म नाकारणारे तथाकथित बुद्धिवादी, सेक्युलरवादी आणि मार्क्सवादीही मान्य नव्हते. त्यांचे म्हणणे होते की, धर्माचे कार्य लक्षात घेतलेच पाहिजे. ते नाकारून चालणार नाही. त्याचप्रमाणे जातींचे अस्तित्व, धार्मिक जमाती आणि वंश-सांस्कृतिक जाणिवा लक्षात घेतले पाहिजेत. त्यांच्या मांडणीचे आणि लेखनाचे एक वैशिष्ट्य आहे. ते वादविवादात शिरत नसत. पॉलेमिक्सची सर्कस नसे. साधी आणि सोपी भाषा, सरळ आणि स्पष्ट बोलणे; हे त्यांचे वैशिष्ट्य होते. त्यांच्या भाषणात संकल्पना किंवा विचारांचे 'परिभाषीकरण' नसे. कुरआन, हदीस किंवा इतिहासातील वास्तव उद्धृत करून ते आपले म्हणणे मांडत असत.

भारतीय मुसलमानांचा धर्मांतराचा इतिहास, त्याची कारणे, १८५७ पासूनचे राजकारण, कम्युनल प्रॉब्लेम, आर्थिक प्रश्न, मुस्लीम नेत्यांचे राजकारण आणि जनतेचा त्यांनी केलेला विश्वासघात, जीनांचा फुटीरवाद आणि जमातवाद, धार्मिक-सांस्कृतिक सिंक्रेटिझम, आधुनिकतेने निर्माण केलेले ताणतणाव, हिंदू-मुसलमानांचे जमातवादी राजकारण, जमातवादी फॅसिस्ट, मध्ययुगीन इतिहासाचा गैरवापर इत्यादी विषय त्यांनी

हाताळलेले आहेत. 'इस्लाम अँड मुस्लीम्स' या ग्रंथातून त्यांनी केलेली मांडणी महत्त्वाची आहे. त्यात त्यांनी भारतीय इस्लामचे स्वरूप, भारतीय इस्लाममधील सुधारणा चळवळी, भारतातील मुस्लिमांसमोरील समस्या, अस्मितेचे प्रश्न आणि एकात्मता, मुस्लीम मूलतत्त्ववादाचा उदय, पॅन इस्लामवाद, मुस्लीम व्यक्तिगत कायदा, समान नागरी कायद्याचे प्रश्न आदी विषय हाताळले आहेत. या दोन्ही पुस्तकांतून भारतीय मुसलमानांचे स्वरूप आणि त्यांच्यापुढील राजकीय, सामाजिक, सांस्कृतिक, आर्थिक प्रश्न यांवरील त्यांचे चिंतन बोलके आहे. त्यामधून भारतीय इस्लामचे वेगळेपण स्पष्ट होत जाते. जगातील सारे मुसलमान एक आणि एकसारखे आहेत हे मिथक आणि साम्राज्यवाद्यांचा प्रचार यांचा खोटारडेपणा स्पष्ट होतो.

हिंदू-मुस्लीम दंगलींची चिकित्सा आणि दंगलींच्या अभ्यासाचे विकसित केलेले शास्त्र हे त्यांचे चौथे महत्त्वाचे योगदान आहे. १९०० ते १९४७ पर्यंतच्या काळात झालेल्या आणि घडविलेल्या दंगली आणि स्वातंत्र्यानंतरच्या काळातील दंगली आणि १९९० नंतर हिंदुत्ववाद्यांनी घडविलेल्या दंगली, असे त्याचे तीन टप्पे पडतात. असगर अलींच्या पूर्वी डॉ. घुर्ये, ए. आर. देसाई, पॉल ब्रास, रॉबिन्सन, रत्ना नायडूसारख्यांनी लिहिले होते. स्वातंत्र्योत्तर काळातील दंगलींचा पद्धतशीर अभ्यास असगर अलींनी प्रथम केला. गुजरात दंगलीचा अभ्यास घनश्याम शहा यांनी केला. असगर अलींनी दंगलींच्या प्रत्यक्ष अनुभवदर्शी अभ्यासासाठी एक टीमच तयार केली. भारतभर जिथे-जिथे दंगली व्हायच्या, तिथे ते आपल्या टीमसहित जात. प्रत्यक्ष मुलाखती, दंगलीपूर्व घटना, ताणतणाव, पक्ष आणि जमातवादी संघटनांचे राजकारण, चिथावण्या, वर्तमानपत्रांतील बातम्या इत्यादींच्या साहाय्याने दंगलींची कारणमीमांसा-अहवाल तयार करीत असत. दंगलीची चिकित्सा करणारी त्यांची पुस्तके त्यावर आधारित आहेत. अखिल भारतीय पातळीवर असा अभ्यास करणारे असगर अली एकटेच होते. त्यानंतर त्यांच्यापासून प्रेरणा घेऊन प्रा. आशुतोष वर्षणे आणि प्रा. बिल्किन्सन यांनी हिंदू-मुस्लीम दंगलींच्या अभ्यासाची व्याप्ती वाढवली आहे. मुंबई-भिवंडी दंगलींचे असगर अलींनी केलेले डॉक्युमेंटेशन नोंद घेण्यासारखे आहे. त्या सर्व अनुभवांच्या आधारे त्यांनी 'थिअरी ऑफ कम्युनल रायट्स'देखील मांडली आहे. हिंदुत्वाच्या राजकारणावर आणि आर्थिक हितसंबंधांसाठी घडविण्यात येणाऱ्या दंगलींवर प्रकाश टाकला आहे. त्यांचे वैशिष्ट्य म्हणजे त्यांनी पोलिसी अत्याचारांवर आणि पक्षपातीपणावर निर्भीडपणे लिहिले आहे. गुजरातच्या दंगलीपासून हिंदुत्ववाद्यांच्या वंशविच्छेदाच्या सुरू झालेल्या राजकारणाची स्पष्ट चर्चा केली आहे.

असगर अलींचे पाचवे महत्त्वाचे योगदान म्हणजे, त्यांनी मुस्लीम स्त्रीप्रश्नांचा

सखोल अभ्यास केला आहे. इस्लाम आणि महिला यांवर संशोधनपूर्ण लिखाण केले. 'स्टेटस ऑफ वूमन इन इस्लाम' या पुस्तकातून त्यांनी लिंगभावी न्यायाच्या बाजूने भूमिका मांडली. याआधारे इस्लामचा पर्सनल लॉ, समान नागरी कायदा यांबाबत परखड भूमिका स्वीकारली. महाराष्ट्रातील धर्मनिरपेक्षतावादी हमीद दलवाईंच्या बाजूने असल्याने, असगर अलींनी स्त्री-हक्कासाठी पर्सनल लॉ सुधारण्यासाठी केलेला लढा उपेक्षित राहिला आहे. त्यांनी असगर अलींना 'बोहरा धर्मसुधारक' म्हणून बंदिस्त केले आहे. वास्तविक असगर अली शाहबानो प्रकरणाच्या पूर्वीपासून मुस्लीम स्त्री-हक्कासाठी लढा देत होते. समान नागरी कायदा, पर्सनल लॉ यांच्या सुधारणांबाबत मोहीमही चालविली होती. गावोगावी भाषणे दिली. इस्लाममधील मुस्लीम स्त्रियांच्या हक्कांवर पुस्तके लिहिली. इन्स्टंट तलाक प्रथा आणि बहुपत्नीत्व याबद्दलची असगर अलींची मोहीम आणि मांडणी इस्लाम किंवा मुस्लीमविरोधी नव्हती, तर त्यांची भूमिका अस्सल स्त्रीवादाची होती. जेंडर जस्टिस, जेंडर इक्वॅलिटिचा त्यांचा आग्रह स्त्रीवादातून निर्माण झाला होता.[५] मुस्लीम स्त्रियांच्या प्रत्येक प्रश्नावर त्यांनी लिखाण केले आहे. इस्लाममधील मूळ प्रेरणांच्या आधारे एकतर्फी तलाक किंवा बहुपत्नीत्व कसे चुकीचे आहेत, यांवर भर दिला. 'ऑल इंडिया मुस्लीम पर्सनल लॉ बोर्ड'शी वाद घातला. इतकेच नव्हे तर 'न्याय्य निकाहनामा, तलाकनामा'चा मसुदा तयार केला. २०११-१२ मध्ये लखनऊ येथे उलेमा कौन्सिलसमोर तो मसुदा ठेवून उलेमांची संमती मिळविण्याचा प्रयत्न केला. त्यांना प्रचंड विरोध झाला, तरी ते डगमगले नाहीत. स्त्रीहक्कांचे ते क्रूसेडरच होते. प्रक्षोभक चिथावण्या न देता, गाजावाजा न करता शांतपणे आपल्या मृदू शैलीत ते बोलत असत. इस्लामच्या परिप्रेक्ष्यातूनच सुधारणेचे विचार मांडत. अखिल भारतीय पातळीवर उलेमांच्या प्रतिगामित्वावर, त्यांच्या पुरुष वर्चस्ववादी भूमिकेवर त्यांच्याइतका हल्ला कोणीच चढविलेला नाही. हा माणूस निर्भीड होता, निडर होता; पण उद्धट नव्हता. शेवटच्या क्षणापर्यंत ते महिलांच्या हक्कांसाठी झटत राहिले. पण त्याचे कधी भांडवल केले नाही.

महाराष्ट्रात त्यांनी १९७८-७९ ला काम सुरू केल्यानंतर त्यांना प्रचंड विरोधाला तोंड द्यावे लागले. एक तर बोहरा आणि सय्यदनांनी पोसलेला मीडिया त्यांच्याविरोधी होता. दुसरे म्हणजे, 'सुधारक' म्हटला की, इस्लामवर हल्ला चढविणाऱ्या हमीद दलवाईंचेच नाव पुढे येत होते. मुसलमानांना वाटायचे की, ते दलवाईंप्रमाणेच इस्लामविरोधी आहेत. आम्ही जेव्हा महाराष्ट्रात फिरायला सुरुवात केली, तेव्हा असगर अलींना प्रचंड विरोधकांना तोंड द्यावे लागले. लोक म्हणायचे तुमच्यात आणि हमीद दलवाईंमध्ये काय फरक आहे हे प्रथम सांगा. असगर अलींना सत्यशोधक चळवळीवर

बोलावे लागे. हळूहळू असगर अली मान्य होऊ लागले. सोलापुरात प्रथम आल्यानंतर त्यांना या प्रसंगांना तोंड द्यावे लागले. वडवान चौकातील घराच्या गच्चीवर रात्री आठपासून दोन वाजेपर्यंत वादविवाद चालला. शेवटी रात्री दोन वाजता असगर अलींनी आपले म्हणणे त्यांना पटवून दिले. त्यानंतर ते एवढे लोकप्रिय झाले की, दर वर्षी त्यांना सोलापूरला येण्याचे आमंत्रण असे. त्यांच्या भाषणांना प्रचंड गर्दी होत असे. रात्री जेवणाची आमंत्रणे असत. असगर अलींचे प्रतिपादन त्यांना पटत होते. परंतु उलेमा कौन्सिल, पर्सनल लॉ बोर्ड यामुळे ते असहाय होते. सोलापुरातील मुफ्ती आणि शहर काजीही त्यांच्याबरोबर होते. हे असगर अलींच्या सौम्य स्वभावाचे आणि सहनशीलतेचे फलित होते. समोरचा माणूस कितीही आक्रमकपणे त्यांच्या अंगावर आला, तरी ते शांत असत. कुरआन आणि हदीसचा वापर करून त्याला उत्तर देत. आपला मुद्दा पटवून देण्यात ते कुशल होते. त्यांना जागतिक पातळीवर मानसन्मान मिळाले. पर्यायी नोबेल पुरस्कारही मिळाला. परंतु आपल्या बोहरा समाजातून ते कायमचे बहिष्कृत झाले. ते रसिक होते. कविता, गझला यांत रमत. पण कुठेतरी मनात एकाकी होते, म्हणून माणूसघाणे झाले नाहीत. अत्यंत निगर्वी होते. त्यांना सोलापुरातल्या टपरीवजा हॉटेलातला चहा खूप आवडत असे. इडली-वडा खूप आवडत असे. स्वभावाने सौम्य परंतु विचारांची अमर्याद बांधिलकी, हे त्यांचे वैशिष्ट्य होते.

सन २००० पासून मीडिया आणि राजकीय पातळीवरील 'इस्लाम फोबिया' प्रचंड प्रमाणात वाढला. पदोपदी, जागोजागी मुस्लीमविरोधी आणि इस्लामचे केले जाणारे distortion वाढले. असगर अली त्याविरुद्ध एकटेच लढत राहिले. ऑकेजनल पेपर्स, लहान-मोठी चर्चासत्रे, भाषणे यांच्या माध्यमातून इस्लामची बाजू मांडत राहिले. मीडिया आणि पोलीस यांचा मुस्लीमविरोधी जमातवाद यांच्यामुळे मुस्लिमांची परिस्थिती कठीण झाली आहे, असे त्यांचे मत होते. त्यांनी जिल्ह्याजिल्ह्यांतील पोलिसांसमोर भाषणे देण्याची परवानगी मिळविली. महाराष्ट्रभर पोलिसांसमोर जमातवादाबद्दल आणि मुस्लिमांच्या प्रश्नांबद्दल भाषणे दिली. चर्चा केली. पोलिसांचा मुस्लीमविरोध कमी करण्याचा एकाकी पातळीवरून प्रयत्न केला. जमातवादाविरुद्ध एकाकी लढत राहिले. शेवटच्या काही वर्षांत गंभीर होत गेले. त्यांच्या प्रकृतीवरही परिणाम झाला. तीस वर्षांच्या काळातील त्यांच्या अनेक आठवणी आहेत. हृदयाला चटका लावणारे प्रसंग आहेत. माझ्या आठवणींचा ठेवा असाच जपून ठेवणार आहे.

शेवटी एक निरीक्षण नोंदवितो. शेवटची पाच-सहा वर्षे ते खूप अस्वस्थ होते. पूर्वीचा आनंदी स्वभाव राहिला नव्हता. सदैव गंभीर असत. विशेषतः २००२च्या

दंगलीनंतर ते फार एकाकी होत गेले. देशभर आणि देशाच्या बाहेरही भाषणे देत फिरत राहिले. गेस्ट हाउसमध्ये वाचत बसलेले असत. मला वाटते, ते खूप निराश झाले होते. २००० नंतर परिस्थिती चिघळत गेली. कम्युनॅलिझम प्रचंड वाढला. माणसे दुरावली जाऊ लागली. समझोत्याचे, समन्वयाचे वातावरण राहिले नाही. गावागावांतून त्यांच्याजवळ आलेले कार्यकर्ते दुरावले. त्यांचे आपल्या आईवर विलक्षण प्रेम होते. तीही राहिली नाही. पत्नीही अचानक वारली. सतत फिरत राहिले, सतत भाषणे देत राहिले. या वातावरणाचा परिणाम त्यांच्या लेखनावर, विश्लेषणांवर झाला. मूळ प्रेरणांचा विचार करता करता समर्थन करू लागले. धर्मावरच बोलत आणि लिहीत राहिले. शेकडो भाषणे दिली. त्यांची प्रकृती खालावण्यामागचे तेही एक कारण होते. मला ते खूप आजारी असल्याचे कळले होते. भेटायला जाणे फार कठीण होते. १४ मे २०१३ ला दिवसभर मित्रवर्याकडून ते गेल्याचे एसएमएस येत राहिले. एक प्रकारचा निःशब्द थंडपणा भरून राहिला. धार्मिक आणि सामाजिक समन्वयासाठी अहर्निश प्रयत्न करणारा ध्येयवादी, क्रियाशील विचारवंत काळाच्या पडद्याआड गेला होता. जाता जाता हा समन्वयवादी भाष्यकार पुढच्या पिढ्यांसाठी आपली अफाट ग्रंथसंपदा ठेवून गेला!

संदर्भ

१) इंजिनिअर असगर अली, अनु. नंदिनी चव्हाण, आधुनिक जगाचा इस्लाम, अक्षर प्रकाशन, मुंबई-२०१२

२) इंजिनिअर असगर अली, ओरिजिन अँण्ड डेव्हलपमेंट ऑफ इस्लाम, साऊथ एशिया बुक्स-१९९०

३) इंजिनिअर असगर अली, सूफीझम अँण्ड कम्यूनल हार्मनी,प्रिंटवेल पब्लिकेशन-१९९१

४) इंजिनिअर असगर अली, इस्लाम अँड मुस्लीम्स', प्रिंटवेल पब्लिकेशन, १९८५

५) इंजिनिअर असगर अली, स्टेटस ऑफ वूमन इन इस्लाम,अजंता पब्लिकेशन-१९८७

लेखक परिचय

नाव – प्रा. फकरूद्दीन हजरत बेन्नूर

जन्म – सातारा, २५ नोव्हेंबर १९३८

शिक्षण – एम. ए. राज्यशास्त्र, एम. ए. इतिहास

व्यवसाय – संगमेश्वर महाविद्यालय, सोलापूर येथे व्याख्याता (१९६६ ते १९९८)

- **प्रकाशित ग्रंथ**

१) भारतीय मुसलमान, हिंदुत्व आणि वास्तव (२००७)
२) आधुनिक भारतातील मुस्लीम विचारवंत (२००७)
३) भारत के मुस्लीम विचारक (हिंदी)
४) गुलमोहर (कवितासंग्रह) (२०१०)
५) महात्मा गांधीप्रणीत हिंद स्वराज : एक अन्वयार्थ (२०१०)
६) आधुनिक भारतीय मुस्लीम राजकीय विचारवंताचे राष्ट्रवादविषयक चर्चाविश्व
७) भारतीय मुसलमानांची समाजरचना आणि मानसिकता (मराठी) (२०१२)
९) भारत के मुसलमानो की माशिअत और जेहनियत (उर्दू) (२०१८)
१०) भारतीय मुसलमानोंकी मानसिकता और सामाजिक संरचना (हिंदी) (१९९८)
११) सूफी संप्रदाय : वाङ्मय, विचार आणि कार्य (२०१६)

- **शोधनिबंध**

कर्नाटक विद्यापीठ, नागपूर विद्यापीठ, शिवाजी विद्यापीठ, कोल्हापूर डॉ. बाबासाहेब आंबेडकर मराठवाडा विद्यापीठ, औरंगाबाद, सावित्रीबाई फुले पुणे विद्यापीठ, पुणे इत्यादी विद्यापीठात १५० हून अधिक शोधनिबंध सादर

- **सामाजिक कार्य**

१) १९७० पासून मुस्लीम प्रबोधनाच्या चळवळीत सक्रीय सहभाग
२) १९७० पासून मुस्लीम महिलांचे प्रश्न, हिंदू-मुस्लीम प्रश्न आणि राजकारण, जमातवाद, हिंदू-मुस्लीम सौहार्दाची समस्या, मुस्लीम मराठी सहित्य इत्यादी संबंधी महाराष्ट्रातील अग्रणी वृत्तपत्रे, पाक्षिक, मासिक आणि साप्ताहिकात विपुल लेखन
३) दलित पँथरच्या स्थापनेपासून सोलापूर शहर व जिल्ह्यात दलित पँथरच्या

बरोबरीने दलित अत्याचारविरोधात लढा आणि चळवळीत सहभाग

४) १९८४ पासून डॉ. असगर अली इंजिनिअर यांच्या समवेत 'हिंदू-मुस्लीम एकता' चळवळीत सहभाग.

५) लोकजीवन अकादमी, हुतात्मा अकादमी, समाजवादी प्रबोधिनीतर्फे चर्चासत्रांचे आयोजन

६) मुस्लीम आरक्षणाच्या मागणीसाठी राज्यभर महाराष्ट्रीयन 'मुस्लीम अधिकार आंदोलना'ची सुरुवात

- **स्थापना**

१) मुस्लीम मराठी साहित्य परिषद (१९९०)

२) मुस्लीम ओबीसी आंदोलन (१९९२)

३) डॉ. बाबासाहेब आंबेडकर अकादमी, सातारा

४) महाराष्ट्रीयन मुस्लीम अधिकार आंदोलन, (२०१५)

५) इतिहास पुनर्लेखन समिती

- **सन्मान**

१) सदस्य - महाराष्ट्र राज्य साहित्य संस्कृती मंडळ (१९९३-१९९५)

२) तज्ज्ञ सदस्य - महाराष्ट्र गॅझेटियर विभाग (२०० ते २००४)

३) अध्यक्ष - राज्यशास्त्र परिषद १९९४ ते १९९६ शिवाजी विद्यापीठ, कोल्हापूर

४) अध्यक्ष - महाराष्ट्र राज्यशास्त्र परिषद, १९९४ सांगली

५) राज्यातील विविध विद्यापीठांत 'संशोधन व्यक्ती' म्हणून आमंत्रित

६) तज्ज्ञ सदस्य - महाराष्ट्र राज्य पाठ्यपुस्तक मंडळ (१९९४ ते २००१)

७) संपादन - नागारिकशास्त्र (राज्यशास्त्र) पाचवी ते आठवी

८) कार्याध्यक्ष - मुस्लीम मराठी साहित्य परिषद (१९९०-२००२)

९) अध्यक्ष - चौथे मुस्लीम मराठी साहित्य संमेलन, पुणे (१९९५)

१०) निमंत्रक - राष्ट्रीय एकात्मता परिषद, सोलापूर

११) कराची - डॉ. बाबासाहेब आंबेडकरांवरील चर्चासत्रात आमंत्रण (एप्रिल २००७)

१२) आंतरराष्ट्रीय निरीक्षक - नेपाळमधील २००८ सालच्या लोकशाही पद्धतीच्या निवडणुकीची पाहणी व भारत सरकारला अहवाल सादर - ही नेमणूक आंतरराष्ट्रीय समितीतर्फे करण्यात आली होती.

- पुरस्कार

१) छत्रपती शाहू महाराज पुरस्कार, कोल्हापूर

२) 'हिंदुत्व, मुस्लीम आणि वास्तव' या पुस्तकाला महाराष्ट्र तत्त्वज्ञान परिषदेचा २०१० चा डॉ. सूर्यकांत घुगरे पुरस्कार

* 9 7 8 9 3 8 6 4 0 1 4 1 0 *

FCW - #0017 - 061026 - C48 - 216/140/14 - PB - 9789386401410 - Gloss Lamination